विज्ञान-विशेष

डॉ. बाळ फोंडके

मेहता पब्लिशिंग हाऊस

✆ +91 020-24476924 / 24460313 / Mob. No. 9545000513

Email : production@mehtapublishinghouse.com

Website : www.mehtapublishinghouse.com

VIDNYAN VISHESH by DR. BAL PHONDAKE

विज्ञान विशेष : डॉ. बाळ फोंडके / विज्ञानविषयक लेख

Email : author@mehtapublishinghouse.com

मराठी पुस्तक प्रकाशनाचे हक्क : मेहता पब्लिशिंग हाऊस, पुणे.

प्रकाशक : सुनील अनिल मेहता, मेहता पब्लिशिंग हाऊस,
१९४१, सदाशिव पेठ, माडीवाले कॉलनी, पुणे - ४११०३०.

मुद्रक : ट्रिनिटी ॲकॅडमी फॉर कॉर्पोरेट ट्रेनिंग लिमिटेड

मुखपृष्ठ : चंद्रमोहन कुलकर्णी

प्रकाशनकाल : ऑगस्ट, १९९९ / पुनर्मुद्रण : जुलै, २०१८

किंमत : ₹ २४०

P Book ISBN 9788171619085

E Book ISBN 9789353170356

E Books available on : amazonkindle Apple Books Google Play Books

लेखनाचा स्फुलिंग ज्यानं माझ्या मनात चेतवला
आणि स्वत: मात्र, उत्तम लेखनशैली असूनही,
त्या क्षेत्रापासून दूर राहणंच पसंत केलं,
तो परममित्र

विसू

ऊर्फ

डॉ. विश्वनाथ अळगुंडगी

यांस

स्नेहपूर्वक

बाळ

आभार

डॉ. अरुण टिकेकर,
प्रा. वि. गो. कुलकर्णी,
दत्ता पंचवाघ,
डॉ. श्रीमती इंदु विजयकर

अनुक्रमणिका

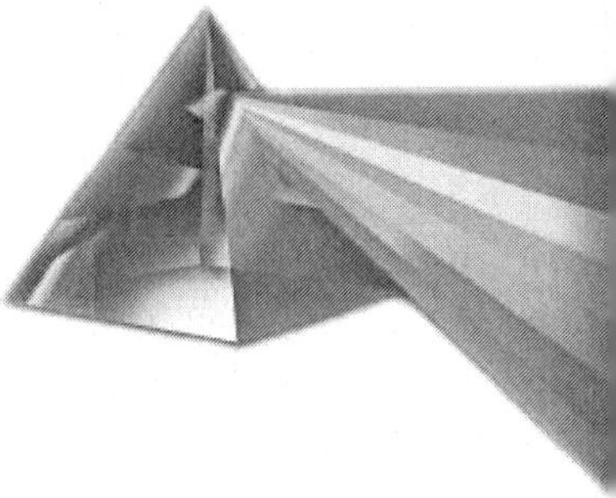

अद्‌भुताची भूल

सप्रेम नमस्कार, विज्ञान विशेष.

आता नमस्कार म्हटला ना, बाबूराव, की त्याच्या पाठोपाठ चमत्कारही आलाच. विशेषत:, आपल्या या भारतवर्ष नावाच्या देशात तर चमत्कारांना तोटाच नाही. अगदी या सरत्या विसाव्या शतकात, आजच्या या विज्ञानयुगातही, चमत्कारही कसे विज्ञानयुगाला साजेसेच होतात. पाण्यापासून मग पेट्रोल तयार होतं; आणि त्यावर मग थोर-थोर म्हणवणारी मंडळी बेधडक विश्वास ठेवतात. एवढंच नाही, तर हे कसं शक्य आहे, याचं वरवर वैज्ञानिक वाटणारं स्पष्टीकरणही देतात. देव त्यांचं भलं करो!

पण ज्यांना या भारतवर्षात जन्म घेण्याचं भाग्य लाभलेलं नाही, अशी काही शास्त्रज्ञ मंडळी या चमत्कारांचंच वस्तुनिष्ठ विश्लेषण करतात. त्यात खरोखरीच चमत्कार किती आणि माणसाच्या काही उपजत स्वभाववैशिष्ट्यांचा किंवा, खरंतर, वैगुण्यांचा भाग किती, याचा शोध घेतात. तेही मग बरं का बाबूराव, वैज्ञानिकच स्पष्टीकरण देतात.

तर अशाच काही जणांनी एका चमत्काराचा असाच सांगोपांग पाठपुरावा केला. तो चमत्कारही आपल्याच देशातला, निदान आपल्या देशाच्या माथी मारलेला. 'इंडियन रोपट्रिक' या नावानं ओळखला जाणारा हा चमत्कार म्हणजे पाश्चात्त्य जगतातील सर्वांना भारताची ओळख पटवून देणारं व्यवच्छेदक लक्षणच होतं. 'आहे' असा वर्तमानकाळही वापरायला, खरंतर, हरकत नसावी.

या चमत्काराचा असा चिकित्सक अभ्यास करता आला, बरं का, कारण हा चमत्कार धर्मनिरपेक्ष आहे. निधर्मी आहे. धार्मिक भावनांशी निगडित झालेल्या चमत्कारांत श्रद्धा, अंधश्रद्धा, भावुक समाजमन यांची अशी काही गल्लत झालेली असते की, त्याचा असा निर्विकार मनानं अभ्यास करण्याऐवजी मधमाश्यांच्या मोहोळावर दगड भिरकावलेला काय वाईट!

तर या चमत्काराचा अभ्यास केला, तो दोन मानसशास्त्रज्ञांनी आणि म्हणूनच त्यांनी दोन मानसशास्त्रीय सिद्धान्तांच्या दृष्टिकोनांतून याचा मागोवा घ्यायचं ठरविलं. यांपैकी पहिल्या सिद्धान्ताला आपल्या भाषेत 'मारुतीची बेंबी सिद्धान्त' म्हणता येईल. समजा, मारुतीच्या बेंबीत बोट घातल्यानंतर 'अतिशय थंडगार वाटलं' असं काही जणांनी सांगितलेलं आहे. ते ऐकून आपणही मारुतीच्या बेंबीत बोट घातल्यावर आपल्याला विंचू चावतो. तरी तसं कबूल करायला कोणता महाभाग पुढं येतो? आपल्याला आधी वारंवार सांगितलं गेल्यामुळे जे काही प्रस्थापित झालंय, त्यालाच सत्य मानण्याकडे माणसाची प्रवृत्ती असते. अशा प्रस्थापित सत्याला धक्का लावण्याची धमक फारच थोड्या जणांमध्ये असते आणि या फारच थोड्या जणांमध्ये आपण बसत नाही.

दुसरा सिद्धान्तही तसा आपल्या परिचयाचा. फक्त तो मानसशास्त्रीय सिद्धान्त आहे, याची मात्र माहिती आपल्याला नाही. एखादी घटना ताजी असते, तेव्हा तिच्याविषयीचा तपशील तसा आपल्या व्यवस्थित स्मरणात असतो. त्यामुळे त्या घटनेची माहिती जेव्हा कोणी दुसऱ्याला देतो, तेव्हा ती सत्यापासून फारशी फारकत घेत नाही. पण ती घटना जसजशी जुनी होते, दूर जाते, तसतशी तिच्याबद्दलची आपली आठवण धूसर बनत जाते आणि मग तिची आठवण अजूनही ताजी आहे, असं भासविण्यासाठी आपलं मन कळत-नकळत तिच्यात अधिक गहिरे रंग भरावयास सुरुवात करतं. सत्य आणि कल्पित यांचं असं काही बेमालूम मिश्रण होतं की, ऐकणाऱ्याचाच काय, पण सांगणाऱ्याचाही त्यावर विश्वास बसू लागतो. कारण मुळातच कोरड्या सत्यापेक्षा सनसनाटी अद्‌भुताची भूल आपल्याला लवकर पडते, नाही का?

या रोपट्रिकच्या बाबतीतही असंच काही झालं असावं का, अशी शंका या मानसशास्त्रज्ञांना आली. कारण ही जादू आपण प्रत्यक्ष आपल्या डोळ्यांनी पाहिली, सांगोवांगीची बाब नाही, असं सांगणारे बरेच वीर निघाले असले, तरी त्या जादूचं छायाचित्र किंवा तसाच काही भक्कम पुरावा मात्र कोणीच दिलेला नव्हता. प्रत्येक साक्षीदाराचा फक्त आँखो देखा हाल. या साक्षींवर विश्वास ठेवून ती जादू पाहण्याचा ज्यांनी ज्यांनी प्रयत्न केला, त्यांच्या पदरी निराशाच आली. अगदी बक्षिसाचं आमिष लावूनही ही जादू करून दाखविणारा वीर बभ्रुवाहन काही सापडला

नाही. नाही म्हणायला एकानं एक छायाचित्र सादर केलं. पण त्यात केवळ लांबलचक बांबूच्या टोकावर मुलाला झुलत ठेवल्याचं दिसत होतं. तो बांबू नसून दोर आहे, असा दावा जरी त्या पठ्ठ्यानं केला, तरी अधिक खोलात जाता स्वारीनं खरी गोष्ट कबूल केली.

म्हणूनच तर या मानसशास्त्रज्ञांना अशी शंका आली की, हे साक्षीदार केवळ अतिशयोक्ती करत असावेत, पण तशी नुसती शंका घेऊन कसं चालेल! ते सिद्धही करून दाखवायला हवं. म्हणून मग त्यांनी अशा प्रत्यक्ष पाहिल्याचं सांगणाऱ्या नोंदींचा शोध घ्यायला सुरुवात केली. तशी चौदाव्या शतकापासून ही कथा प्रचलित असली, तरी एकोणिसाव्या शतकापासून त्याच्या लेखी नोंदी बघावयास मिळाल्या. एकूण अठ्ठेचाळीस साक्षी सापडल्या. पण त्यांतल्या काही सांगोवांगीच्या निघाल्या. काही जणांनी ही घटना नेमकी कधी पाहिली, याचा उल्लेख केलेला नव्हता. त्याही बाद कराव्या लागल्या, असं होता-होता एकवीस उरल्या.

त्यांची छाननी करता असं दिसून आलं की, ज्या साक्षींची नोंद घटनेनंतर तीन-चार वर्षांच्या अवधीत केली गेली होती, त्यात 'दोरी ताठ उभी राहिली, तिच्यावर चढून मुलगा वर गेला आणि थोड्या वेळानंतर खाली उतरला,' एवढंच वर्णन होतं. ज्या साक्षी घटनेनंतर बारा वर्षांनी नोंदविल्या गेल्या होत्या, त्यात 'मुलगा दोरीच्या वरच्या टोकावर पोचल्यानंतर काही काळ अंतर्धान पावला होता,' असं म्हटलं होतं. ज्या साक्षीदारांनी तीस वर्षांपूर्वीची आठवण ताजी करत आपली नोंद लिहिली होती, त्यांनी मुलगा अंतर्धान पावल्यानंतर प्रेक्षकांमधून परतल्याचं शपथेवर सांगितलं होतं. तर ज्यांची आठवण चाळीस वर्षं जुनी होती, त्यांना मुलाचे तुकडे झाल्याचंही स्मरत होतं.

म्हणजेच जसजशी आठवण जुनी होत गेली होती, तसतशी मुरांब्यासारखी मुरत चालली होती. जुनेऱ्यासारखी विरत नव्हती. तरीही याची पक्की खूणगाठ बांधण्यासाठी काही जादूगारांना बोलावण्यात आलं आणि त्यांच्याकडून प्रत्येक अहवालाची तपासणी करून कोणती जादू अधिक अद्भुत, हे ठरविण्यात आलं. त्यानुसार प्रत्येक साक्षीच्या अद्भुततेची श्रेणी ठरविणारे काही गुण देण्यात आले. या गुणांचं आणि आठवणीच्या वयाचं नेमकं काय नातं आहे, हे संख्याशास्त्राच्या नियमांनुसार तपासण्यात आलं. त्या गणितानुसार मानसशास्त्रज्ञांचाच होरा खरा ठरला.

ही रोपट्रिक एक दंतकथाच ठरली. याचं तसं नवल नाही. तारतम्यानं विचार करणाऱ्या कोणालाही आज ना उद्या याचा साक्षात्कार झालाच असता. नवल असलंच, तर ते याचं की, या दंतकथेला इतक्या जणांनी आजवर खरं कसं

मानलं? तर्कसुसंगत विचारसरणीचे डुढ्ढाचार्य म्हणविणाऱ्या युरोपातील विद्वानांनीही त्याला कशी मान डोलावली?

ती तशी डोलावली, कारण विचारांपेक्षा विकारांना आपण सहजगत्या जवळ करतो. बुद्धीला केलेल्या आवाहनाला आपण तेवढ्या तत्परतेनं प्रतिसाद देत नाही, पण भावनांना तसंच आवाहन केलं गेलं की, चपळाईनं त्याला दाद देतो. गंमत हीच आहे की, तर्कसुसंगत विचार आणि प्रसंगी तर्कविसंगत भावना- दोन्हींचा उगम होतो आपल्या मेंदूतूनच. तरीही एक आवडता आणि दुसरा नावडता नसला, तरी तेवढी जवळीक नसलेला, असं का, याचाही विचार व्हायला हवा. होईल ना, बाबूराव?

कळावे.

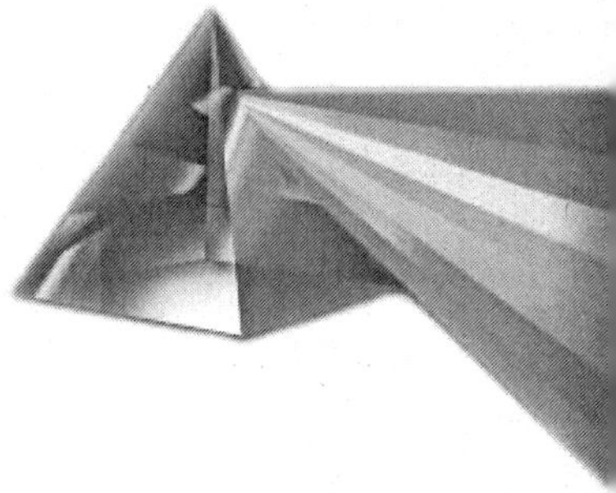

शब्द बापुडे

सप्रेम नमस्कार, विज्ञान विशेष.

आजच कुठंतरी वाचलं बाबूराव, की आपली जी ही 'अमृतातेही पैजा जिंके' अशी मऱ्हाटी भाषा आहे ना, ती लोप पावेल की काय, अशी भीती वाटू लागली आहे. तुम्हालाही असंच वाटतं का? कारण ती खरंच अमृतातेही पैजा जिंकणारी असेल, तर ती अमरच म्हणायला पाहिजे, नाही का? आणि ती खरोखरीच मृत्युपंथाला लागलेली असेल, तर मग ती अमृतातेही पैजा कशी जिंकेल?

यावरूनच एक प्रश्न मनात उभा राहतो की, भाषेची खरी गरज कोणती आहे? भाषा आपल्याला कशाला हवी असते, या प्रश्नाचं तुम्हाला, मला सुचेल, सहज पटेल, असं उत्तर म्हणजे आपलं मनोगत उघड करायला. ते दुसऱ्या कोणाला तरी सांगायला. थोडक्यात काय, तर आपल्यासारख्याच दुसऱ्या कोणाशी तरी संवाद साधायला.

हे तुम्हाला पटत असेल, तर मग त्यानंतरचा प्रश्न आपोआपच फणा काढून उभा राहतो. समजा, आपल्याला माहिती असलेली ही भाषा लुप्त पावली, तर मग इतरांशी आपल्याला संवाद साधता येणारच नाही का? भाषेच्या मदतीशिवाय आपण आपल्याला काय हवं-नको, ते दुसऱ्याला सांगू शकणारच नाही का? त्याच्या किंवा तिच्याविषयी आपल्या मनात काय भावना आहेत, ते आपण त्याच्या किंवा तिच्यापर्यंत पोचवू शकणारच नाही का?

वरवर यांची उत्तरं 'नाही' अशीच द्यावी लागतील, होय ना!

अहो, उघड आहे. साधा बेळगाव-कारवारचा सीमाप्रांत ओलांडून पलीकडे जा आणि अनुभवा, काय त्रेधातिरपीट उडते ती. साधं अंघोळीचं पाणी किंवा डोशावरची चटणी मागायची, तरी पंचाईत होते. मग खाणाखुणांच्या भाषेची कुबडी घ्यावी लागते. या भाषेचं व्याकरण काही तेवढं पक्कं नाहीये. ते सर्व ठिकाणी सारखंच असतं, असंही नाहीये. त्यामुळे मग आपल्या खुणांचं व्याकरण त्या दुसऱ्याच्या व्याकरणाशी जुळलं, तर ठीक. नाही तर मग ते काकाजींचं, वासूअण्णा सांगतात ना, तसं व्हायचं. म्हणजे मौन राखायचं, म्हणून आपण काहीतरी खुणा कराव्यात आणि त्यामुळे दूध घालायला आलेल्या गवळणीचा भलताच काहीतरी समज होऊन, तिनं 'हाय री दैंया' म्हणत मुरका मारावा. म्हणजे मग साराच संशयकल्लोळ.

पण आता जरा दुसऱ्या बाजूनं विचार करा. मानवाखेरीज इतर कोणत्याही प्राण्याकडे भाषेचं अंग नाही. अगदी उत्क्रांतीच्या प्रवासात मानवप्राण्याच्या जवळपास पोचलेल्या वानरांकडेही नाही. ते काही आवाज करू शकतात, कुंथू शकतात, शीळ घातल्यासारखा सूर काढू शकतात, हुंकार भरू शकतात. पण जिला व्याकरण आहे, अर्थपूर्ण शब्दसंग्रह आहे, अशी भाषा त्यांच्यापाशी नाही. मग या प्राण्यांमध्ये संवाद होत नाही का? आपल्या मनात दुसऱ्याबद्दल असलेल्या भावना हे प्राणी त्या दुसऱ्यापर्यंत पोचवू शकत नाहीत का?

रॉबिन डनबारला विचारा, बाबूराव. तो देईल याचं उत्तर. मानववंशशास्त्र, तसंच मानसशास्त्र यांचा अभ्यासक असलेल्या डनबारनं जगभरच्या जंगलांमध्ये जाऊन प्राण्यांच्या, विशेषत: ज्यांना इंग्रजीत प्रायमेट म्हणतात, अशा वानर जातीच्या प्राण्यांमधल्या, आपापसांतील वागणुकीचं बारकाईनं निरीक्षण केलं आहे.

आफ्रिका खंडाच्या पूर्वेकडील, गवताळ जंगल प्रदेशातल्या 'बबून' जातीच्या वानरांच्या कळपाचं डनबारनं कसून निरीक्षण केलं आहे. या जंगलात बेटासारखे मध्येच काही कातळ वसलेले आहेत. या कातळांवर आणि त्यांच्यामध्ये असलेल्या गुहांमध्ये या बबूनच्या कळपांचं वास्तव्य आहे. त्यांतीलच एक वानरी जोजो. ही जोजो पहिलटकरीण आहे. नुकताच तिनं एका गोजिरवाण्या पिलाला जन्म दिला. ते ओलं ओलं लिबलिबीत बंडल आपल्या हातांवर घेत ती जोजावते आहे. त्याचं काय करायचं, हे तिला नीटसं समजत नाहीय. आपल्याच शरीरातून बाहेर पडलेल्या त्या गोळ्याला पाहून तिला आश्चर्य तर वाटलेलंच आहे, पण अनेक प्रश्नही तिच्या मनात उभे राहिलेले आहेत.

त्या पिलानंही आता आपले डोळे उघडलेले आहेत. आपली मान उंचावून ते जगाकडे बघण्याचा प्रयत्न करत आहे. प्रथमच नजरेला पडणाऱ्या त्या अनोख्या जगानं आणि कानांवर पडणाऱ्या तऱ्हेतऱ्हेच्या आगळ्या आवाजांनी, ते थोडंफार भांबावल्यासारखं झालं आहे. आपल्या आईचीही पुरती ओळख अजून त्याला

झालेली नाही.

इतक्यात पलीकडून पर्सिफोनी येते. ती जोजोची आई आहे. जोजोच्या हातांवरच्या त्या छकुल्याकडे ती निरखून पाहते. नाकानं त्याला हुंगते. समाधानाचा एक दीर्घ हुंकार देते आणि त्या पिलाच्या पाठीवर लाडेलाडे थापटी मारल्यासारखी थोपटते. मग जोजोला आपल्या पुढ्यात घेऊन ती तिच्या अंगावरचे केस विंचरू लागते. ते विंचरता-विंचरता तिची बोटं जोजोच्या त्वचेवरून सितारियाच्या सफाईनं फिरत राहतात. मधूनच एखादा नाजूकसा चिमटाही घेतला जातो, त्या जागी एक हलकीशी कळ उठते. पण क्षणभरच. तिच्या पाठोपाठ उठते, ती एक सुखाची लहर. ती तिच्या सर्वांगावर फिरून येते. तिच्या गुंगीत जोजो डोळे मिटून आपल्या आईच्या हाती आपल्याला सोपवून देते.

एकदम कानी पडलेल्या पिलाच्या रड्यानं जोजो भानावर येते. इतर दोन वानरांची पोरटी त्या पिलाचे पाय ओढू पाहत आहेत. ती त्यांच्यापासून आपल्या पिलाला दूर करत त्यांच्याकडे पाठ फिरविते. केस विंचरायचं आपलं काम न थांबवता पर्सिफोनी त्या पोरट्यांकडं असा एक जळजळीत कटाक्ष टाकते की, ती पोरं चींऽचीं करत तिथून काढता पाय घेतात.

ही डनबारच्या सुपीक डोक्यातून निघालेली कल्पित कथा नाहीय्. ही वास्तव हकिकत आहे. अशा अनेक वर्णनांनी त्यांची डायरी भरलेली आहे. जोजो आणि पर्सिफोनी या वानरी आहेत, हे त्यानं सांगितलं नसतं, तर त्या मानवी स्त्रिया आहेत, हे आपण सहज मान्य केलं असतं. कारण त्या दोघींची वागणूक माणसांच्या त्या परिस्थितीतील वागणुकीपेक्षा वेगळी नाहीय. नाहीत, ते फक्त शब्द. जोजोसंबंधीची किंवा तिच्या पिलासंबंधीची आपली भावना व्यक्त करण्यासाठी पर्सिफोनीनं शब्दांचा उपयोग केलेला नाही. जोजोनंही नाही. कारण त्यांच्याकडे आपण ज्याला भाषा मानतो, तशी भाषा नाही. मग त्या एकमेकांशी कशा संवाद साधू शकतात?

तो संवाद साधला जातो, तो ज्याला आपण केस विंचरणं म्हणतो, त्यातून. ते विंचरणं नसतं. उवा काढणं तर नसतंच नसतं. ती क्रिया असते जवळीक साधण्याची, आपुलकी दाखविण्याची, आपापसांतील नातेसंबंध प्रदर्शित करण्याची; तसंच ते दृढ करण्याची. प्राण्यांच्या सामाजिक जीवनाचा अभ्यास करणाऱ्या अनेक वैज्ञानिकांनी याला दुजोरा दिलेला आहे.

असा जर भाषेच्या माध्यमाशिवाय संवाद साधला जाऊ शकतो, तर भाषेचा उगम आणि विकास झालाच कसा? तो झाला, कारण विंचरण्याच्या क्रियेतून एकावेळी एकाशीच संवाद केला जाऊ शकतो आणि तो तसा करायला बराच वेळही खर्ची घालावा लागतो. साहजिकच ज्यांच्याशी सामाजिक संबंध प्रस्थापित करायचे, त्यांच्या संख्येवर मर्यादा पडते. ती ओलांडण्याची आणि मोठ्या संख्येनं

इतरांशी नातेसंबंध जुळविण्याची आवश्यकता माणसाला भासली, म्हणून तर भाषेचा उगम झाला.

तो नेमका कसा झाला आणि अनेकांशी संबंध जुळविण्याची आवश्यकता तरी का भासली, हे प्रश्न तुम्ही विचारू पाहता आहात ना, बाबूराव? अवश्य विचारा. अहो, असे प्रश्न आपण विचारू लागतो, तेव्हाच तर आपल्याच नाही, तर सर्वांच्याच ज्ञानभांडारात भर पडते. त्याही प्रश्नांची उत्तरं शोधण्याचा प्रयत्न आपण करू. पण नंतर केव्हा तरी. आज इथंच थांबतो.

कळावे.

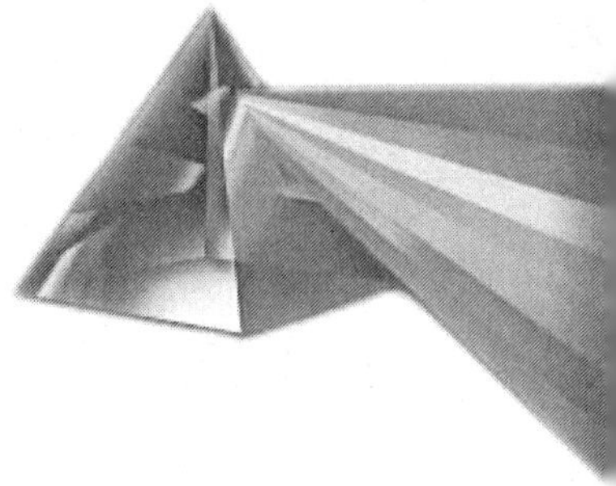

सौंदर्याचे मोजमाप

सप्रेम नमस्कार, विज्ञान विशेष.

अलीकडेच बंगलोरमध्ये पार पडलेली जगतसुंदरी स्पर्धा पाहिलीत का, बाबूराव? म्हणजे बंगलोरला जाऊन पाहिली नसली, तरी टीव्हीच्या पडद्यावर तरी पाहिलीच असेल ना? खरंतर, हा प्रश्न विचारायचीही गरज नाही. टीव्हीवर तो कार्यक्रम सुरू व्हायच्या तब्बल अर्धा तास तरी आधी परीटघडीचे कपडे चढवून, कानात अत्तराचा फाया ठेवून, जमलं, तर मनगटावर चमेलीचा गजरा माळून, आपली चाळशी स्वच्छ पुसून तुम्ही टीव्हीसमोर ठाण मांडून बसला असणार. कसं ओळखलं, म्हणता? अहो, त्यात काय कठीण आहे? मी तरी दुसरं काय केलं होतं!

पण सवाल तो नाहीय. या स्पर्धांमध्ये जी सुंदरी हमखास जिंकेल, असं आपण मानतो, ती पहिल्या पाचांतही कुठं येत नाही आणि जी आपल्या खिजगणतीतही नसते, अशी कोणीतरी डोईवर मुकुट चढवून पसार होते. तुम्हालाही असाच अनुभव आलाय ना! असं का होतं? आपली सौंदर्यदृष्टी आणि तिथं असलेल्या परीक्षकांची पारखी नजर यांत अशी तफावत का पडते? हा फरक सौंदर्याच्या पाश्चात्त्य कल्पना आणि आपल्या इथल्या मातीत तयार झालेल्या कल्पना, यांमध्ये असलेला फरक तर नाही ना?

खरंतर, ज्या मंडळींना परीक्षक म्हणून नेमलेलं असतं, त्यांचा सौंदर्यशास्त्राचा काही खास अभ्यास असतो, अशातला भाग नाही. उच्चभ्रू समाजाशी असलेला संबंध किंवा कोणत्याही क्षेत्रातलं

प्रकाशाचं वलय, यांचाच विचार परीक्षकांच्या निवडीसाठी असतो, असं म्हटल्यास तुम्हाला तरी वावगं नाही वाटणार, बाबूराव, म्हणून तर मी विचारलेला प्रश्न अधिकच गूढ बनतो. सौंदर्याचं काही मोजमाप असतं, की साराच पाहणाऱ्याच्या नजरेचा मामला. 'दिल लग गया गधीसे, तो परी क्या चीज है', अशातील तर नाही हा प्रकार?

या प्रश्नांनी केवळ तुम्हा-आम्हालाच नाही सतावलेलं, बाबूराव. भल्याभल्या शास्त्रज्ञांनाही हे कोडं पडलेलं आहे. म्हणून तर स्कॉटलंडमधील फाईफ विद्यापीठातली पेरेट आणि मे या शास्त्रज्ञांनी जपानमधील योशिकावा यांच्या बरोबरीनं काही प्रयोग केले. त्यांचे निष्कर्ष अलीकडेच त्यांनी एका शोधनिबंधात प्रकाशित केले आहेत.

सौंदर्य हे पाहणाऱ्याच्या नजरेवर सर्वथैव अवलंबून असतं, असं मानायचं, तर मग निरनिराळ्या सांस्कृतिक संदर्भांत सौंदर्याच्या कल्पना बदलत गेल्या पाहिजेत. काही काही वेळा तर एका ठिकाणी साक्षात रंभा किंवा उर्वशी मानली गेलेली सुंदरी दुसऱ्या ठिकाणी कुब्जा किंवा शूर्पणखा यांच्या पंक्तीस बसवली जायला हवी. असं होतं का? याचं उत्तर होकारार्थीच आहे, बाबूराव. लांबसडक पाय, घाटदार पोटऱ्या आणि निरनिराळ्या गोलाकारांनी जिचं शरीर बद्ध आहे अशी तरुणी पाश्चिमात्य जगात सुंदर मानली जात असली, तरी पापुआ न्यू गिनी देशात तिच्याकडं ढुंकूनही पाहिलं जात नाही. किमान कपडे लेवून, कंबर लचकवत नृत्य करणाऱ्या बेली डान्सरना मध्य-पूर्वमधल्या देशात मागणी असली, तरी ती त्यांच्या कलानिपुणत्वापायी. अशा नृत्यांगना सडपातळ असल्यामुळं त्यांना सुंदर मानण्यास तिथं कोणीच राजी नसतं. अंगावर चांगलं नजरेत भरेल असं बाळसं असल्याशिवाय सौंदर्याच्या प्राथमिक चाचणीतूनही तिथं कोणीच पास होत नाही. आपल्या या भारतवर्षात मृगनयनी, मीनाक्षी किंवा राजीवलोचना त्यांच्या डोळ्यांच्या आकृतिबंधामुळे सौंदर्याच्या कसोटीला उतरत असल्या तरी, जरा पूर्वेला चला आणि चीन, जपानमध्ये या कसोट्यांना काडीचीही किंमत नाही, हे अनुभवा.

असा हा सारा सांस्कृतिक प्रभावांचा मामला असला, तरी माणसाच्या सामाजिक वागणुकीवर केवळ सांस्कृतिक प्रभावच असतो, या समजुतीला धक्का देणारे आणि त्यासाठी जीवशास्त्रीय प्रवृत्तींचा मोठा सहभाग असतो, या विचाराला पाठिंबा देणारे अनेक पुरावे गेल्या काही वर्षांत मिळालेले आहेत. आपण बोलतो, ती भाषाच घ्या, बाबूराव. दोन कोसांगणीक ती बदलत असली आणि तिच्यातील वाक्प्रचार त्या त्या मातीतून वर आलेले असले, तरी नोआम चॉमस्कीनी दाखवून दिलंय् की, भाषेच्या व्याकरणाची बैठक जगभर सारखीच असते. ज्या काही मूलभूत सूत्रांवर व्याकरणाची मांड आधारलेली असते, ती सर्वत्र सारखीच असतात आणि याचं कारण, बरं का, हेच की वरवर कितीही वेगळी भासली, तरीही अखिल मानवजात

तेवढी एकच आहे.

तेव्हा मग सौंदर्यदृष्टी ही माणसाच्या सामाजिक भावविश्वाचाच एक भाग मानला, तर मग तिच्या पाठीही काही मूलभूत जीवशास्त्रीय प्रेरणा असावयास हव्या. काय पटतंय ना? असाच विचार डोनाल्ड सायमन्स यांनी उत्क्रांतीच्या तत्त्वांनुसार आणि नॅन्सी एटकॉक यांनी मानववंशशास्त्राच्या दृष्टिकोनातून केला. दोघांच्याही शरीरांचा घाट आणि चेहऱ्यांची ठेवण सर्वसाधारण असणं हेच खरं सौंदर्याचं लक्षण आहे. तुमच्याआमच्या भाषेत सांगायचं, तर जी चारचौघींसारखी आहे, तीच सुंदर मानली जायला हवी.

तुम्हाला हे पट्‌कन पटणार नाही, बाबूराव, माहिती आहे मला. किंबहुना हे मत खोडून काढायला तुम्ही अस्तन्या सरसावून तयार होत असल्याचं दिसतंय मला. पण सायमन्सचं म्हणणं ऐकून घ्या आणि मगच ठरवा, काय ते!

उत्क्रांतीच्या ओघात कोणत्याही जीवाची मूळ प्रवृत्ती असते, ती तगून राहण्याची. जे केल्यानं आपण, आपली वंशावळ, जास्तीत जास्त टिकून राहील, अधिक फोफावेल, तेच करण्याचा दबाव उत्क्रांतीच्या प्रेरणा प्रत्येकावर टाकत असतात. अशा परिस्थितीत जी लाखांत एक आहे, ती सामान्य प्रवाहाच्या बाहेर असणार, हे तर उघडच आहे. अशी प्रवाहाशी फटकून असणारी कोणतीही बाब अंगी लावून घेणं हे उघड उघड इतरांना आव्हान देण्यासारखं होतं. आजही आपण समाजात हेच तर पाहतो. जो काही जगावेगळं करू पाहतो, त्याला अनेक संकटांना, हल्ल्यांना तोंड द्यावं लागतं. जो निमूटपणे जगानं आखून दिलेल्या चाकोरीतून जात राहतो, त्याला सरळसोट जिणं जगता येतं. साहजिकच आपली सहचरी, आपली प्रजा उत्पन्न करणारी आपली जोडीदार, अशी असावी की, जिच्या योगे आपल्याला, आपल्या पुढच्या पिढ्यांना विनाकारण कोणत्याही संघर्षाला तोंड द्यावं लागणार नाही, अशीच सर्वसामान्य प्रवृत्ती राहील. अर्थातच चारचौघींसारखी जी असेल, तिलाच एक सौंदर्यखनी मानण्याकडे प्रत्येकाचा कल राहील.

सैद्धान्तिकदृष्ट्या हे तसं पटणारं असलं, तरी खरोखरीच अशी परिस्थिती आहे का, हा प्रश्न उठतोच. म्हणून तर पेरेट, मे आणि योशिकावा यांनी संगणकाच्या मदतीनं निरनिराळ्या सुंदरींच्या चेहऱ्यांच्या वैशिष्ट्यांचं मिश्रण करून एक आगळंच चित्र तयार केलं. या प्रक्रियेत चेहऱ्याचे जे फीचर्स अधिकांत अधिक चेहऱ्यांमध्ये आढळतात, त्यांची बेरीज होऊन त्यांना उठाव मिळतो. उलट, चाकोरीबाहेरच्या वैशिष्ट्यांची वजाबाकी होऊन ती वगळली जातात. हा असा संगणकरचित चेहरा आणि मूळ सौंदर्यवतींचे चेहरे अनेक जणांना दाखवून त्यांना आपली निवड करावयास या शास्त्रज्ञांनी सांगितलं. या स्पर्धेतल्या संगणकरचित युवतीनं पहिला नंबर पटकविला म्हणजे निदान या स्पर्धेत तरी तुमच्या आमच्यासारख्या

सर्वसामान्य प्रेक्षकांच्या पसंतीला मान मिळाला. हे जरी खरं असलं तरी स्वत:च्या जोडीदाराची निवड करण्याचा प्रश्न येतो, तेव्हा मात्र चारचौघीसारख्या असणाऱ्या सुंदरीच्या थोडं पलीकडं जाऊन एखाद्या वैशिष्ट्याला अधिक उजवं माप देण्याकडं बहुतेकांचा कल असतोच. कोणाला मग चाफेकळीसारखं नाक हवं असतं, तर कोणी धनुष्याकार गुलाबी ओठांना अधिक महत्त्व देतो. कोणाची पसंती कृशकटीची असते, तर कोणाचं अंग थोडंसं भरलेलं असल्याशिवाय तिकडे पाहण्याची तयारी नसते आणि अशा वैशिष्ट्याची कोणी आढळली की मग तिला लाखांत एक देखणी मानून तिच्याभोवती रुंजी घालायला तो तयार होतो.

आज तुम्ही विचाराल की, हे त्याचं झालं. तिचं काय? तिथेही परिस्थिती वेगळी नाही, बाबूराव. कारण काही झालं तरी आपण सारी माणसं जिथून तिथून सारखीच, चारचौघांसारखीच नाही का?

कळावे.

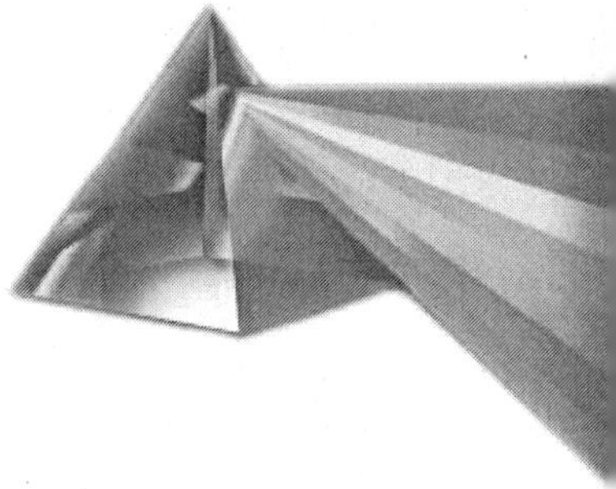

बाजारगप्पा

सप्रेम नमस्कार, विज्ञान विशेष.

तुम्ही 'सत्तांतर' वाचलंय् का, बाबूराव? म्हणजे गोविंदराव तळवलकरांचं नाही म्हणत मी, व्यंकटेश माडगूळकरांचं? वानरांच्या एका कळपाचं सामाजिक जीवन वर्णन करणारी ती कादंबरी प्रकाशित झाली, तेव्हा बरीच गाजली होती. पण वेगळ्याच आणि माझ्या मते चुकीच्या कारणांसाठी.

अलीकडंच मुंबईत मराठी विज्ञान परिषदेतर्फे एक राष्ट्रीय स्तरावरचा विज्ञान लेखक मेळावा भरला होता. त्यातील एका परिसंवादात बोलताना आपले गंगाधर गाडगीळ म्हणाले की, खरं साहित्य मानवी अनुभवांशी निगडित असतं. निरनिराळ्या परिस्थितींतील व्यक्तींच्या किंवा समाजाच्या अनुभवांचा किंवा वागणुकीचा मागोवा खरं साहित्य घेतं.

आता गाडगीळांच्या व्याख्येचा शब्दश: पाठपुरावा करायचा म्हटलं, तर 'सत्तांतर' ही कादंबरी काही खऱ्या साहित्यात मोडते, असं म्हणता येणार नाही. तरीही मी म्हणेन की, ते खरं, अभिजातही म्हणा, हवं तर, साहित्य आहे. कारण त्यातली पात्रं नरसृष्टीतली नसून, वानरसृष्टीतली असली, तरी त्यांची आपापसांतील वागणूक आपल्या मानवजातीपेक्षा काही वेगळी नाही. त्याच भावभावनांचं, त्याच रागालोभाचं, आकांक्षांचं, हेव्यादाव्यांचं प्रत्यंतर तिथं आपल्याला मिळतं. ते स्वाभाविकही आहे, बाबूराव! कारण या वानरजातीपासूनच उत्क्रांती होत आपली मानवजात या भूतलावर अवतरली आहे.

त्यामुळं आपल्या व्यक्ती-व्यक्तीमधल्या सगळ्या भावबंधाचं प्रतिबिंब आपल्याला वानरांच्या व्यक्तिगत आणि सामाजिक संबंधांमध्ये दिसतं.

मोठा फरक आहे, तो एकच आणि तो म्हणजे आपल्या एकमेकांविषयीच्या भावनांचं-प्रतिक्रियांचं प्रकटीकरण वानर केवळ शारीरिक हालचालींमधून आणि चेहऱ्यांवरच्या भावांतून करतात. आपल्यासारखं त्यांच्याजवळ भाषेचं साधन नाही. आपण आपल्या भावविश्वामधल्या खळबळीच्या प्रकटीकरणासाठी केवळ शारीरिक हावभावांवर, इंग्रजीत ज्याला 'बॉडी लँग्वेज' म्हणतात, त्यावर अवलंबून न राहता स्वरांवाटे, शब्दांवाटे उमटणाऱ्या भाषेचाही आधार घेतो.

तरीही प्रश्न उरतोच, बाबूराव, की हे भाषेचं साधन माणसाच्या हाती कसं काय आलं? उत्क्रांतीच्या ओघात भाषा कशी काय विकसित झाली? या प्रश्नानं शास्त्रज्ञांनाही चक्रावून टाकलं आहे. त्याचं उत्तर शोधण्यासाठी त्यांनी प्रथम वानर आपले सामाजिक संबंध कसे प्रस्थापित करतात आणि ते एकदा प्रस्थापित झाल्यानंतर कसे जतन करतात, याचा अभ्यास केला. तेव्हा त्यांना जे आढळलं, ते तर आपणही अनेकदा बघितलेलं आहे. हे प्राणी एकमेकांशी शारीरिक घसट करण्यात– विशेषत: एकमेकांचे अंगांवरचे केस विंचरण्यात इतका वेळ घालवितात, की जवळीक, आपुलकी दाखविण्याचा, धीर देण्याचा तो एक मार्ग आहे, याविषयी शास्त्रज्ञांची खात्री पटली आहे. असं करता-करताच त्या प्राण्यांना इतरांची आपल्या बाबतीत काय धारणा आहे, याची कल्पना येत असावी. ही अशा प्रकारची माहिती मिळविणं कोणाहीविषयी आपली धारणा काय असावी, हे ठरवण्यासाठी अत्यंत आवश्यक आहे, हे तर तुम्ही कबूल करालच, बाबूराव.

आता आपण म्हणजे मानवप्राण्यानंही तीच वाट चोखाळायची म्हटलं, तर ते शक्य आहे का? कारण एकूण दिवसाच्या चोवीस तासातला किती वेळ जगण्यासाठी आवश्यक असलेलं अन्न मिळविणं, निवारा शोधणं, आपल्या नैसर्गिक शत्रूंपासून बचाव करण्याची व्यवस्था करणं यासाठी द्यावा लागतो. याचा अंदाज घेतल्यानंतर केवळ शारीरिक घसटीवर अवलंबून असणाऱ्या माहिती मिळविण्याच्या व्यवस्थेसाठी कितीसा वेळ राहणार! अर्थात, दुसरी काहीतरी व्यवस्था करणं आवश्यकच होऊन बसलं होतं.

त्यासाठी भाषेचा उगम झाला असेल का? तसं असेल, तर मग भाषेचा उपयोग असा केवळ जगभरची खरीखोटी, सांगोवांगीची माहिती मिळवण्यासाठीच केला जायला हवा. थोडक्यात काय, बाबूराव, भाषेचा उपयोग बाजारगप्पांसाठीच, इंग्रजीत ज्याला 'गॉसिप' म्हणतात, त्यासाठीच व्हायला हवा. तसा तो होतो का?

मला माहीत आहे, बाबूराव, तुम्ही खवळून उठाल आणि नाही म्हणाल. गाडगीळ म्हणतात, तसं अभिजात साहित्य निर्माण करण्यासाठी, आपला सांस्कृतिक

ठेवा जपण्यासाठी भाषेचा उपयोग होतो, असंच तुम्ही म्हणाल. माझंही तेच मत होतं. होतं, कारण डनबारनं आपल्या अभ्यासातून जे काही निष्कर्ष काढले आहेत ना, ते नव्या दिशेनं विचार करायला लावणारे आहेत.

डनबार म्हणतो की, जिथं जिथं चारचौघे एकत्र जमतात, उदाहरणार्थ, इंग्लंडमधील पब किंवा अमेरिकेतील बार, आपल्याकडची गोष्ट करायची, तर गावातली चावडी म्हणा, चाळीतला कट्टा म्हणा, सोसायटीतली बाग म्हणा, ऑफिसमधली कॅन्टीन्स म्हणा किंवा कलकत्ता-दिल्ली इथली कॉफी हाउसेस म्हणा, तिथं लोक कसल्या गप्पा मारतात, ते जरा कान देऊन ऐका. तुम्हाला आठवेल की, तुमच्या आसपासच्या गप्पा अशाच दररोजच्या जीवनचक्राविषयीच्या आहेत. कोण कोणाशी कसा वागतो, कोणाचं कोणाशी सूत जमलंय आणि कोण कोणाशी फटकून वागतोय. कोणाचं प्रेमाचं लफडं आहे आणि कोणाची लग्नगाठ तुटायला आली आहे, कोणी कोणाच्या पाठीत खंजीर खुपसला आणि कोणी कोणाला पाठीशी घातलं, कोण वर चढतोय आणि कोण घसरणीला लागलाय. बस्स, यापलीकडे इतर विषयांवर काही गहन गंभीर चर्चा होत आहे, असं आढळणार नाही. अगदी जागतिक किंवा राष्ट्रीय राजकीय परिस्थितीवर खडाजंगी होत असली, तरी तिचं स्वरूपही असं बाजारगप्पांच्या थाटातलंच असतं. कोण आपल्या पक्षाशी इमान राखून आहे आणि कोण फंदफितुरी करत आहे, याची अगदी आतल्या गोटातली माहिती असल्यासारखी ही गरमागरम चर्चा होत असते. या कानगोष्टीच चविष्ट समजून चघळल्या जातात.

माणसाला अशा बाजारगप्पांमध्ये, कानोकानी मिळणाऱ्या बातम्यांमध्ये एवढा रस का असतो? डनबारच्या मते, बाबूराव, याची दोन कारणं आहेत. एक म्हणजे इतर प्राण्यांपेक्षा माणसाची सामाजिक जीवनाची बैठक तशी फार वेगळी आहे. माणसाला एक-दुसऱ्याच्या करणीत, वागणुकीत भलतीच रुची असते. एकमेकांच्या एरवी नजरेआड होणाऱ्या वर्तणुकीची माहिती मिळवण्यात प्रत्येकालाच रस असतो. माणसांची मूसच अशी काही बनलेली आहे की, ही त्याची मूलभूत गरज झालेली आहे. जीवशास्त्रीय भाषेत बोलायचं, तर ते त्याच्या जीनमध्येच आहे, असं म्हणा ना!

आता ही माहिती मिळवायची आणि तीही अधिकाधिक व्यक्तींविषयी तर केवळ शारीरिक घसटीवर अवलंबून राहणं कसं शक्य आहे? कारण त्यात बराच वेळ जातो आणि तेवढा वेळ या कामासाठी देणं सोयीचं नाही. तेव्हा मग त्वचा या इंद्रियावर अवलंबून राहण्याऐवजी कर्णेंद्रियांचा उपयोग करणं अधिक सोयिस्कर भासलं आणि त्यासाठीच भाषेचा उगम झाला, असा डनबारचा, आता इतर अनेकांचाही सिद्धान्त आहे.

आपल्या भाषेविषयीच्या अभिमानाला, इतर समजुतींना तो धक्का देणारा जरूर

आहे. भाषेच्या प्रश्नावरून रणकंदन माजविण्याइतकं तिचं स्थान आहे की काय, याचा विचार करायला लावणारा आहे. डनबारच्या सिद्धान्ताला पुष्टी देणारे काही पुरावे तसे आहेत, बरं का, बाबूराव. त्यांची ओळख कधीतरी करून देण्याचा प्रयत्न करीनच. पण आता सांगा, त्या नानांचं तुम्ही ते गेल्या वेळी सांगत होतात, त्याचं काय झालं? हे भाषेचं चऱ्हाट मरू देत. ती नानांची गोष्ट, टांग म्हणाला होतात ना तुम्ही? तर ती अधिक महत्त्वाची. तिचंच सांगा काय झालं, ते. पत्राची आतुरतेनं वाट पाहत आहे.

कळावे.

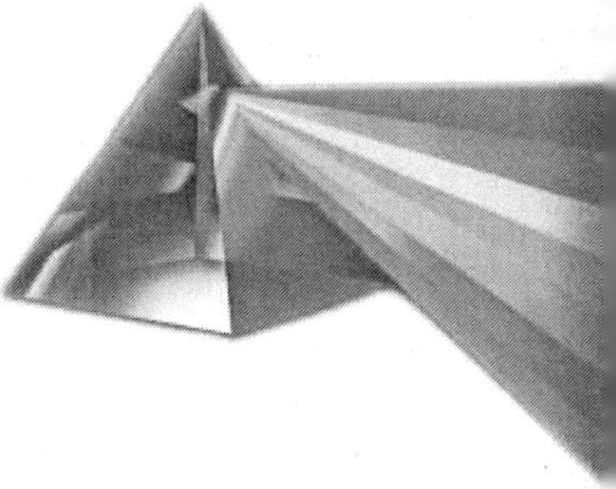

काळ-काम-वेग

सप्रेम नमस्कार, विज्ञान विशेष.

आज अकस्मात लहानपणी केलेल्या काळ-काम-वेगाच्या गणिताची आठवण झाली. त्या वेळी तरी असे गळके हौद किंवा अंगचोर कामगार का असावेत, असा प्रश्न मनात पिंगा घालत राही तो ते गणित करता येत नव्हतं, म्हणून नसे. तर त्या गळक्या हौदांपाठी असं कोणतं तत्त्व दडलं आहे, ते कळत नसे, म्हणूनही तो सवाल सतावत राही. आज असे अंगचोर कामगार किंवा गळके हौदच नाही, तर लाल फीत, संप, आंदोलनं, गुणवत्ता सोडून इतर निकषांवर झालेली कर्मचाऱ्यांची निवड पाहिली की, त्या गणितांचं अधिष्ठान कोणतं होतं, याची चुणूक मिळून जाते.

म्हणूनच मग एक खराखुरा सवाल खडा होतो. इजिप्तमधली ती अतिप्रचंड पिरॅमिड बांधायला किती कामगार लागले असतील? प्रश्न, तसा वेळ जात नाही, म्हणून उकरलेला नाही किंवा खाजवून खरूज काढावी, अशा पंथातलाही नाही. त्याचा संबंध त्या काळच्या राजकीय प्रणालीशी, समाजजीवनाशी संबंधित आहे. राज्यात असलेली बेकारी घालविण्यासाठी किंवा उफाळत असलेल्या असंतोषाचा रोख दुसरीकडे वळविण्यासाठी ही असली कामं काढली गेली, असा काही इतिहासतज्ज्ञांचा दावा आहे. म्हणजे थोडक्यात ही त्या काळची एक रोजगार योजना होती. असंतुष्ट नागरिकांचा कात्रज करण्याची धडपड होती, असंच मानलं गेलं आहे. अर्थात तसं करायचं, तर प्रचंड प्रमाणावर कामगारांना या बांधणीला जुंपलं गेलं

असलं पाहिजे. ते खरं-खोटं ठरवायचं, तर प्रथम नेमके किती कामगार या प्रकल्पावर काम करत होते, याची शहानिशा झाली पाहिजे.

तर ती कशी करायची? पिरॅमिड हे जगातलं एक पुरातन आश्चर्य, असं मानून या सवालाचं उत्तर काढायला गेलं, तर तोंडात गेलेली बोटं आकडेमोडीसाठी उपलब्ध होत नाहीत. ती मिळायला हवीत, तर मग पिरॅमिडचं बांधकाम हे एक सार्वजनिक बांधकाम खात्यातर्फे हाती घेतलं गेलेलं काम, असा विचार करून, काळ-काम-वेगाचं गणितच करायला हवं.

गिझा इथं असलेल्या खुफूच्या कारकिर्दीत बांधल्या गेल्या पिरॅमिडचा असा विचार केला, तर काय दिसतं? ख्रिस्तपूर्व सव्विसाव्या शतकात म्हणजेच आजपासून साडेचार हजार वर्षांपूर्वी त्याचं बांधकाम झालं. त्याची उंची १४७ मीटर, तर पायथ्याच्या चौरसाच्या प्रत्येक बाजूची लांबी २३० मीटर. म्हणजेच याचं घनफळ झालं २.६ दशलक्ष घनमीटर. आणि वस्तुमान साधारण सत्तर लाख टन. खुफूची कारकीर्द चालली साधारण २३ वर्षे, तेवढा काळ हे काम चाललं, असं गृहीत धरता येईल. अर्थात या काळात काही पावसाळी दिवस असतील, काही सुट्या असतील, काही संपही झाले असतील. तर त्यापायी काही दिवस वजा करावे लागतील.

आता त्या काळात तंत्रज्ञान जुजबीच होतं. तरफा आणि फिरत्या कप्प्या यांचाच फार फारतर वापर करता येणं शक्य होतं. बाकी सारं काम मानवी स्नायूंवर बळावरच पार पाडावं लागणार होतं. बांधकामही, 'आधी कळस मग पाया', असं उफराटं न होता आधी पद्धतशीरपणे पायाभरणी आणि मग एकेक थर त्यावर रचत शेवटी टोकदार कळस गाठला गेला असणार. हे असंच झालं, असं सांगणारे विश्वसनीय पुरावेही आहेत. तेव्हा या गृहीतांमध्ये दोष काढता येणार नाही.

कामं तरी कोणकोणती करावी लागली असणार? खाणीतून दगड काढायचे, ते तासायचे, त्यांचे हवे त्या आकाराचे आणि आकारमानाचे तुकडे बनवायचे, ते बांधकामाच्या जागी वाहून न्यावयाचे आणि तिथं ते योग्य जागी उंचावर चढवायचे. यंत्रांची मदत त्या काळात फारशी मिळालेली नसल्यामुळं सपाट जागेवरून माणसांच्या किंवा जनावरांच्या साह्यानंच सामान वाहून नेलं गेलं असणार. ते उंचावर चढविण्यासाठी मुख्यत्वे मानवी बळाचाच वापर झाला असणार.

आता एकूण बांधकामाचं घनफळ आणि ते करण्यासाठी एकूण उपलब्ध वेळ यांचं गणित मांडलं, तर सरासरी दरदिवशी ३१० घनमीटर दगड जागच्या जागी बसविले जाणं आवश्यक होतं. ही अर्थात कामाच्या वेगाची सरासरी झाली. याच वेगानं सतत काम होत होतं, असं मानणं चुकीचं होईल. कारण जसजशी

बांधकामाची उंची वाढत जाईल, तसतसं सामान तिथं वाहून नेण्यात अधिक वेळ लागणार आणि अर्थात होणाऱ्या बांधकामाचं घनफळ कमी होणार. पण दर दिवशी कामाला लागणारी एकूण ऊर्जा, एकूण शक्ती मात्र सारखीच वापरली जाणार. सुरुवातीला ती ऊर्जा बांधकामात अधिक आणि वाहून नेण्यात कमी खर्च होईल. जसजशी बांधकामाची उंची वाढत जाईल, तशी त्या उंचीवर सामान वाहून नेण्यातच अधिक ऊर्जा खर्ची पडेल.

माणसाला किती जमीन लागते, याचं गणित टॉलस्टॉयनं कधीच मांडून, सोडवूनही दाखविलेलं आहे. माणूस एका दिवसात आपल्या कामासाठी जास्तीत जास्त किती ऊर्जा खर्च करू शकतो, याचं गणित शरीरशास्त्रज्ञांनी सोडविलेलं आहे. एकूण बांधकामाला लागणारी ऊर्जा आणि दरदिवशी दरडोई खर्च होऊ शकणारी ऊर्जा यांचं त्रैराशिक सोडविलं की, ते काम करायला किती मनुष्यबळ लागेल, हे सांगता येईल, नाही का? इथं आता ते त्रैराशिक आपण सोडवायची गरज नाहीय. त्याचं उत्तर फक्त जाणल्याशी कारण.

तर ते उत्तर येतं, बरं का बाबूराव, साडेबाराशे माणसं, चूकभूल द्यावी-घ्यावी. ती तशी घेतली, तरी आकडा साडेनऊशेच्या खाली जात नाही की, चौदाशेच्या वरचा पल्ला गाठत नाही. आश्चर्य वाटलं ना! वास्तविक तसं वाटायचं कारण नाही. जेहुतिहोतेपची कबर असलेल्या पिरॅमिडमध्ये एक भित्तिचित्र आहे. त्यात एक पाच मीटर उंचीचा भलामोठा पुतळा ओढून नेत असल्याचं दृश्य आहे. हा पुतळा दगडाचा असं मानलं, तर त्याचं वजन साधारण ३३० किलोग्रॅम भरेल आणि तो ओढून नेताहेत मोजून १७२ मजूर. त्या उदाहरणाचा पाठपुरावा केला, तरी मिळणारं उत्तर हजाराच्या आसपासचंच येतं.

त्या काळात इजिप्तची लोकसंख्या होती साधारण १० ते १५ लाख. म्हणजेच ही कामगारांची संख्या त्यामानानं जुजबीच. तेव्हा बेकारांच्या तांड्याला रोजगार देण्यासाठी किंवा नागरिकांमध्ये सुप्त स्वरूपात असलेल्या असंतोषाला दुसरीकडे वळविण्यासाठी या पिरॅमिडचं बांधकाम हाती घेतलं गेलं, असा दावा करणाऱ्या इतिहासकारांच्या पायांखालची वाळूच सरकल्यासारखं झालं की! बाराशे कामगार म्हणजे एकूण मनुष्यबळाच्या एक टक्काही नाही. कामगारांचा तेवढा तांडा पदरी बाळगणं त्या काळच्या इजिप्तच्या बलाढ्य राजांना का अशक्य असावं?

पण खरा प्रश्न तो नाहीय बाबूराव, पिरॅमिड पाहून, त्याची भव्यता जाणून घेऊन, त्याच्या वास्तुशिल्पाच्या करामतीचं कौतुक करायची किंवा निदान त्या करामतीपाठच्या कौशल्याची माहिती मिळवण्याची इच्छा होण्याऐवजी, ते काम करायला वेठबिगार वापरला गेला की, राजकीय असंतोष दडपण्यासाठी हा सारा

खटाटोप केला गेला, अशा शंका मनात उद्भवाव्या, हे कशाचं लक्षण आहे? ते तसं आहे, म्हणून तर सह्याद्रीच्या अतिदुर्गम प्रदेशातून नाचत-बागडत जाणाऱ्या कोकण रेल्वेनं खूश होण्याऐवजी आपण ती आल्यामुळे कोकण कसं बरबाद होणार आहे, याचीच चिकित्सा करीत बसतो. खरं, की नाही, बाबूराव?

कळावे.

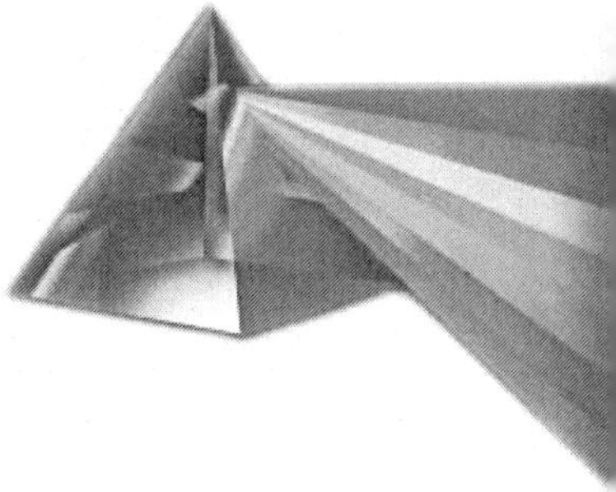

भूमध्य समुद्र

सप्रेम नमस्कार, विज्ञान विशेष.

भूमध्य समुद्राचं नाव तुम्ही ऐकलं आहेच, बाबूराव. त्यातल्या 'भूमध्य' या शब्दाचा समास तुम्ही कसा सोडवाल? भू-मध्य म्हणजे भूखंडांच्या मध्ये, त्या भूखंडांनी ज्याला चहूबाजूंनी वेढून टाकलंय, असा की, भूमातेनं ज्याला आपल्या आत, उदरात स्थान दिलंय, त्याला गिळून टाकलंय, असा? हे मी तुमची व्याकरणाची परीक्षा घेण्यासाठी विचारतोय, असं नका समजू, बाबूराव. त्याला तसंच कारण आहे. आज आपण ज्याला भूमध्य समुद्र असं म्हणतो, त्याची व्याख्या अर्थात भूखंडांच्या मध्ये अशीच करतो. ती ठीकही आहे. पण आता शास्त्रज्ञांनी, दुसऱ्या अर्थानंही 'भूमध्य' मानता येईल, अशा एका सागराचा शोध लावल्याचा दावा केला आहे. म्हणून तर मीही अशा दुविधेत सापडलो. तुम्हाला त्यातून माझी सुटका करता येईल का, हे पाहावं, म्हणून तर खटाटोप.

आता धरतीमातेच्या पोटात हा समुद्र पोचलाच कसा, असा प्रश्न तुम्हाला पडला असला, तर ते साहजिकच आहे. तशी ही फार लंबीचवडी गोष्ट आहे. अगदी आपल्या या वसुंधरेचा जन्म झाला, त्या वेळेपासून सुरुवात झालेली गोष्ट आहे. ज्या वेळी आपल्या या पृथ्वीचा तापलेला गोळा थंड झाला आणि पाण्याची वाफ न होता ते द्रवरूपात राहू लागलं, त्या वेळेस पृथ्वीच्या पृष्ठभागावर बहुतेक ठिकाणी पाण्याचंच राज्य होतं. जी काही जमीन होती, ती सारी आज ज्याला आपण पृथ्वीचा आग्नेय भाग

मानतो, म्हणजे आज जिथं ऑस्ट्रेलिया खंड आहे, तिथं अंग चुकवत मुटकुळं करून राहिली होती.

साधारण एकवीस कोटी वर्षांपूर्वीपर्यंत परिस्थिती अशीच होती. त्या वेळी वेगवेगळी खंडं नव्हती. जमिनीच्या या एकमेव प्रचंड आकाराच्या गोळ्याला पॅनगाईया असं नाव होतं. होतं, म्हणजे ही सारी माहिती आपल्याला मिळाल्यावर त्याला आपणच ते दिलं आहे. साधारण या सुमारास या प्रचंड गोळ्याचं विघटन होण्यास सुरुवात झाली. त्याचे भाग पडून ते एकमेकांपासून अलग व्हायला सुरुवात झाली. प्रथम त्याचे उत्तर आणि दक्षिण असे दोन भाग पडून, त्या दोन भागांच्या मधल्या जागेतल्या पाण्याचा टेथिस सागर तयार झाला.

यातल्या उत्तरेकडल्या भागात लॉरेशिया असं नाव दिलं गेलं आहे. त्यात सध्याचा उत्तर अमेरिका, युरोप, शिवाय कझकिस्तान, उझबेकिस्तान यांसारखा भूतपूर्व सोविएत संघराज्यातला आशिया खंडाचा भाग, चीन, जपान वगैरे भाग येतो. दक्षिणेकडचा भाग गोंडवनालॅन्ड या नावानं ओळखला जातो. त्यात आजच्या आफ्रिका, दक्षिण अमेरिका, ऑस्ट्रेलिया यांचा समावेश होतो. भारतीय उपखंडही याच गोंडवनालॅन्डचा एक भाग होतं. मात्र ऑस्ट्रेलियासारखंच तेही गोंडवनालॅन्डच्या मूळ भागाशी तसं कमजोर दुव्यांनीच जोडलं गेलेलं होतं.

लॉरेशिया आणि गोंडवनालॅन्ड यांच्या मध्ये टेथिस सागर होता. म्हणजे आजच्या हिशेबानं बोलायचं झालं, तर तो त्या वेळच्या भूमध्य समुद्रच होता. तो अस्तित्वात होता, त्या वेळी त्यात अमोनाइट्स नावाचे जलचर वस्ती करून होते. त्याच्या किनाऱ्यावर बहुधा डायनोसॉरांचं अधिराज्य होतं. साधारण साडेचार कोटी वर्षांपर्यंत हीच स्थिती होती.

पण ती फार काळ टिकली नाही; कारण एकदा सुरू झालेलं भूखंडांचं विभाजन आणि मग निरनिराळ्या भूखंडांचा प्रवास चालूच राहिला. भारतीय उपखंड उत्तरेकडे सरकू लागलं. त्याच सुमारास आफ्रिका खंडानंही त्याच दिशेनं प्रवास सुरू केला. होता-होता भारतीय उपखंड जाऊन लॉरेशियाला भिडलं आणि त्याला ढुसण्या देऊ लागलं. त्याच्या पश्चिमेला आफ्रिका खंडांनंही लॉरेशियाशी तशीच झटापट सुरू केली. यापायीच त्या दोन्ही ठिकाणचा भूभाग उंचावला जाऊन, हिमालय आणि आल्प्स या पर्वतराजींचा जन्म झाला. हिमालयामध्ये काही हजार फूट उंचीवर अशा काही प्राण्यांचे अश्मीभूत अवशेष सापडले आहेत, की जे फक्त समुद्रसपाटीवरच वास्तव्य करून असतात. त्यामुळेच हिमालयाच्या जन्मासंबंधीच्या या अनुमानाला पुष्टी मिळाली आहे.

हे होत असताना अर्थात टेथिस सागर आकुंचन पावत गेला. त्याचा विस्तार भूखंडांच्या आक्रमणापुढं घटत गेला. आजचा आपला परिचित भूमध्य सागर हा

त्याचाच अवशेष तेवढा शिल्लक राहिला आहे. बाकीचा त्याचा विस्तार भूमातेनं गिळंकृत करून टाकला. पण मग तो गेला कुठं? गिळंकृत केला, असं आलंकारिक भाषेत बोलणं ठीक आहे, बाबूराव. पण वैज्ञानिकांना अशी आलंकारिक भाषा नामंजूर असते. त्यांचं बोलणं कसं रोखठोक! तेव्हा त्या समुद्राचा शोध सुरू झाला. कारण तो नाहीसा झाला, म्हणजे त्यातलं पाणी आटलं किंवा पाठी सरलं. पण समुद्रालाही तळ असतो. तो खोलवर कुठंतरी असणारच. समुद्रतळाची काही भूगर्भीय वैशिष्ट्यं असतात, त्यावरून त्याची ओळख पटू शकते. त्यांचा शोध घेण्याचं काम सुरू झालं.

यात आघाडीवर होते सेंट लुई इथल्या वॉशिंग्टन विद्यापीठातील मायकेल वायसेशन. ते प्रशांत महासागराच्या पश्चिम भागात होणाऱ्या भूकंपांचा अभ्यास करत होते. अशा एकंदरीत लहानमोठ्या तब्बल साडेसातशे भूकंपांची माहिती वायसेशन यांनी गोळा केली. भूकंपांचा अभ्यास ज्या तरंगांवरून केला जातो, त्या सिस्मिक लहरींच्या निरीक्षणातून त्यांनी पृथ्वीच्या अंतर्भागाचा तपशीलवार नकाशाच बनविला आहे.

इंग्रजीमध्ये मॅन्टल या नावानं ओळखला जाणारा धरतीचा हा अंतर्भाग अतिशय उष्ण आहे. इंडोनेशियाचा भूखंड ज्याच्यावर वसला आहे, तिथला अंतर्भाग असाच अतिशय उष्ण आहे. मॅन्टलच्या आतल्या भागातून उष्ण आणि द्रवरूप असलेला त्याचा घटक पदार्थ, उकळी येत असलेल्या पाण्यात जसा खालचा भाग सतत वरच्या दिशेनं झेपावत असतो, तसा, त्या ठिकाणी सतत वरच्या दिशेनं झेपावत असतो. पण बाबूराव, वायसेशनला त्याच्या शेजारीच साधारण अडीचशे किलोमीटर जाडीचा एक विस्तृत प्रदेश दिसला. तो मॅन्टलच्या आत अडीच हजार किलोमीटर खोलीवर होता, आणि तो थंड, घन तसंच टणक असल्यामुळे तिथून सिस्मिक लहरी अधिक वेगानं प्रसारित होत होत्या. शेजारच्या उष्ण आणि मुलायम द्रवरूप माध्यमाकडून त्या लहरी प्रसारित होण्याचा वेग आणि या थंड, घन, टणक प्रदेशाकडून त्या प्रसारित होण्याचा वेग, यांतील फरकामुळे इथं काहीतरी पाणी मुरतंय, असा संशय वायसेशनला आला.

पाणी मुरतंय, असं मी परत थोडंफार आलंकारिक भाषेचा आधार घेऊन म्हणतो आहे, बाबूराव. पण तो प्रदेश म्हणजे धरतीच्या उदरात गडप झालेला टेथिस सागर असावा, असा तर्क वायसेशननं व्यक्त केला असल्यामुळं लाक्षणिक अर्थानंही तसं म्हणायला हरकत नसावी. ती असली किंवा नसली, तरी वायसेशनचा तर्क खरा मानला, तर टेथिस सागराचं गूढ कदाचित उलगडेल. पण त्यामुळे एक दुसरीच समस्या उभी राहील. कारण आजवरचा वैज्ञानिकांचा होरा असा होता की, पृथ्वीच्या पृष्ठभागापासून साधारण साडेसहाशे किलोमीटर अंतरावर एक सीमारेषा

आहे. तिच्या खाली असलेला मॅन्टलचा द्रवपदार्थ उकळी फुटल्यासारखा वरच्या दिशेनं येऊ शकतो. पण वरून खालच्या दिशेनं कोणतंच रसायन जाऊ शकत नाही. जर वायसेशनच्या म्हणण्यानुसार त्याला दिसलेला प्रदेश हा टेथिस सागराचा तळ असेल, तर पृष्ठभागाच्या जवळ असलेला तो तळ अडीच हजार किलोमीटर खोलीवर गेलाच कसा? तो तिथवर पोचला, याचा अर्थ त्या आधीचा त्या सीमारेषेविषयीचा सिद्धान्त खरा नसावा.

तीच तर ग्यानबाची मेख आहे, बाबूराव. कारण एकदा तावूनसुलाखून, पारखून घेतलेला सिद्धान्त असा सहजासहजी बदलायला वैज्ञानिक तयार होत नाहीत. त्यामुळेच वायसेशनच्या तर्काला अजून जोमदार पाठिंबा मिळत नाहीय्. तो मिळाला की, मग या आपल्या धरतीवर दोन-दोन भूमध्य समुद्र सापडतील. एक सहजगत्या डोळ्यांना दिसेल, असा पृष्ठभागावरचा. दुसरा धरतीमातेच्या पोटात खोलवर असलेला. एक भरपूर पाण्याची निळाई लाभलेला. तर दुसरा कोरडा ठणठणीत. बहुढंगी वसुंधरा म्हणतात, ते उगीच नाही, बाबूराव.

कळावे.

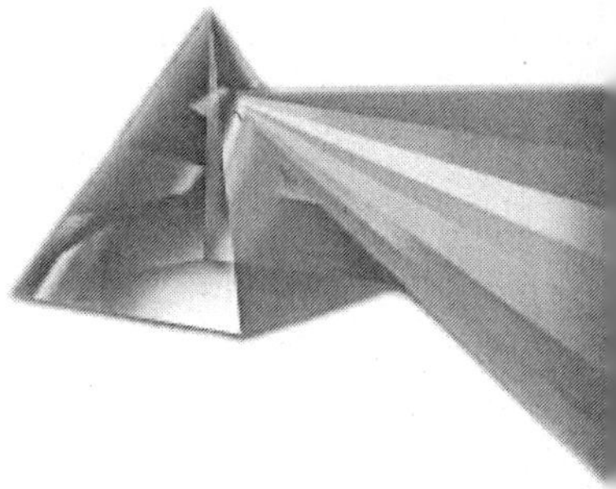

मायावी रंग

सप्रेम नमस्कार, विज्ञान विशेष.

तुम्ही कधी अजिंठ्याला गेला आहात का, बाबूराव? गेला नसलात, तर अवश्य जा. मी नुकताच तिथं जाऊन आलो. तिथली ती चित्रकला म्हणजे खरोखरीच जगातलं एक आश्चर्य आहे. विशेषत: भिंतींवरच्या त्या चित्रांचे रंग, इतक्या शतकांचा काळ लोटला, तरी अजून तसेच आहेत. त्यांना फारसं ऊन लागत नसल्यामुळं ते विटले नसतील किंवा त्यांची नव्हाळी गायब झाली नसेल, असं कदाचित म्हणाल तुम्ही. पण अशा उजेडापासून बाजूला ठेवलेल्या आजच्या रंगांचं विटणं संथ गतीनं होत असेल कदाचित, पण पुरतं थांबलेलं आपल्याला थोडंच दिसतं?

आता त्या प्राचीन काळी, आपण ज्ञानविज्ञानात, इतर जगाच्या तुलनेत आघाडी घेतलेली असली, तरी जगातलं एकूण तंत्रज्ञान काही इतकं विकसित झालेलं नव्हतं. अशा परिस्थितीत हे असे शतकानुशतक न विटणारे, फिकट न होणारे रंग कसे तयार केले गेले असतील? अनेक जणांना हा प्रश्न पडलेला आहे. त्याची अनेक संभाव्य उत्तरंही दिली गेली आहेत. पण डोळे झाकून विश्वास ठेवावा, असं उत्तर काही अजून मिळालेलं दिसत नाही.

नेमकी अशीच परिस्थिती मेक्सिकोमधील युकाटान राज्यातील चिचेन इत्झा येथील पुरातन अवशेषांचीही आहे. माया संस्कृतीच्या सुवर्णकाळात उभारल्या गेलेल्या तेथील भित्तिचित्रांचा, तसंच, मातीच्या भांड्यांचा रसरशीत निळा रंग अजूनही झळाळतो. तो रंग

पाहणाऱ्याचे डोळे दिपूनच जातात. ही माया संस्कृती, बरं का, बाबूराव, तिसऱ्या शतकापासून दहाव्या शतकापर्यंत तग धरून राहिली असली, तरी तिचा सुवर्णकाळ होता साधारण सातव्या-आठव्या शतकांतला. अनेक प्रकारची भित्तिचित्रं, तसंच वास्तुशिल्पं आणि मातीची भांडी ही त्या संस्कृतीची अभिमानचिन्हं, त्यांतील अनेक आजही टिकून आहेत. या भित्तिचित्रांचं किंवा शिल्पांचंही खास वैशिष्ट्य म्हणजे त्यामध्ये वापरले गेलेले झळाळते रंग, विशेषतः, रसरशीत चमकणारा निळा रंग, त्याची चमक आज हजार-बाराशे वर्षांनंतरही तशीच डोळे दिपवीत आहे. इतकी, की या रंगच्छटेचं 'माया ब्ल्यू' असं खास नामाभिधानही झालं आहे. खरंतर, याला 'मायावी ब्ल्यू'च म्हटलं पाहिजे. ही किमया कशी साध्य केली गेली, हा जगभरच्या शास्त्रज्ञांना सतावणारा एक प्रश्नच आहे, बाबूराव.

या रंगच्छटेसाठी नीळ वापरली गेली होती, हे तसं गुपित नव्हतं. पण नुसती नीळ इतका काळ टिकून राहील, याची कोणालाच खात्री नव्हती. किंबहुना मी तर म्हणेन, बाबूराव, की नुसत्या निळीचा रंग हळूहळू फिकट होत जाईल, याचीच खात्री होती. तशी खात्री पटण्यासाठी शास्त्रज्ञ असण्याचीही गरज नाही. आज जिचा सर्वत्र बोलबाला आहे, त्या तरुण पिढीच्या आवडत्या जीनकडे पाहा. तिचाही रंग निळाच असतो आणि तो तिला बहाल करण्यासाठी निळीचाच वापर केला जातो. पण दर धुण्यागणीक हा रंग फिकुटताना आपण पाहतोच ना! खरंतर, अशा फिकुटलेल्या रंगालाच ही तरुण मंडळी अधिक भुलतात. भुलोत बापडी! तात्पर्याची गोष्ट एवढीच की, नुसती नीळ वापरून माया ब्ल्यू तयार होणं शक्य नाही.

हा रंग ज्या कलाकृतींसाठी वापरला गेला होता, त्या सर्वांमध्ये मातीचा संबंध येत होता. वास्तुशिल्पांसाठी, भांड्यांसाठी मातीचा उपयोग केला गेला होताच, पण भिंतीवरची चित्रंही मातीवर रंगवली गेली होती. तेव्हा या रंगाच्या टिकून राहण्यात मातीचा हात असेल का, अशी शंका शास्त्रज्ञांना आली. तिचं निरसन करण्यासाठी प्रयोगही तत्काळ केले गेले. आणि त्यातून ज्या पॅलिगोरस्काईट नावाच्या पांढऱ्या मातीचा उपयोग केला गेला होता, तिचा सिंहाचा वाटा असल्याचं उघड झालं, तरीही ही माती त्या रंगाला अमरत्वाचं दान कसं देते, हे गुपितच राहिलं होतं.

तो रहस्यभेद करण्यासाठी मिग्वेल होझे याकामान या मेक्सिकन शास्त्रज्ञानं, बाराशे वर्षांपूर्वीच्या भित्तिचित्रांची, इलेक्ट्रॉन मायक्रोस्कोप या अतिसूक्ष्म कणांनाही आपल्या नजरेसमोर उघड करणाऱ्या उपकरणाच्या साहाय्यानं पाहणी केली. त्यातून बरं का बाबूराव, या मातीचा एक मजेदार गुणधर्म समजला. या मातीच्या बारीक

बारीक सुया असतात आणि निळीबरोबर त्या मिसळल्या की, त्या फुगतात. अशा त्या फुगल्या की, एकमेकांमध्ये मिसळून त्यांचं एक जाळंच तयार होतं. निळीच्या रंगाचे रेणू मग त्या जाळ्यात अडकून पडतात. त्यामुळेच काळाच्या हमल्यापासून त्यांचं संरक्षण होतं.

तरीही काही शंका उरल्याच होत्या. मातीच्या सुईच्या जाळ्यांचं कवच मिळाल्यामुळं रंग विटत नसेल, पण त्याला जी चमक मिळते, ती कशामुळे? कारण नुसता निळीचा रंग इतका चमकदार कधीच असत नाही. याकामाननं त्या रंगाचं विश्लेषण चालूच ठेवलं होतं. त्यात त्याला असं दिसून आलं की, त्या मातीमध्ये निरनिराळ्या धातूंचेही अंश आहेत. त्यांच्या रेणूंशी नातं जोडलं गेल्यामुळे तर निळीचा रंग चकाकून उठत नसेल? याकामाननं त्या दिशेनं आपला अभ्यास चालूच ठेवला. मातीमध्ये असलेले धातू होते लोह, मँगेनीज, क्रोमियम, टायटॅनियम, इत्यादी. पण लोह सोडल्यास इतर धातूंचं प्रमाण अगदीच कमी होतं. तेव्हा निळीच्या रंगाची चमक वाढण्यासाठी मदत होत असलीच तर ती लोहाचीच होत असणार.

तिथंच तर खरी ग्यानबाची मेख आडवी आली, बाबूराव. कारण सर्वसाधारणपणे पाहिलं, तर जिथं जिथं लोखंडाचा सहभाग असतो, तिथं लाल रंगाचा प्रभाव असतो. साधी लोहाचं खनिज असलेली मातीही लाल रंग धारण करते. मग निळीच्या रंगाची निळाई अधिकच गहिरी कशी व्हावी! इथंच अलीकडंच नव्यानं विकसित होत असलेल्या विज्ञानाच्या एका शाखेची मदत झाली. पदार्थाच्या अतिसूक्ष्म कणांचे गुणधर्म अपेक्षेपेक्षा कितीतरी वेगळे असल्याचं वारंवार शास्त्रज्ञांना दिसून येत होतं. त्यातूनच या अशा कणांचा वापर करणाऱ्या नॅनोटेक्नॉलॉजी या नवीन तंत्रज्ञानानं जन्म घेतला. मेक्सिकोमधल्या त्या पांढऱ्या मातीत असणारे लोहाचे कणही असेच अतिसूक्ष्ण असल्यामुळे त्यांच्या गुणधर्मात काही फरक पडत असेल का, अशा विचारानं याकामाननं पाहणी केली, तेव्हाच दिसून आलं की, एरवी आपली लाली शाबूत ठेवणाऱ्या लोहाचे अतिसूक्ष्म कण मात्र निळा रंग पसंत करतात. साहजिकच त्यांच्याबरोबर गट्टी जमल्यावर निळीची निळाई अधिकच चमकदार झाली, तर त्यात नवल कसलं!

याकामानचं तरीही समाधान झालं नव्हतं. म्हणून मग त्यानं समकालीन युरोपमधल्या कलाकृतींमध्ये वापरलेल्या निळ्या रंगाचा तौलनिक अभ्यास केला. युरोपमधल्या निळ्या रंगात धातूंचे कण नव्हते. अर्थातच त्याला माया ब्ल्यूची झळाळीही नव्हती. एवढं झाल्यावर तरी या गब्रूनं स्वस्थ बसावं! पण नाही. त्यानं मेरिडा इथं भग्नावस्थेत असलेल्या एका पुरातन खाणीतली पांढरी माती मिळविली आणि निळीच्या झाडापासून मिळविलेला रंग त्यात मिसळला. तो जेव्हा माया

ब्ल्यूच्या तोडीस तोड निघाला, तेव्हाच स्वारीनं नि:श्वास टाकला.

हेच तर, बाबूराव, मी तुम्हाला सांगणार होतो. आपण अजिंठ्याची चित्रं पाहून अभिमानानं नुसतीच आपली टीचभर छाती फुगवतो. त्या अभिमानाचं खरं मर्म शोधून काढण्यासाठी अशी मरमर मेहनत करत नाही. तशी केली, तर आपल्या अजिंठ्याचंही कदाचित आजच्या एखाद्या अत्याधुनिक तंत्रज्ञानाशी नातं निघेल! कोणी सांगावं, बाबूराव!

कळावे.

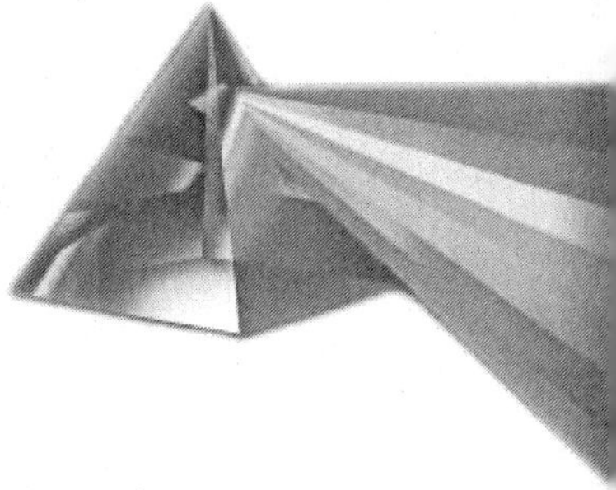

केसानं स्वर्ग

सप्रेम नमस्कार, विज्ञान विशेष.

छत्रपती शिवाजी महाराजांना गुडघी रोगानं मृत्यू आला, असं आपण इतिहासात वाचलं होतं, ते तुम्हाला आठवत असेलच, बाबूराव. वास्तविक त्यांच्या जन्मतिथीबाबत किंवा वर्षाबाबत जसा वाद आहे, तसाच त्यांच्या मृत्यूच्या कारणाबद्दलही वाद आहे. त्यांना विषप्रयोग केला गेला आणि बहुतेक तो सोयराबाईंनी केला, असाही प्रवाद आहे. यातली नेमकी सत्य परिस्थिती काय, हे कसं शोधून काढायचं? तुम्ही म्हणाल, बाबूराव, की ऐतिहासिक कागदपत्रं मिळतात, त्यांच्या अभ्यासातून ही माहिती मिळवावी आणि त्यांचं, काय म्हणतात ते, वस्तुनिष्ठ परीक्षण करून त्यावरून निष्कर्ष काढावा.

तुमचं म्हणणं एरवी मान्य व्हायला हरकत नाही, बाबूराव. पण जिथं समाजाची भावनिक गुंतवणूक झाली असेल, तिथं अशा प्रकारचं परखड परीक्षण रुचत नाही, असा सर्वसाधारण अनुभव आहे. हे केवळ आपल्या मराठी किंवा भारतीय समाजाचं वैशिष्ट्य आहे, असंही समजण्याचं कारण नाही. कारण घरोघरी मातीच्याच चुली असतात. फरक एवढाच की, आपण असे वाद उकरून काढण्याचं टाळतो, पण इतरत्र जिथं समस्येची उकल करण्यासाठी मनापेक्षा डोक्याचा अधिक वापर केला जातो, भावनेपेक्षा विचाराला अधिक मान दिला जातो, तिथं नवनवीन तंत्रं वापरून नवा पुरावा मिळविण्याचे प्रयत्न केले जातात.

त्यामुळेच मग व्हॅन गॉफच्या चित्रांच्या शैलीत होत गेलेल्या बदलांचा मागोवा घेतला जातो आणि त्यावरून मग तो आत्महत्या करायला का प्रवृत्त झाला, अशी कोणती व्याधी त्याला छळत होती की, त्याला जगणं असह्य झालं, याचा शोध घेतला जातो किंवा इंग्लंडचा सम्राट तिसरा जॉर्ज याच्या वेडाचं मूळ मानसिक होतं की, शारीरिक, याचा वेध घेतला जातो. एवढंच कशाला, पण अब्राहम लिंकन यांच्या बेंगरूळ शरीरयष्टीचं मूळही एखाद्या आनुवंशिक स्वरूपाच्या शारीरिक विकृतीत होतं की काय, याचा छडा लावण्याचा प्रयत्न होतो.

आताच पाहा ना. नेपोलियन बोनापार्टसारख्या फ्रेंच लोकांच्या अतिशय लाडक्या नेत्याचा अंत कसा झाला, याविषयी नव्यानं संशोधन होत आहे. वास्तविक या पाश्चात्त्य देशात जुन्या कागदपत्रांचं जतन फार काळजीपूर्वक केलं जातं. तेव्हा केवळ दीडशे-पावणेदोनशे वर्षांपूर्वीच्या या घटनेचे भक्कम धागेदोरे मिळायला हरकत नसावी. तशी ती नाहीच. पण म्हटलं ना की, जिथं समाजाचं भावुक मन गुंतलेलं असतं, तिथं काही वेळा समोरचा धडधडता पुरावाही मानायला ते तयार होत नाही.

तर नेपोलियनचा मृत्यू झाला, तो नैसर्गिक कारणांनी, की त्याच्यावरही विषप्रयोग झाला होता, असा वाद काही वर्षांपासून सुरू आहे. या वादांचीही एक गंमत असते. कितीही पुरावे आले तरी या वादांवर पडदा पडत नाही. म्हणूनच तर नवनव्या पुराव्यांच्या शोधात मंडळी असतातच. आताही अमेरिकेतील नेपोलियनिक सोसायटी या संस्थेनं नेपोलियनच्या केसाचं रासायनिक विश्लेषण करून काही बाबी नव्यानंच उजेडात आणल्या आणि वादाला आणखी खतपाणी घातलं.

नेपोलियननं आपल्या आयुष्याची अखेरची सहा वर्षं सेंट हेलेना बेटावर नजरकैदेत काढली. तिथं त्याच्या मृत्यूनंतर त्याच्या शवाची तपासणीही केली गेली होती. त्यानुसार त्याला पोटाचा कर्करोग झाला होता आणि त्यानंच त्याचा जीव घेतला, असं निदान केलं गेलेलं होतं. पण बऱ्याच मंडळींचा त्यावर विश्वास नव्हता. १९८२ साली बेन वायडर यांनी तर जाहीरपणे असा आरोप केला होता की, काऊन्ट मोन्थोलॉन यानं आर्सेनिक हे विष असलेलं मद्य नेपोलियनला पाजलं आणि त्यापायी त्याचा मृत्यू ओढवला. मोन्थोलॉननं असं का करावं, असा सवाल निश्चितच कोणाच्याही मनात येईल. तर त्याचं उत्तर वायडर असं देतात की, या काऊन्ट महाशयांच्या पत्नीशी नेपोलियनचं प्रेमप्रकरण चालू होतं आणि त्याचा बदला घेण्यासाठी त्यानं हे अधम कृत्य केलं.

आता आर्सेनिक हे असं विष आहे की, त्याचा अंश माणसाच्या केसांत बराच काळपर्यंत टिकून राहतो. तेव्हा नेपोलियनच्या डोक्यावरचा केस मिळाला, तर त्याचं रासायनिक विश्लेषण करून, त्यावरून काही माहिती मिळण्याचा संभव

होता. म्हणून मग जॉ फिशू या गृहस्थाकडं असलेल्या नेपोलियनच्या केसातील आर्सेनिकच्या प्रमाणाचं मोजमाप करण्यात आलं. त्यात १.९३ दशलक्षांश एवढ्या प्रमाणात आर्सेनिक असल्याचं आढळलं. ते सामान्यच आहे, वाढीव नाही, असा निर्वाळा अमेरिकेतील गुन्ह्यांचा शोध लावणाऱ्या एफबीआय या संस्थेनं दिला, पण वायडर यांनी स्वत:जवळही नेपोलियनचे केस असल्याचा दाव करत त्यांचा नमुना रासायनिक विश्लेषणासाठी दिला. त्यात आर्सेनिकचं प्रमाण दर दशलक्ष भागात ४.९६ एवढं असल्याचं दिसून आलं. त्यामुळं नेपोलियनच्या अंगात वाढीव प्रमाणात आर्सेनिक गेलं असल्याचा संशयाला पुष्टी मिळाली.

पण याच सुमाराला इतर काही वैज्ञानिकांनी असं दाखवून दिलं की, आर्सेनिकचं सामान्य प्रमाण काही सर्वत्र सारखंच नसतं. निरनिराळ्या ठिकाणच्या पर्यावरणाच्या स्थितीवर ते अवलंबून असतं. आपल्या म्हणण्याला आधार म्हणून त्यांनी १९८०च्या सुमारास शिकागो शहरात केलेल्या पाहणीची आकडेवारी उद्धृत केली. त्यात सरासरी प्रमाण दर माणशी दोन दशलक्षांश असल्याचं दिसलं होतं. ग्लासगो शहरात केलेल्या तशाच पाहणीत तर ते तीन दशलक्षांश असल्याचं समजलं होतं. म्हणजे मग जरी आर्सेनिकचं प्रमाण वाढीव असल्याचं दिसलं, तरी ते विषप्रयोगामुळंच असेल, असं खात्रीलायक सांगण्यापूर्वी सेंट हेलेना इथं नेपोलियन होता, त्या काळात तिथल्या व्यक्तींमध्ये सरासरी प्रमाण किती होतं, याची छाननी करणं आवश्यक झालं. आता नेपोलियनच्या समकालीन सेंट हेलेना बेटावरील कोणत्या रहिवाशाच्या केसांचा नमुना मिळणार होता? त्यामुळे तो मार्गही कुंठित होता.

तेवढ्यात कोणीतरी, वायडरनं किंवा फिशूनंही म्हणा, दिलेले केस नेपोलियनचेच कशावरून, अशी शंका काढली. तेव्हा परत एकदा, बाबूराव, वैज्ञानिकांना साकडं घातलं गेलं. नेपोलियन तर केव्हाच स्वर्गवासी झाला होता. तेव्हा अक्षरश: केसानं स्वर्ग गाठण्याची किमया करावी लागणार होती, पण तीही करण्याचा उपाय वैज्ञानिकांनी सुचविला आहे.

आपल्या शरीरातील कोणत्याही पेशीत आपल्या सगळ्या आनुवंशिक गुणधर्मांचा साठा असलेल्या डी.एन.ए.चे रेणू असतात. प्रत्येक व्यक्तीच्या डी.एन.ए.च्या रेणूमध्ये अशी काहीतरी खासियत जरूर असते की, त्यामुळे ते एकमेवाद्वितीय बनतं. एतढं की, त्यावरून त्या व्यक्तीची ओळख निर्विवादरीत्या पटू शकते. अगदी बोटांच्या ठशापेक्षाही अधिक खात्रीलायक असाच हा पुरावा मानला जातो. त्यावरून त्या तंत्राला डी.एन.ए. फिंगर प्रिंटिंग असं नाव दिलं गेलं आहे. त्या केसामधून डी.एन.ए. काढून त्याची छाननी करता येणं शक्य होतं. पण त्याची तुलना नेपोलियनच्या डी.एन.ए.शी केल्याशिवाय तो केस त्याचाच, हे कसं ठरविणार? बरं, त्यासाठी नेपोलियनचं डी.एन.ए. कसं मिळवायचं? तरी बरं,

आन्व्हालिद इथं नेपोलियनची कबर आहे. पण म्हणून ती उकरून त्याच्या शरीराचे जे काही अवशेष उरले असतील, त्यातून डी.एन.ए. मिळवून द्यायला लोक तयार व्हायचे नाहीत. म्हणून मग नेपोलियनच्या पुतण्याच्या मृतदेहाचे अवशेष मिळवून त्याचं डी.एन.ए. काढण्याची तयारी त्यांनी चालविली आहे. डी.एन.ए.मध्ये आनुवंशिक गुणधर्मांचा साठा असल्यामुळं अशा जवळच्या नातेवाइकांच्या डी.एन.ए.मध्ये बरीच समानता आढळते. त्याचाच उपयोग या परीक्षेत करावयाचा घाट या शास्त्रज्ञांनी घातला आहे. त्याला अर्थात नेपोलियनच्या पुतण्याचं थडगं उकरून, त्याच्या मृतदेहाच्या अवशेषाचा नमुना घेण्याची परवानगी मिळणं आवश्यक आहे. ती मिळाली, की या वादाच्या एका अंगावर तरी पडदा टाकता येईल.

एक मात्र खरं, बाबूराव, त्या वैज्ञानिकांनी जंगजंग पछाडलं, अगदी अत्याधुनिक तंत्रज्ञानाचा वापर केला, तरी अशा प्रकारच्या भावनिक वादांचं भरतवाक्य म्हणणं त्यांना कदापिही शक्य होणार नाही. मग त्यांनी हा खटाटोप करावाच कशाला, असं तुम्ही विचाराल. त्याचं कारण म्हणजे, हे वैज्ञानिक 'कर्मण्येवाधिकारस्ते' या वचनाचं पालन करत असतात. फळ काय मिळेल, याची चिंता ते फारशी करत नाहीत, बाबूराव.

कळावे.

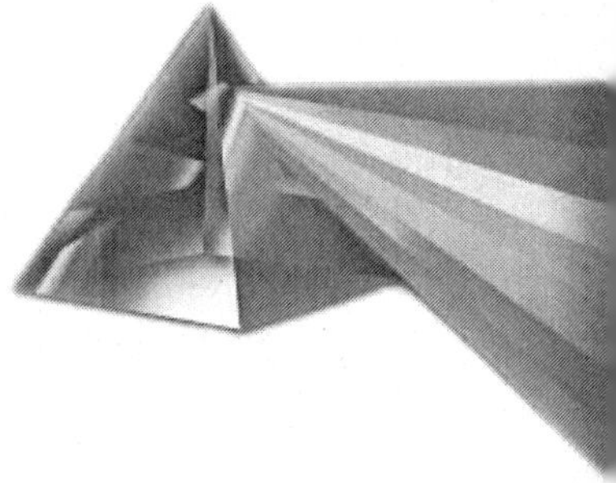

कशासाठी, पाण्यासाठी

सप्रेम नमस्कार, विज्ञान विशेष.

गेल्या वर्षी जागतिक मराठी परिषदेच्या निमित्तानं तुम्ही इस्राईलला भेट देणार होतात, बाबूराव. ऐनवेळी काही अडचणीमुळे तुम्हाला तुमचा बेत रहित करावा लागला. त्यामुळं मृत समुद्र हे आजच्या जगातलं एक आश्चर्य पाहण्याची तुमची संधी हुकली. या तशा समुद्र नावाच्या पण टीचभर विस्तार असलेल्या जलाशयातील पाण्यामध्ये क्षाराचं प्रमाण इतकं आहे की, त्याची घनता मानवी शरीराच्या घनतेपेक्षा कितीतरी अधिक आहे. त्यामुळं माणूस त्यात बुडतच नाही. क्षाराच्या या वाढीव प्रमाणामुळेच त्या समुद्रात कोणताही सजीव तग धरू शकत नाही, अशी धारणा आहे. म्हणूनच त्याचं मृत समुद्र असं बारसं झालं आहे.

आता तर हा जलाशय खरोखरीच मृत्युपंथाला लागला आहे, म्हणजेच त्यातील पाणी आटत चाललं आहे, असं अलीकडंच वैज्ञानिकांनी केलेल्या पाहणीतून दिसून आलं आहे. त्यातच त्यात आपलं पाणी ओतणाऱ्या जॉर्डन नदीचा प्रवाहही आटत किंवा बदलत चालल्याच्या खुणा आहेत. त्यामुळं काही काळानंतर तो जलाशय कोरडा ठणठणीत पडून राम म्हणेल, असा या शास्त्रज्ञांचा होरा आहे.

तो खरा ठरेल, तेव्हा ठरो. त्या वेळी त्याचं मृत समुद्र हे नाव सार्थ ठरेल. पण आज तरी त्याला मृत म्हणता येणार नाही, बाबूराव. कारण त्याच्या तशा त्या जीवघेण्या वातावरणातही काही

सूक्ष्म जीव सुखेनैव जगत आहेत. आपली वीण वाढवत आहेत.

या जगात जगण्यासाठी, सजीव सृष्टीला तग धरून राहण्यासाठी आवश्यक अशा मूलभूत गरजा कोणत्या आहेत, याची यादी आपण बनवतो ना, बाबूराव, तेव्हा आपण आपल्या आत्मकेंद्री वृत्तीचंच प्रदर्शन करत असतो. ज्या परिस्थितीत आपण म्हणजे मानव टिकाव धरू शकत नाही, ती परिस्थिती सजीव सृष्टीला पोषक नाही, असं आपण बिनदिक्कत मानतो. पण हे समज किती चुकीचे आहेत, हे जॉन पोस्टगेट यांनी आपल्या 'आउटर रीचेस् ऑफ लाइफ' या बहारदार पुस्तकात सप्रमाण सिद्ध करून दाखवलं आहे. आपण मानतो की, कोणताही जीव व्यवस्थित जगायचा असेल, तर वातावरणाचं तापमान साधारण दहा-पंधरा अंश सेल्सिअसपासून ते फार फारतर पंचेचाळीस-पन्नास अंशांपर्यंत असावयास हवं, पण गरम झऱ्यांमध्येच नाही, तर उकळत्या पाण्याच्या तापमानात किंवा जिथं त्याहूनही उच्च तापमानाच्या वाफेचाच वावर आहे, अशा स्थितीतही काही सूक्ष्म जीव आनंदात वाढत असतात. काहींना तर तशीच परिस्थिती अधिक पोषक वाटते. टोकाची तापमानं, टोकाचे हवेचे दाब, आम्ल किंवा अल्कली, ज्यात प्राणवायूचं प्रमाण अतिशय कमी, जवळजवळ नगण्य आहे, अशा किंवा जिथं प्राणवायूशिवाय दुसरा वायूच नाही, अतिशय विषारी पदार्थांची जिथं रेलचेल आहे, असा वेगवेगळ्या, नुसतं ऐकूनही आपल्या अंगावर काटा आणणाऱ्या वातावरणात निरनिराळ्या प्रकारचे सूक्ष्म जीव गुण्यागोविंदानं नांदत असतात. अगदी धगधगत्या अणुभट्टीच्या गाभाऱ्यातही आपला संसार थाटणारे सूक्ष्म जीव आढळलेले आहेत. एवढंच कशाला, पण कोट्यवधी वर्षं अश्मीभूत अवस्थेत काढूनही आपलं स्वत्व अबाधित ठेवणाऱ्या सूक्ष्म जीवांना पुनरुज्जीवन देणाऱ्या राऊल कॅनोच्या करामतीविषयी मी तुम्हाला सांगितलेलंच आहे.

तेव्हा मृत समुद्रात कालक्रमणा करणारे सूक्ष्म जीव आढळले, म्हणून तोंडात बोटं घालण्याचं कारण नाही. त्या तिथल्या बिकट परिस्थितीला टक्कर देत जगणारे हे जीवाणू आहेत, 'हॅलोआर्क्युला मॅरिस्मॉर्तुई' या त्यांनाच शोभणाऱ्या विचित्र नावाचे. आसपास नुसतं क्षारच क्षार आहे, अशा त्या वातावरणात हे आपल्या जीवनप्रक्रिया चालवतात तरी कसे, त्यांच्या जगण्याचं रहस्य तरी काय आहे, याचा छडा लावण्याचा विडा फेलिक्स फ्रौलौ, मोशे मेव्हारेख आणि मेनकिम शोहॅम या तीन इस्रायली शास्त्रज्ञांनी उचलला होता. त्यासाठी त्यांनी फेरेडॉक्सिन या प्रथिनावर आपलं लक्ष केंद्रित केलं.

तुम्हाला माहितीच आहे बाबूराव, की कोणतंही काम करण्यासाठी आपल्याला, कोणत्याही जीवाला, ऊर्जेची जरुरी असते. कामाच्या स्वरूपानुसार, त्याच्या व्यापारानुसार लागणाऱ्या ऊर्जेची मात्रा बदलू शकते. पण ऊर्जा नसेल, तर ते काम होणं अशक्य

असतं. कोणताही जीव जगतो, तो अखंड चालणाऱ्या काही जीवरासायनिक प्रक्रियांमुळेच. यातल्या प्रत्येक टप्प्यावरच्या प्रत्येक प्रक्रियेसाठी ऊर्जा आवश्यकच असते. तो जीव घेतो, त्या अन्नापासून आवश्यक त्या प्रमाणात ऊर्जा निर्माण करण्याचं कामच काही जीवरासायनिक प्रक्रिया करत असतात. या प्रक्रियांमध्येच फेरेडॉक्सिन एक महत्त्वाची भूमिका बजावत असतं. हे आपलं निसर्गभूत काम करत राहण्यासाठी त्याला आपली जी अंगभूत रचना आहे, ती अबाधित राखावी लागते. त्यासाठी या प्रथिनाला पाण्याची किंवा, खरंतर, द्रवरूप परिसराची गरज असते. साधारणत: कोणत्याही पेशीच्या आत जो द्रवरूप पेशीरस असतो, त्यात हे प्रथिन विरघळलेल्या अवस्थेत राहतं आणि निमूटपणे आपलं काम करत असतं.

एरवीच्या परिस्थितीत हे सहजसाध्य होतं, बाबूराव, पण मृत समुद्रासारख्या वातावरणात या प्रथिनाला पाण्यासाठी, विरघळलेल्या स्थितीत राहण्यासाठी, त्या क्षारांशी सामना करावा लागतो. सामान्यत: क्षार पाण्याला आपल्याकडं शोषून घेतं. त्यामुळे ते सहजगत्या विरघळू शकतं, तसं झालं, की प्रथिन उघडं पडतं. त्याला पाण्याच्या कवचाचं संरक्षण मिळत नाही. ते न विरघळलं जाता पाण्याबाहेर टाकलं जातं. तसं झालं की, ते आपलं काम पार पाडू शकत नाही. साहजिकच पेशीला ऊर्जा पुरवू शकत नाही; आणि ती मिळाली नाही, की पेशीही दम टाकते. तिचं जिणं असह्य होतं.

तेव्हा जिणं सुसह्य व्हायचं, तर या प्रथिनाला पाण्याला आपल्याकडं खेचता आलं पाहिजे. त्यासाठी मग ते प्रथिन आपल्या मूलभूत रचनेत काही दूरगामी बदल न करता, आपल्या बाह्य पृष्ठभागावर ऋण विद्युतभार, म्हणजेच निगेटिव्ह जातीचा विद्युत्‌भार धारण करतं, या प्रथिनांच्या रेणूंचे जे घटक असतात ना, त्यांच्याकडे ऋण आणि धन, दोन्ही प्रकारचे विद्युत्‌भार असतात. पण प्रथिनाची रेणूची रचना करताना हे घटक एकमेकांत असे काही गुंफले जातात की, यातला थोडासाच विद्युत्‌भार मोकळा राहून त्या रेणूच्या पृष्ठभागावर वास करून राहतो. साहजिकच या हॅलोआर्क्युला मॅरिस्मॉर्तुई जातीच्या जीवाणूमधील फेरेडॉक्सिन आपल्या अंगाची अशी काही वेगळी मोटकुळी करतं की, आपल्या वैशिष्ट्यपूर्ण रचनेची खासियत न बिघडवता ते ऋण प्रकारच्या बहुतांश विद्युत्‌भाराला आपल्या बाह्य पृष्ठभागाच्या दिशेनं ढकलतं. तसं झालं की, अर्थात पाण्याचे रेणू त्या प्रथिनाच्या रेणूंकडे प्रकर्षानं खेचले जातात आणि क्षाराचे रेणू त्या शर्यतीत पार पाठी टाकले जातात. तेच उलट पाण्याबाहेर फेकले जातात. अशा तऱ्हेनं पाण्याचं संरक्षण कवच मिळालं की, मग हे प्रथिन आपलं काम बिनबोभाट पार पाडू शकतं.

हे सगळे या शास्त्रज्ञांच्या त्रिकुटाचे कल्पनेचे खेळ नाहीत, बरं का बाबूराव. त्यांनी या मृत समुद्रातील जीवाणूंमधून मिळवलेलं फेरेडॉक्सिन आणि इतर सजीवांमधून

मिळवलेलं फेरेडॉक्सिन यांची एक विशिष्ट प्रकारची क्ष-किरण तपासणी केली. त्यात त्यांना या हॅलोआर्क्युलामधून मिळालेल्या फेरेडॉक्सिनच्या पृष्ठभागावर इतर कोणत्याही सजीवाच्या फेरेडॉक्सिनपेक्षा कितीतरी अधिक प्रमाणात ऋण विद्युत्भार असल्याचा नि:संदिग्ध पुरावा मिळाला आहे. एवढंच काय, पण तितका विद्युत्भार इतर कोणत्याही प्रथिनाच्या अंगी नसल्याचंच त्यांना दिसून आलं आहे.

हीं एवढी क्लृप्ती कमी पडेल, म्हणून की काय, या जीवाणूंमधील हे फेरेडॉक्सिन आपल्या अंगी एक शेपूट चिकटवून घेत असल्याचंही दिसलं आहे. या शेपटाच्या पृष्ठभागावर तर मूळ अंगापेक्षाही अधिक मात्रेत विद्युत्भार असतो. त्यामुळं तर क्षाराच्या रेणूंना त्यांच्याशी स्पर्धा करणं अशक्यच होतं. जगण्यासाठी, ज्याचं नावच मुळी जीवन आहे, ते पाणी मिळवण्यासाठी सजीव काय काय खटपटी लटपटी करेल, हे सांगता येणं कठीण आहे, बाबूराव. किंबहुना वेगवेगळ्या प्रकारच्या अतिशय बिकट परिस्थितीतही तगून राहण्यासाठी हे सूक्ष्म जीव किती विविध प्रकारच्या शकला लढवतात, याचा शोध घेऊन त्याची विस्तृत माहिती आपल्याला पुरवावी, असंच त्या जॉन पोस्टगेटला सुचवावंसं वाटतंय् मला. आपल्या भोवतीचं पर्यावरण आपणच बिकट करून टाकतो आहोत. कोणी सांगावं, ती माहिती पुढंमागं आपल्याला म्हणजेच मानवजातीलाच जगण्याचा पर्याय शोधून काढण्यासाठी उपयोगी पडायची!

कळावे.

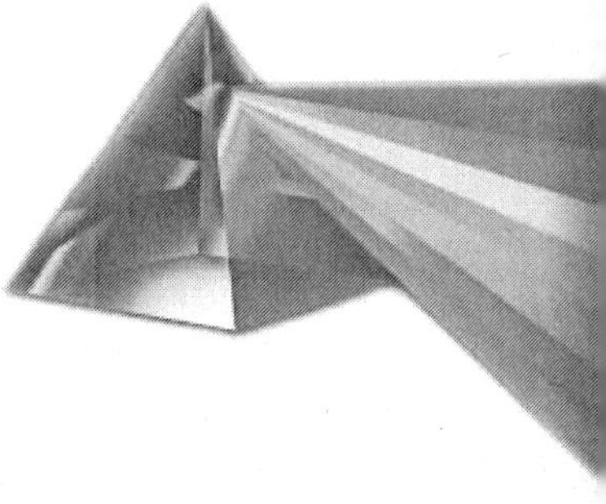

ते शेवटचे दिवस

सप्रेम नमस्कार, विज्ञान विशेष.

फार वर्षांपूर्वा वाचलेल्या एका पुस्तकाची आज आठवण झाली, बाबूराव. 'दि लास्ट डेज ऑफ पॉम्पे', असंच बहुधा त्याचं नाव होतं. तुम्हीही कदाचित ते वाचलं असेल. कारण त्या काळात ते तसं बरंच लोकप्रिय होतं. व्हेसुव्हियस या ज्वालामुखीचा उद्रेक झाला आणि त्यात हे एकेकाळी भरभराटीला आलेलं 'पॉम्पे' शहर साफ उद्ध्वस्त झालं. ही घटना ऐतिहासिक आहे. खरोखरीच तसं शहर अस्तित्वात होतं आणि ज्वालामुखीच्या रोषाला ते इसवी सन ७९मध्ये बळी पडलं, याचे पुरावे मिळालेले आहेत. त्यामुळे त्या 'रम्या नगरी'ला 'कालाय तस्मै नम:' असं म्हणत अक्षरश: धुळीला मिळायची पाळी येण्याच्या आधीच्या काळातलं जे वर्णन त्या पुस्तकात आलं आहे, त्यालाही ऐतिहासिक सत्याचा आधार आहे, असाच समज होत असे. होत असे, कशाला! अजूनही तो तसाच आहे. विशेषत: त्या अखेरच्या कालखंडात तिथले नागरिक कसे विलासात, शरीराचे चोचले पुरविण्यात दंग होते, नीतिमूल्यांचा कसा ऱ्हास झाला होता, तऱ्हेतऱ्हेच्या विकृत खेळांचा कसा नंगानाच चालला होता, याची तपशीलवार वर्णनं वाचून त्यांच्यावर हा निसर्गाचा प्रकोप झाला, हे एकाअर्थी योग्यच झालं, ते एक प्रकारच्या दैवी न्यायाला अनुसरूनच झालं, असं समाधान आपल्याला मिळत होतं. आपल्या नैतिक अहंकाराला ते खतपाणीच घालत होतं. विशेषत: ते वर्णन पेशवाईच्या किंवा मुगल साम्राज्याला

सरत्या काळातलं नसून, आपल्याहून श्रेष्ठ समजल्या जाणाऱ्या पाश्चिमात्य देशातलं आहे, हे समजून तर त्या समाधानावर साय धरीत असे.

पण या सगळ्या वर्णनाला ऐतिहासिक सत्याचं पाठबळ कितपत आहे, याचा विचार आपण आजही करत नाही. दोन हजार वर्षांपूर्वीच्या त्या काळातल्या त्या दुःखद घटनेत खरोखरच कोणाकोणाचा अंत झाला? सुखवस्तू आणि चैनीतच रममाण झालेल्यांच्याच जिवंत कबरी तिथं रचल्या गेल्या का? त्या काळातले ते स्त्री-पुरुष खरोखरच त्या चित्रात दाखविल्याप्रमाणे सौंदर्याचे पुतळे होते का? हे आणि असेच अवघड प्रश्न विचारायला आता काही वैज्ञानिक पुढं सरसावले आहेत आणि त्यांच्या नेहमीच्या शिरस्त्यानुसार नुसतेच प्रश्न विचारीत न बसता, त्यांची उत्तरंही त्यांनी शोधून काढली आहेत.

सिडनी विद्यापीठातील एक मानववंशशास्त्रज्ञ एस्टेल लाझर यांना नुकतीच 'पॉम्पे' इथं उत्खननात सापडलेल्या काही मानवी सांगाड्यांचा अभ्यास करण्याची संधी मिळाली. त्यात त्यांना असं दिसून आलं की, त्यापैकी बऱ्याच जणांच्या कवटीच्या आतल्या भागातल्या हाडाची वाढ झालेली होती. कपाळाच्या मागच्या बाजूला अशी वाढ होणं, हे हायपरऑस्टॉसिस फ्रन्टॅलिस इन्टर्ना या अगडबंब नावाच्या एका विकृतीचं लक्षण आहे. साधारणतः काही संप्रेरकांच्या म्हणजेच हॉर्मोनच्या प्रमाणात बदल झाल्यामुळं या विकृतीचा उपसर्ग होतो.

खरंतर बाबूराव, या विकृतीचं व्यवस्थित निदान करायला एरवी संपूर्ण सांगाडा पाहण्याची गरज भासली असती, पण या विकृतीचं जणू ओळखपत्र असावं, अशी ती कपाळपाठच्या हाडाची वाढ इथं लाझर यांच्या मदतीला आली. त्यामुळं केवळ कवटीच्या हाडाची पाहणी करून निदान करणं शक्य झालं. आता तुम्ही म्हणाल की, बरं, होती ही विकृती बऱ्याच जणांच्या अंगी. आपल्या मूळ प्रश्नाच्या अनुषंगानं तिचं काय एवढं महत्त्व? तर आता आहे. कारण ही विकृती एकतर बहुतांशी स्त्रियांमध्येच दिसून येते. आज ही विकृती काही प्रमाणात आढळते, ती ऋतुसमाप्तीनंतर. म्हणजेच साधारण पन्नाशी उलटून गेल्यावर. दोन हजार वर्षांपूर्वीच्या त्या काळातही तसंच होत असेल, तर याचा अर्थ असा होतो की, त्या स्त्रियाही कमीत कमी पन्नाशी-साठीच्या असणार. इतर हाडांवरही संधिवाताच्या प्रभावाच्या ज्या काही खुणा मिळालेल्या आहेत, त्या अगदी उतारवयात उपटतात. त्यामुळं या अनुमानाला दुजोराच मिळालेला आहे. म्हणजेच त्या काळी आयुर्मर्यादा चाळीसपेक्षा जास्त नव्हती, हा आजवर असलेला समज खोटा आहे.

खोटा ठरलेला हा एकच समज नाही, बाबूराव. कारण ज्या हॉर्मोनच्या संतुलनातील बिघाडामुळं ही विकृती उद्‌भवते, त्याचपोटी एका विचित्र प्रकारच्या संधिवातानंही ही व्यक्ती बेजार होते. याच विकृतीचं दुसरं लक्षण म्हणजे लठ्ठपणा.

त्याशिवाय अशा व्यक्तीच्या अंगावर केसही भरपूर असतात. तेव्हा त्या काळची जी काही भित्तिचित्रं हाती लागली आहेत, त्यात दाखविलेल्या रंभा, मेनका, उर्वशी या चित्रकारांच्या कल्पनेतून उभ्या राहिलेल्या आहेत. त्या चित्रांसाठी त्या चित्रकारांना कोणी जिवंत मॉडेल्स मिळालेली असणं शक्य नाही.

लाझर यांनी कवटीतील दातांचाही तसाच अभ्यास केला आहे. त्यातल्या सुळ्यांना दोन दोन मुळं असल्याचं त्यांना दिसून आलं. तुमच्या-आमच्या सुळ्यांना सहसा एकच मूळ असतं. इतक्या जणांच्या सुळ्यांना दोन-दोन मुळं होती, याचाच अर्थ असा की, ही सारी मंडळी एकमेकांशी नात्यानं बांधलेली होती. एकाच कुटुंबातली नसली, तरी त्यांच्या आनुवंशिक गुणधर्मांत बरीचशी समानता होती. एकमेकांशी जवळचं रक्ताचं नातं असल्याखेरीज अशी समानता आढळत नाही. तसं असेल, तर मग 'पॉम्पे' हे अठरापगड, किंवा आजच्या भाषेत बोलायचं, तर कॉस्मोपॉलिटन शहर होतं, यावर विश्वास कसा ठेवता येईल!

तरीही 'पॉम्पे' हे एक मोठं शहर होतं. तिथले सगळेच रहिवासी अशा एखाद्या बंदिस्त कुळातील असतील, हे शक्य नाही. मग तिथं सापडलेल्या बहुतांश कवट्यांमध्ये दिसून आलेल्या या लक्षणांची संगती लावायची कशी, असा प्रश्न लाझर यांना पडला. तेव्हा त्यांनी तिथल्या त्या ज्वालामुखीच्या उद्रेकाविषयीची आणखी माहिती गोळा करायला सुरुवात केली. त्या माहितीतून एक गोष्ट उघड झाली की, ध्यानीमनी नसता एकाएकी ज्वालामुखीचा स्फोट झाला, हा समजही खोटा आहे. तो शेवटचा संहारक उद्रेक होण्याआधी तब्बल सतरा वर्षं व्हेसुव्हियस धुमसत होता. मधूनमधून तो आपली करामत छोट्या छोट्या उफाळ्यांतून दाखवतच होता. त्या आतल्या आत धुमसण्यापोटी छोटे-मोठे भूकंपही होत होते. त्यामुळे पुढल्या अनर्थाची चाहूल फार अगोदरपासून लागलेली होती आणि शेवटचा उद्रेक झाला, त्या वेळीही अठरा तास तो ज्वालामुखी आग, राळ, लाव्हारस ओकत होता. त्यानंतरच ढेकर दिल्यासारखा त्यातून विषारी वायूचा एक भला दांडगा ढग बाहेर पडला. त्यामुळं घुसमटून तिथं असलेले बहुतांश रहिवासी मरण पावले.

म्हणूनच लाझर यांचा असा तर्क आहे की, आधीपासून चाहूल लागल्यामुळे ज्यांना शक्य होतं, अशा मालदार मंडळींनी तिथून वेळीच काढता पाय घेतला होता, दुसरीकडे स्थलांतर केलं होतं. गोरगरीब होते, ज्यांना दुसरीकडं स्थलांतर केलं होतं. गोरगरीब होते, ज्यांना दुसरीकडे जाणं शक्य नव्हतं किंवा ज्यांचा पोटापाण्याचा उद्योग त्यांना तिथंच जखडून ठेवत होता, तीच मंडळी तिथं ठिय्या देऊन राहिली होती आणि तीच ज्वालामुखीच्या उद्रेकाला बळी पडली.

लाझर यांच्या या तर्काला दुजोरा देणारा पुरावा पेनेलोप एलिसन या पुरातत्त्वशास्त्रज्ञांनी सादर केला आहे. 'पॉम्पे'तल्या हवेल्यांची मोडतोड झाल्याची चिन्हं त्यांना सापडली

आहेत. शिवाय, या एरवी उच्चभ्रू मंडळींच्याच असाव्या, अशा हवेल्यांमध्ये आणि महालांमध्ये त्यांना शेतीची, सुतारकामाची, कुंभार वगैरे बलुतेदारांकडंच असू शकतील, अशी औजारं मिळाली आहेत. अस्सल कलेचा नमुना असलेल्या भित्तिचित्रांवर खुशाल खुंट्या ठोकून, त्यावर विळे-कोयते अडकवून ठेवलेले त्यांना सापडले आहेत. तसंच सार्वजनिक पुतळ्यांच्या चबुतऱ्यांचा जेवणाच्या टेबलासाठी उपयोग केला असल्याचेही संकेत मिळाले आहेत. त्यामुळंच त्याही म्हणतात की, शहरावर येऊ घातलेल्या संकटाची सूचना मिळताच या हवेल्यांच्या सुखवस्तू मालकांनी 'य:पलायते' केलं आणि ओस पडलेल्या त्या महालांवर मग तळागाळातील मंडळींनी आक्रमण केलं. त्यांचे निकटचे नातेसंबंध असलेले गट त्यातून राहू लागले. त्यामुळंच ज्वालामुखीच्या स्फोटाला बळी पडलेल्या दुर्दैवी जीवांची संख्या तशी लहानच होती.

जे जीवाची 'पॉम्पे' करण्यात, विलासात दंग राहण्याची शक्यता, ती सारी मंडळी जर अशी आधीच 'पॉम्पे' सोडून गेलेली होती, तर मग त्या पुस्तकातल्या वर्णनाला आधार कोणता, बाबूराव, हे आता तुम्हीच समजून घ्या. आपल्या मायमराठीतही 'पानिपत', 'घाशीराम कोतवाल' यांसारख्या वादग्रस्त साहित्यकृती आहेत. त्यांचीही अशा प्रकारची छाननी करता येईल का, याचा विचारही करायला हवा, बाबूराव. नाही का?

कळावे.

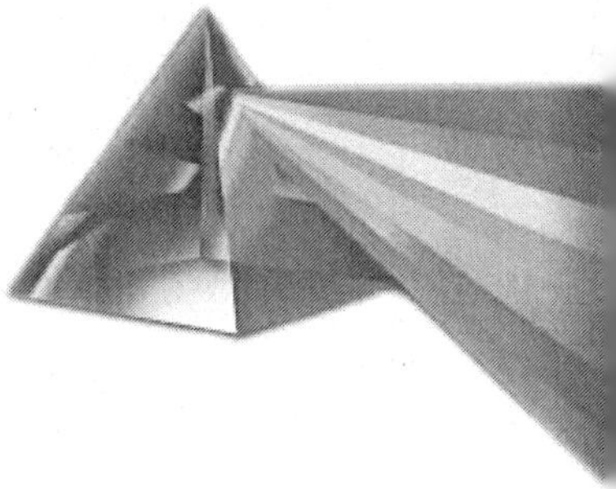

आजीबाईचा बटवा

सप्रेम नमस्कार, विज्ञान विशेष.

तुम्ही ती अलीकडची बातमी नक्कीच वाचली असेल, बाबूराव. अमेरिकेतील संबंधित न्यायालयानं, आपल्या 'सी.एस.आय.आर.' या संस्थेनं केलेलं अपील मान्य करून, तिथल्या काही उद्योजकांना दिलेलं हळदीविषयक पेटंट काढून घेतलं आहे. याचाच अर्थ असा की, ते पेटंट मिळवताना त्या उद्योजकांनी जो दावा केला होता, तो न्यायालयानं फेटाळून लावला आहे. आता तुम्ही साहजिकच विचाराल, बाबूराव की, या बातमीला जे सर्वच माध्यमांनी एवढं महत्त्व दिलं, त्याचं कारण काय? त्या उद्योजकांचं पेटंट काढून घेतलं, म्हणजे ते आपल्याला दिलं, असं तर होत नाही. मग आपला यात काय फायदा झाला? त्या अमेरिकी न्यायालयात आपलं अपील चालविण्यासाठी पाच लाख रुपये खर्च आला, असंही सांगण्यात आलंय. एवढा खर्च करून आपण नेमकं काय मिळवलं, याचं उत्तर तसं सरळ आहे. आपण बरंच काही मिळवलं आहे. त्याची किंमत तशी रुपये आणि पैशांत नाही करता येणार. सगळाच फायदा असा नगद स्वरूपात नेहमीच मिळतो, असं नाही. तरीही फार मोठा फायदा झाला आहे. तो कसा, हे समजून घेण्यासाठी आधी आपल्या काही कल्पना सुधारून घ्यायला हव्या आहेत.

एखादं पेटंट केव्हा द्यायचं, याचे काही जगन्मान्य नियम आहेत, बाबूराव. याविषयीची सर्वांत पहिली अट आहे नावीन्याची. जर तुम्ही शोधून काढलेल्या पद्धतीत किंवा वस्तूत नावीन्य असेल,

तरच तिचा पेटंट देण्यासाठी विचार केला जातो. पण नुसतं नावीन्य असून भागत नाही. तर ती पद्धत, कृती किंवा वस्तू मानवनिर्मित असणंही आवश्यक आहे. त्याशिवाय त्या पद्धतीचा काही आर्थिक फायदा देणारा उपयोगही करता यायला हवा. आणखीही काही अटी आहेत. पण त्यातली नावीन्याची अट फारच महत्त्वाची आहे. त्यामुळे जर ती पद्धत किंवा कृती जर पूर्वीच वापरात असेल किंवा तिचा तपशील जर प्रकाशित केला गेला असेल, तर पेटंट मिळविण्याचा दावा ग्राह्य मानला जात नाही. तसंच, एखादा पदार्थ जर निसर्गानंच निर्माण केलेला असेल, तर अर्थात तो मानवनिर्मित असणं शक्यच नाही. मग त्याचं पेटंट दिलं जाणार नाही.

मग आता तुम्ही विचाराल, बाबूराव, की असं जर आहे, तर मग त्या अमेरिकेत स्थायिक झालेल्या काही विदेशवासी भारतीयांना हळदीचं पेटंट प्रथम दिलंच कसं गेलं? पेटंट हळदीचं दिलेलं नव्हतं. कारण हळद काही कोणा मानवानं निर्माण केलेली नाही. ती एक निसर्गाची देणगी आहे. उद्या जर कोणा शेतकी वैज्ञानिकानं हळदीचा नवीन वाण स्वत:च्या संशोधनातून तयार केला, तर त्याचं पेटंट त्याला देता येईल; आणि मग त्या वाणाचं बियाणं वापरणाऱ्या शेतकऱ्यांना त्या पेटंटधारी शास्त्रज्ञाला काही मानधन, रॉयल्टी द्यावी लागेल. तरीही कोणत्याही सजीवाचं पेटंट देण्यात येऊ नये, असंच जनमत असल्यामुळे नावीन्य असलं, तरी एखादी वनस्पती किंवा प्राणी यांचं पेटंट देण्याविषयीचा अर्ज आला की, त्यावर बरीच चर्चा होते. सहसा असं पेटंट दिलंच जात नाही. आजवर अशी दोनच पेटंट्स दिली गेली आहेत. त्यातलं पहिलं पेटंट मिळवून एक नवा पायंडा पाडण्याचा मान एका भारतीयाकडेच जातो. आनंद चक्रवर्ती यांना, तेल हेच आपलं अन्न आहे, असं मानणाऱ्या एका जीवाणूची निर्मिती केल्याबद्दल त्या सूक्ष्म जीवाचं पेटंट दिलं गेलं होतं. या जीवाणूचा वापर तेलगळतीमुळे समुद्रात जे प्रदूषण होते, त्यावर इलाज करण्यासाठी होतो.

पण प्रश्न तो नाही. इथं असं हळदीचे पेटंट दिलंच गेलं नव्हतं. पेटंट दिलं होतं, ते हळदीपासून जखमा बऱ्या करण्यासाठी एक नवीनच रसायन शोधून काढलं गेलं आहे, असा जो दावा त्या अमेरिकानिवासी भारतीयांनी केला होता, त्याच्या आधारावर. आपण या दाव्यालाच आव्हान दिलं होतं. हळदीचा असा उपयोग करण्यात नावीन्य नाही, आपल्या देशात अशा प्रकारे हळदीचा उपयोग सर्वदूर आणि सर्वसामान्यपणे शतकानुशतकं होत आला आहे, असं आपलं म्हणणं होतं. आपल्या आजीबाईच्या बटव्यात हळदीला असं स्थान आहे, हे आपण ठामपणे सिद्ध करू शकलो आणि म्हणूनच त्या अमेरिकी न्यायालयानं आधी दिलेलं ते पेटंट रद्द ठरवलं आहे.

असेल, पण त्यामुळं आपला काय फायदा झाला, असंच विचारायचं आहे ना तुम्हाला, बाबूराव? तेही सांगतो. पण त्याआधी काही गैरसमज दूर करायला हवेत. अमेरिकनांना पेटंट दिलं गेलं नाही, याचा अर्थ ते आपल्याला दिलं गेलंय असाही नाही. हा दावा जिंकल्यामुळं आता जगभर कुठंही हळदीचा वापर केला की, आपल्याला भरघोस मानधन मिळेल, असं नाही. ज्या ज्या कृतीचा किंवा पदार्थांचा वापर पारंपरिकरीत्या होतो आहे, मग तो जगभर कुठंही केला जावो, त्या त्या बाबतीत पेटंटच्या पडद्याआड दडून इतरांना त्यापासून वंचित करता येणार नाही. किंवा कोणी केलाच, तर त्याला अव्वाच्या सव्वा मानधनही द्यावं लागणार नाही, असाच या निकालाचा अर्थ आहे. एका अर्थी त्या दिल्या गेलेल्या पेटंटमुळं अमेरिकन ग्राहकाला विनाकारण जो भुर्दंड पडणार होता, त्यापासून त्याला वाचवलं गेलं आहे.

अशा तऱ्हेनं अमेरिकन ग्राहकांचा तर प्रत्यक्ष फायदा झालाच आहे, पण आपलाही झाला आहे. एकतर जगभरचा व्यापार नियंत्रित करणारी जागतिक व्यापार संघटना, वर्ल्ड ट्रेड ऑर्गनायझेशन आणि गॅट करार अस्तित्वात आल्यामुळे आपल्या स्वातंत्र्यावर, नैसर्गिक साधनसंपत्तीवर, पारंपरिक ज्ञानावर गदा आली, अशी ओरड करण्याचं कारण नाही, हे यामुळे सगळ्यांना समजून येईल. आपल्या आजीबाईच्या बटव्यावर धाड पडणार नाही, तो आहे तसाच शाबूत राहणार आहे, याची आता खात्री पटायला हरकत नसावी. अर्थात, हीच नैसर्गिक साधनसंपत्ती वापरून दुसऱ्याच एखाद्या नव्या पद्धतीचा किंवा रसायनाचा शोध उद्या कोणी लावला, तर त्याचं पेटंट द्यायला आपणही हरकत घेण्याचं कारण नाही.

आपलं आयुर्मान आज जे वाढलं आहे, आपलं आरोग्य जे सुधारलं आहे, त्यापाठी पाश्चात्त्य वैद्यकशास्त्राचा फार मोठा वाटा आहे, हे अमान्य करणं कृतघ्नपणाचं ठरेल. पण त्या रासायनिक औषधांचा अतिवापर करण्याचे दुष्परिणामही आज दिसत आहेत. ती औषधं हाती लागल्यावर जादूची कांडीच सापडल्यासारखे आपण जे आपल्या पारंपरिक विज्ञानाकडे दुर्लक्ष करत होतो, ते योग्य नव्हतं, हे या प्रकरणावरून आपल्या ध्यानात आलं, तर तो फार मोठा लाभ ठरेल, बाबूराव. या निमित्तानं आपण आपल्या आयुर्वेदाचा सखोल अभ्यास करून, त्याला आधुनिक विज्ञानाची बैठक दिली, तर या प्रकरणाचा योग्य तो धडा आपण शिकलो, असं होईल.

म्हणूनच या पेटंटच्या लढ्याची खरी मखखी आपण लक्षात घेतली पाहिजे. हा लढा आपण जिंकलो, कारण आपण अनादिकालापासून हळदीचा उपयोग पारंपरिकरीत्या करत आलो आहोत, याचा कागदोपत्री पुरावा आपण देऊ शकलो. केवळ आम्ही तसा उपयोग करत आहोत, अशी हाकाटी करून कोणीही आपलं

म्हणणं मान्य करणार नाही. तसा ठोस पुरावा देण्याची गरज आहे. या वेळी तसा तो आपण देऊ शकलो. पण प्रत्येक वेळी ते आपल्याला शक्य होईलच, असं छातीठोकपणे सांगणं कठीण आहे. कारण आपण मौखिक परंपरेवर भर देत आलो आहोत. व्यवस्थित नोंदी करण्याकडं आपण काणाडोळाच करत होतो. अजूनही करत आहोत. आपल्या पूर्वजांनी त्या काळाला अनुरूप अशा मौखिक परंपरेचा अवलंब केला, म्हणून आपणही त्याचीच री ओढण्याचं काय कारण आहे? आजचा जमाना माहितीचा, आखीवरेखीव संग्रह करण्याचा आहे. ते करण्यासाठी संगणक आणि त्याच्या आज्ञावल्या आपल्या दिमतीला हजर आहेत. मग त्यांचा पुरेपूर उपयोग करून घेत आपल्या आजीबाईच्या बटव्यात दडलेल्या सगळ्या कृतींच्या, पदार्थांच्या व्यवस्थित नोंदी करण्याचा आळस कशासाठी करायचा? आपण सगळे वाचिवीर आहोत, बाबूराव. पाश्चात्त्यांचे सगळेच गुण घ्यावेत, असं नाही, पण त्यांच्याकडं ऐतिहासिक ज्ञानभांडाराचा व्यवस्थित संग्रह करून ठेवण्यावर भर दिला जातो. आपण आपल्या भूतकाळाच्या भव्यत्वाचं, दिव्यत्वाचं गुणगानच करत बसतो. इतरांनाही त्या भव्यत्वाची प्रचिती मिळावी, असे पुरावे गोळा करण्याची धडपड करत नाही. या हळदीच्या प्रकरणातून धडा घेऊन आपण आता या नोंदी करण्याकडे, इंग्रजीत ज्याला 'डॉक्युमेन्टेशन' म्हणतात, त्याकडं, अधिक बारकाईनं लक्ष द्यायला सुरुवात केली, तर कोणतंही मानधन मिळण्याहूनही ते अधिक फायद्याचं ठरेल.

अशा नोंदींच्या आधारे जर आपण आपला दावा मांडू शकलो, तर अमेरिका असो की जागतिक संघटना असो, त्यांना आपल्या म्हणण्याची दखल घ्यावीच लागेल, हेही या निमित्तानं सिद्ध झालं आहे. तोही एक फार मोठा फायदा आहे, असं नाही तुम्हाला वाटत, बाबूराव?

कळावे.

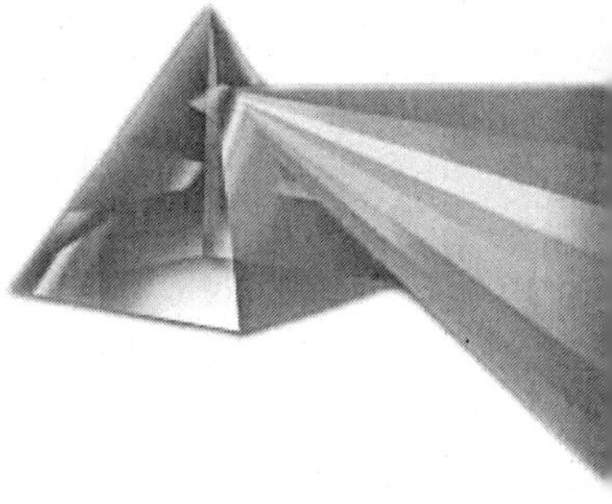

चंद्राचा जन्म

सप्रेम नमस्कार, विज्ञान विशेष.

बायबलमध्ये एक कथा आहे बाबूराव, मानवजातीच्या जन्माची. या जगात पहिला मानव जन्माला आला, तो आदाम. काही काळानंतर आदामची एक बरगडी वेगळी होऊन तिच्यापासून स्त्रीची, ईव्हची निर्मिती झाली, असं ती कथा सांगते. ही एक केवळ पुराणातली दंतकथा, की तो इतिहास आहे, असा सवाल साहजिकच अनेकांनी केला आहे. कारण जीवशास्त्रातल्या तत्त्वांची कसोटी लावली, तर या कथेतील काही महत्त्वाचा तपशील विसंगत ठरतो. आदाम हा पुरुष होता. त्याच्या शरीरातील कोणत्याही अंगापासून, त्यातील पेशींपासून जर दुसऱ्या कोणत्याही जीवाची उत्पत्ती व्हायची, तर ती त्याचीच हुबेहूब प्रतिकृती व्हायला हवी. अर्थात तो जीवही पुरुषच असायला हवा. शिवाय केवळ त्याच्या शरीरातील ती एक पेशी असून उपयोगी नाही. एका अंडपेशीचीही गरज भासेल. ती एका स्त्रीकडूनच मिळू शकेल; आणि स्त्री तर अस्तित्वातच नाही. तेव्हा विज्ञानाशी इमान राखणाऱ्या कोणालाही विचाराल, तर ती एक दंतकथा आहे, असंच उत्तर मिळेल.

पण हेच वैज्ञानिक आपल्या चंद्राचा जन्म मात्र पृथ्वीपासून अशाच तऱ्हेनं झाला, असं सांगताहेत. या आपल्या चंद्राबद्दल कविकल्पना किंवा अगदी विज्ञानकथाकारांच्या कल्पना काहीही असल्या, तरी तो एक केवळ उपग्रहच आहे आणि तोही कोरडा ठणठणीत आहे, हे आता शाळकरी पोरालाही माहीत झालेलं आहे.

तर या चंद्राचा जन्म कसा झाला, हे एक गूढ वैज्ञानिकांना सतावत आलेलं आहे.

वास्तविक तारे, ग्रह, उपग्रह, धूमकेतू वगैरे अवकाशस्थित मंडळींचा जन्म कसा होतो, याची तशी बरीच तपशीलवार माहिती आता उपलब्ध झालेली आहे. एवढंच कशाला, पण ताऱ्यांच्या सगळ्या आयुष्यपटाचा आणि त्यांचा मृत्यू कसा होतो, त्यानंतर त्यांच्या कलेवरची काय विल्हेवाट लागते, याचाही उलगडा झालेला आहे. आपल्याच भारतीय वंशाचे नोबेल पुरस्कार विजेते 'सुब्रह्मण्यम् चंद्रशेखर' यांचा या गुपिताची उकल करण्यात सिंहाचा वाटा आहे. मग या भारदस्त मंडळींच्या मानानं नगण्य असलेल्या चंद्राच्या जन्माचं कोडं सोडवण्यात शास्त्रज्ञांची अशी दमछाक का व्हावी?

त्याचं तसंच कारण आहे, बाबूराव. आपल्या पृथ्वीव्यतिरिक्त इतर अनेक ग्रहांनाही त्यांचे चंद्र आहेत. काही ग्रहांना तर एकाहून अधिक चंद्र आहेत. पण आपल्या चंद्राची बातच न्यारी! तो अधिक वैशिष्ट्यपूर्ण आहे. एकतर दुसऱ्या कोणत्याही ग्रहाकडं इतका अगडबंब उपग्रह नाही. आपल्या चंद्राचं वजन पालक ग्रहाच्या, म्हणजेच पृथ्वीच्या, वजनाच्या एक टक्क्याहूनही अधिक आहे. इतर कोणताही ग्रह घेतला, तर त्यांच्या कोणत्याच उपग्रहाचं वजन चारदशांश टक्क्यांहून अधिक भरत नाही.

ही झाली केवळ वजनाची बाब. चंद्राच्या घटकपदार्थांचा विचार केला, तर तिथंही बरीच मोठी तफावत आढळते. चंद्राच्या अंगी स्निग्धतेचा ओलावा आहे, असं कविमंडळींचं म्हणणं असलं, तरी तो अतिशय कोरडा असा गोल आहे. तिथं पाण्याचाच काय, पण इतर सहजासहजी वाफेत रूपांतर होणाऱ्या पदार्थांचाही लवलेश नाही. तरीही सौरमंडलाच्या आतल्या कक्षेतील गोलांच्या मानानं त्याची घनता अतिशय कमीच आहे. मुख्य म्हणजे, चंद्रावरचं लोहाचं प्रमाण चांगलंच कमी आहे.

म्हणूनच त्याची उत्पत्ती कशी झाली असावी, असा प्रश्न पडतो, बाबूराव. या सवालाची दोन संभाव्य उत्तरं दिली गेली आहेत. ज्या प्रक्रियेतून मंगळ, बुध, गुरू, पृथ्वी वगैरे ग्रहांची उत्पत्ती झाली, त्याच प्रक्रियेद्वारा चंद्राचाही जन्म झाला, हे पहिलं. म्हणजेच अवकाशात भिरभिरणारे वायू, धूळ, मृत्तिकाखंड हे एकमेकांवर आदळून एकमेकांच्या आकर्षणानं एकत्र बांधले गेले. असेच भरकटल्यासारखे भटकत असताना पृथ्वीच्या गुरुत्वाकर्षणाच्या कक्षेत आल्यानं तिच्याभवतीच घिरट्या घालत राहिले. त्यांचंच कालांतरानं एक उपग्रहात, म्हणजेच चंद्रात रूपांतर झालं.

हे उत्तर खरं मानायचं, बाबूराव, तर दोन मुख्य अडचणी समोर येतात. या प्रक्रियेतून उद्भवणारा चंद्र इतका वजनदार असेल, हे संभवत नाही. कारण पालक ग्रहाच्या वजनाशी असलेल्या त्याच्या वजनाच्या प्रमाणाला कमाल मर्यादा पडतात.

आपल्या चंद्रानं ती मर्यादा ओलांडलेली आहे. दुसरं म्हणजे, अशा प्रकारे चंद्राचा जन्म झालाच असेल, तर त्यातलं लोहाचं प्रमाण इतर ग्रहगोलांमधल्या लोहाच्या प्रमाणाच्या जवळपास असलं पाहिजे; पण तसं ते नाही. त्यापेक्षा ते किती तरी कमी आहे. तेव्हा उत्पत्तीची ही मीमांसा खगोलशास्त्राच्या गणिताच्या कसोटीवर उतरणारी नाही.

म्हणूनच कदाचित एका पर्यायी सिद्धान्ताची मांडणी केली गेली असावी. यानुसार पृथ्वीच्या जननकालातच, ती अजूनही एक वायू व धूलिकणांचा तापलेला गोळा असताना आणि प्रचंड वेगानं तो गोळा गरगरत असतानाच, त्यातून काही अंश वेगळा होऊन बाहेर पडला. म्हणजेच पृथ्वीचं अंशतः विभाजन होऊन त्यापासून चंद्राची निर्मिती झाली. हे जर खरं असेल, तर मग चंद्राचं वजन इतकं भारी असणं विसंगत ठरत नाही. पण मग चंद्राचे घटकपदार्थ आणि पृथ्वीचे घटकपदार्थ यांत गुणात्मक आणि संख्यात्मकही साम्य असायला हवं. थोडक्यात काय तर चंद्र म्हणजेच पृथ्वीचाच एक छोटा अवतार असायला हवा. पण तसा तो नाहीय्. पृथ्वीमधलं लोह आज तिच्या केंद्राजवळच्या अंतर्गाभ्यात सामावलेलं आहे. पण तसं ते नेहमीच नव्हतं. स्वतःभोवती गरगरताना केंद्रानुवर्ती बलाच्या ओढीनं ते तसं साठलं गेलं आहे. तसं ते साठलं गेल्यानंतरच जर तिचा तुकडा पडला असेल, तरच मग चंद्रावरच्या लोहाच्या कमी प्रमाणाचं तर्कसुसंगत स्पष्टीकरण देता येईल.

या दोन्ही सिद्धान्तांमध्ये अशा काही ठळक त्रुटी असल्यामुळेच, आणखी एक उपपत्ती मांडण्यात आली आहे. तिच्यानुसार सौरमालिकेच्या जडणघडणीच्या त्या सुरुवातीच्या वादळी काळात, दुसऱ्या कोणत्या तरी आकाशस्थ गोलाची आणि पृथ्वीची टक्कर झाली असावी आणि त्यातून पृथ्वीचा टवका उडून त्याच्यापासून चंद्र तयार झाला असावा. तुमच्या मनात कोणती शंका आली असेल, याची जाणीव आहे मला, बाबूराव. कारण असं जर असेल, तर परत चंद्र आणि पृथ्वी यांच्यात बरंच साम्य असायला हवं. विशेषतः लोहाच्या प्रमाणाबाबतीत. पण पृथ्वी थंड झाल्यानंतर, म्हणजेच तिच्यातलं लोह तिच्या अंतर्गाभ्यात साठवलं गेल्यानंतर जर अशी टक्कर झाली असेल आणि तिच्या वरवरच्या कवचाचाच टवका उडाला असेल, तर मग त्या तुकड्यात लोहाचं प्रमाण कमीच असणार, नाही का?

तरीही काही प्रश्न उरतातच. अशी टक्कर होणं आणि त्यातून असा वजनदार टवका उडणं कितपत शक्य आहे? त्याबद्दल पूर्वी काही शंका होत्या. पण गेल्या वर्षी शूमेकर-लेव्ही या धूमकेतूची आणि गुरू ग्रहाची टक्कर झाली, त्या वेळी या थरारक अवकाशनाट्याचं जे काही दर्शन झालं, त्यातून अशा प्रकारची टक्कर ही काही केवळ कविकल्पना किंवा वैज्ञानिकांच्या भाषेत सांगायचं, तर केवळ थॉट

एक्सपेरिमेन्ट नाही, याचा पडताळा मिळालेला आहे.

राहता राहिला चंद्राच्या वजनाचा प्रश्न. एवढा भारी टवका उडायचा असेल, तर ती टक्कर एकतर तशाच भारदस्त गोलाशी व्हायला हवी किंवा अतिशय वेगानं तरी व्हायला हवी. शिवाय असा वरवरचा टवकाच उडायचा असेल, तर ही टक्कर आमनेसामने म्हणजेच पृथ्वीच्या केंद्राच्या दिशेनं न होता तिच्या परिघाजवळ व्हायला हवी. त्यामुळं तर टक्कर देणारा गोलही तसाच राक्षसी आकाराचा असल्याशिवाय एवढा मोठा तुकडा पडणार नाही, हे उघड आहे. तेव्हा मग सारं लक्ष केंद्रित झालं, ते या टक्कर देणाऱ्या उपटसुंभाच्या आकारमानाचं गणित करण्यावर.

तसं ते अलीकडेच इडा, कॅनुप आणि स्टुअर्ट या त्रिकुटानं केलं आहे. संगणकाचा वापर करून त्यांनी या टकरीचं प्रतिरूपच तयार केलं. त्यातून ज्याच्याशी टक्कर झाली, तो गोल किमान मंगळाच्या आकाराचा, म्हणजेच पृथ्वीच्या एकदशांश वजनाचा तरी असला पाहिजे, हे स्पष्ट झालं. शिवाय त्यातून हे उडालेले तुकडे परत पृथ्वीवर का पडले नाहीत, ते आपल्याच कक्षेत फिरत राहून त्यांचा उपग्रह कसा तयार झाला, या प्रश्नाचंही समर्पक उत्तर मिळालं आहे.

यामुळं आता वैज्ञानिक मंडळी चंद्राचा पिच्छा सोडून तो कवींच्या हाती सोपवतील, अशी आशा बाळगाल, बाबूराव, तर तुमचा अपेक्षाभंगच होईल. कारण कोणत्याही जुन्या प्रश्नाचा निकाल लागला, की त्यातून नवे प्रश्न निर्माण करायचे आणि सतत अस्वस्थ राहायचं, ही तर त्यांची प्रवृत्तीच आहे. त्याला तुम्ही-आम्ही तरी काय करणार!

कळावे.

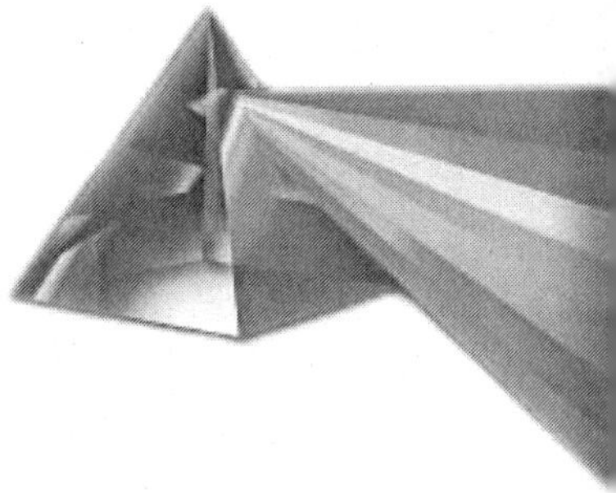

प्राणी, तेरा रंग कैसा?

सप्रेम नमस्कार, विज्ञान विशेष.

नुकताच मी 'लॉस्ट वर्ल्ड' हा सिनेमा पाहिला. बाबूराव, स्टीवन स्पीलबर्ग आणि मायकेल क्रायटन या दोघांच्या करामतीतून तयार झालेला हा चित्रपट म्हणजे 'ज्यूरॅसिक पार्क'चा पुढील भाग आहे, असं म्हणायला हरकत नाही. एखादा चित्रपट अपेक्षेपेक्षा यशस्वी झाला की, त्याच तोंडवळ्याचे आणि त्याच नेहमीच्या यशस्वी फॉर्म्युलावर बेतलेले चित्रपट काढण्याची अहमहमिकाच इतर निर्मात्यांमध्ये लागल्याची अनेक उदाहरणं आपण हिंदी चित्रपटसृष्टीत पाहत असतो. हॉलिवूडमध्ये याच प्रवृत्तीची दुसरी आवृत्ती दिसून येते. तिथं तेच निर्माते, त्याच लेखकांना आणि बहुतेक वेळा त्याच कलाकारांना घेऊन त्याच चित्रपटाचे भाग दोन, भाग तीन तयार करण्यात गुंग होतात. सिल्वेस्टार स्टॅलोनचा 'रॉकी', ब्रूस एडवर्ड्सचा 'डाय हार्ड' यांची तर नावंही न बदलता असे चित्रपट काढण्यात आले होते. 'लॉस्ट वर्ल्ड' हा याच पठडीतला चित्रपट आहे.

अशा चित्रपटांमध्ये तांत्रिक सफाई कितीही असली, तरी एक प्रकारचा बनचुकेपणा येतो. अभिनयात, दिग्दर्शनात किंवा चित्रीकरणातही उत्स्फूर्तता असण्याऐवजी अंगवळणी पडलेली सराईतता अधिक दिसते. 'लॉस्ट वर्ल्ड'चंही तेच झालं आहे. चित्रपट आनंद देतो, पण त्यात ज्यूरॅसिक पार्कचा थरारक मजा नाही. शिवाय तांत्रिक बाबतीतही नावीन्य नाही, हात बसलेला असल्यानं, आहे त्यात

सुधारणा करण्याची धडपड दिसत नाही.

उदाहरणच द्यायचं झालं, तर ते त्यातल्या डायनोसॉरच्या रंगाचं देईन, चित्रपटातले डायनोसॉर ही कॉम्प्युटरची करामत होती. तरीही ते अस्सल आणि जिवंत वाटले. त्याचं कारणही तसंच होतं. हे डायनोसॉर आकारमानानं केवढे होते, त्यांच्या शरीराचा घाट कसा होता, त्यांची चाल संथ होती की जलद होती, ते शाकाहारी होते की मांसाहारी, याविषयी भरपूर माहिती उपलब्ध होती. जी नव्हती, ती डायनोसॉरचे सांगाडे किंवा अश्मीभूत अवशेष सापडले आहेत, त्यावरून मिळवणं शक्य होतं. त्यामुळे ते जसे होते, तसे तयार करणं शक्य होतं. त्यासाठी कल्पनेचा पतंग उडवण्याची गरज नव्हती. पण त्यांच्या शरीराचा रंग कसा होता, याबद्दल विश्वासार्ह माहिती उपलब्ध नव्हती. त्यासाठी केवळ कल्पनेचे वारू चौखूर उधळू देणं, एवढंच क्रायटनच्या किंवा स्पीलबर्गच्या हाती होतं. ऑस्ट्रेलियातील सिडनीमधल्या म्यूझिअममध्ये याविषयी संशोधन करणारे वैज्ञानिक ॲन्ड्र्यू पार्कर यांनी तर स्पष्टच सांगितलंय की, 'ज्यूरॅसिक पार्क'मधल्या डायनोसॉरसारख्या, आता नामशेष झालेल्या प्राण्यांच्या शरीराचा रंग ठरवणं हा सारा निव्वळ कल्पनेचा खेळच आहे. म्हणून तर त्यांनी हे रंग शोधून काढण्याची वैज्ञानिक मोहीम हाती घेतली.

तुम्हाला तिसऱ्या माहीत आहेत का, बाबूराव? हा एक माशांचा किंवा इंग्रजीत ज्याला सीफूड म्हणतात, त्यातला एक प्रकार आहे. शिंपल्यांमध्ये राहणारा हा एक सागरी सजीव आहे. याच जातकुळीतला ऑस्ट्रॅकॉड नावाचा एक समुद्रात आढळणारा जीव आहे. गेली पस्तीस कोटी वर्षं हा सजीव उत्क्रांतीच्या प्रवाहाला भीक न घालता आपलं अस्तित्व टिकवून राहिला आहे. त्याच्यात काहीही बदल झालेला नाही. या छोटेखानी माशाच्या शरीराला एक आगळीच झळाळी असते, ती कशामुळे, याचा शोध घेताना पार्करला असं दिसून आलं की, या जीवांच्या बाहेरच्या कातडीची रचना समांतर रेषा असलेल्या काचेसारखी असते. अतिशय सूक्ष्म अशा या रेषा, तशा म्हटलं, तर एकमेकींच्या अगदी जवळजवळ असतात. वैज्ञानिक भाषेत अशा काचेच्या तुकड्याला डिफ्रॅक्शन ग्रेटिंग म्हणतात. त्याच्यावर जर सूर्यप्रकाश टाकला, तर त्यातून त्या प्रकाशाचे घटक असलेले वेगवेगळ्या रंगांचे प्रकाश अलग अलग होतात, त्यामुळं ती काच रंगीत असल्याचा भास पाहणाऱ्याला होतो. या माशांची कातडी तशीच रंगीत वाटते. शेजारच्या दोन रेषांमधील अंतर किती आहे, यावर कोणता रंग अधिक प्रामुख्यानं दृष्टीला पडावा, हे ठरतं.

याच प्रकारची रचना बऱ्याच अश्मीभूत अवशेषांमध्येही पार्करना आढळली. त्यामुळंच निरनिराळ्या अश्मीभूत अवशेषांची याच दृष्टिकोनातून पाहणी करावयास त्यांनी सुरुवात केली. कातडीच्या पेशींच्या रचनेची अशी माहिती मिळाली, तर त्यातून त्या कोट्यवधी वर्षांपूर्वीच्या जीवांचा रंग कोणता होता, याविषयी तर्कसुसंगत

अटकळ बांधणं शक्य झालं असतं. चांगल्या स्थितीतले असे अनेक अश्मीभूत सागरी सजीव पार्करला बघावयास मिळाले. उत्क्रांतीच्या उतरंडीत तळाला असणाऱ्या अळ्यांपासून ते पूर्ण विकसित माशांपर्यंत जवळजवळ प्रत्येक जलचराच्या अंगावरील खवल्यांमध्ये आणि मणक्यांवरच्या कातडीत पार्करला पेशींची तीच रचना दिसून आली. पण त्याचबरोबर एक दुसराच महत्त्वाचा शोधही लागला. बहुतेक जीवांच्या कातडीवर क्रोमॅटोफर या नावानं ओळखल्या जाणाऱ्या काही पेशी होत्या. या पेशी म्हणजे रंगांच्या पिशव्याच होत्या, असं म्हणायला हरकत नाही. कारण त्या पेशीच कातडीला निरनिराळे रंग बहाल करत होत्या. एवढंच नाही, तर चांगल्या स्थितीत असणाऱ्या काही अश्मीभूत अवशेषांमध्ये तर त्या रंगांचे अवशेषही जतन केले गेलेले आढळले.

या रंगपेशींचा अभ्यास केल्यावर, त्या किमान तीन प्रकारच्या असल्याचं दिसून आलं. काहींच्या द्वारे काळा रंग बहाल केला जात होता, तर काहींच्या द्वारे तांबडा, तिसऱ्या प्रकारच्या पेशींमुळे रुपेरी छटा मिळत होती. गंमत बघा, बाबूराव, आज आपल्याला दिसणारे रंगीत टीव्हीवरचे रंगही तीन मूळ रंगांच्या विविध मिश्रणातून मिळतात. हे तीन रंग आणि त्या प्राचीन सागरी जीवांच्या कातडीवरच्या पेशीतले रंग वेगवेगळे असले, तरी मूळ तत्त्व तेच आहे. शिवाय दूरदर्शनसाठी आवश्यक असणारी निसर्गातल्या रंगांची विविधता सागरी जीवांच्या कातडीच्या रंगात दिसत नाही. तरीही एका जीवाच्या शरीराच्या वरच्या भागातील कातडीत लाल रंगाचे क्रोमॅटोफोर मिळाले. पण त्याच्या पोटाकडच्या भागात मात्र या पेशी नव्हत्या. तिथं फक्त डिफ्रॅक्शन ग्रेटिंगसारख्या पेशीच होत्या. त्यांच्यावर पडणारा प्रकाश विखुरला जाऊन रुपेरी छटाच तेवढी दिसत होती. अर्थात या जीवाच्या पाठीचा रंग तांबडा, तर पोटाकडचा रुपेरी असावा, असं अनुमान सहजगत्या काढता आलं.

आता माशांच्या शरीराच्या रंगांची ओळख जर अशी पटू शकत असेल, तर मग इतर प्राण्यांची का नाही पटणार! आणि महाकाय असले, आता नामशेष झाले असले, तरी डायनोसॉर हे प्राणीच होते. त्यांचे अश्मीभूत अवशेषही निसर्गानं व्यवस्थित जतन करून ठेवलेले आहेत. त्यांचा शोध लागलेला आहे आणि नव्यानंही असे अवशेष मिळत आहेत. तेव्हा त्यांच्या कातडीतील रंगपेशींचा शोध घेतला, तर त्यातून वेगवेगळे डायनोसॉर कोणत्या रंगांचे होते, याचा अधिक विश्वासार्ह अंदाज करता येईल. स्पीलबर्ग जेव्हा 'ज्यूरॅसिक पार्क, भाग तीन' चित्रित करू लागेल, तेव्हा केवळ कल्पनाशक्तीवर अवलंबून राहण्याची गरज उरणार नाही.

या रंगपेशी इतक्या कोट्यवधी वर्षांनंतरही अबाधित कशा राहिल्या, असा प्रश्न तुम्हाला पडला असेल ना, बाबूराव? त्याचं तसंच कारणही आहे. या पेशी हाडांच्या

आतल्या बाजूला अडकून पडल्या होत्या आणि तो प्राणी जिवंत असतानाच त्यावर इतर नवीन पेशीचं आवरणही घातलं गेलं होतं. म्हणूनच तर त्या पेशीच नाही, तर ते रंगही टिकून राहिले होते. पण या पेशी आणि साधारण हाडांच्या पेशी या वरवर सारख्याच दिसतात. त्यामुळेच कदाचित आजवर त्या उपेक्षित राहिल्या असाव्यात, असं पार्कर यांना वाटत आहे. शिवाय 'ज्यूरॅसिक पार्क' चित्रित करण्याची वेळ येईपर्यंत, डायनोसॉरच्या शरीराच्या रंगांची उठाठेव करण्याचं कोणालाही कारणच नव्हतं. आता ती गरज उभी राहिल्यावर आणि पार्करनी या रंगपेशींचा शोध लावल्यामुळं इतर शास्त्रज्ञही त्या दिशेनं आपलं तारू हाकारू लागतील. विज्ञानकथांमुळे नवीन संशोधनाला उत्तेजन मिळतं, नवीन दिशा सापडते, असं मी वरचेवर म्हणतो, त्याचा याहून अधिक प्रत्ययकारी दाखला कोणता असेल, बाबूराव?

कळावे.

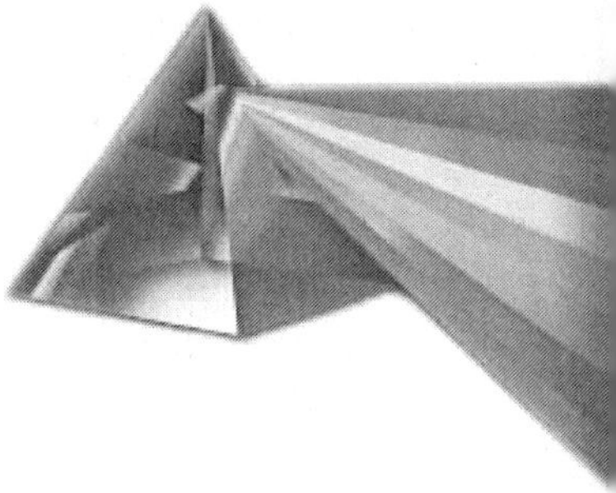

अशीही दारूबंदी!

सप्रेम नमस्कार, विज्ञान विशेष.

तुमची दिवाळी तशी मुलाबाळांच्या सहवासात मजेत गेल्याचं वाचून आनंद झाला. बाबूराव, पण त्याचबरोबर फटाक्यांच्या सततच्या आणि कानठळ्या बसवणाऱ्या आवाजापायी तुम्हाला असह्य त्रास झाला, अशी जी तक्रार तुम्ही केली आहे, ती एका अर्थी प्रातिनिधिक आहे. गावामध्ये जिथं वस्ती विखुरलेली आहे, दाटीवाटीची नाही, तिथं परिस्थिती वेगळी असेलही; परंतु शहरामधल्या गजबजलेल्या वस्तीत मात्र आवाजप्रदूषण होण्याचं ते एक प्रमुख कारण ठरेल, विशेषत: सणासुदीच्या काळात, यात शंका नाही. शिवाय आजकाल हे सणासुदीचे, म्हणजेच फटाके उडविण्याचे दिवस आपले हातपाग जवळजवळ वर्षभर पसरू लागले आहेत. त्यामुळे आवाजप्रदूषणाचा त्रासही काही थोड्या दिवसांपुरता मर्यादित न राहता, कायमचाच होऊ लागला आहे.

अर्थात समस्या केवळ आवाजप्रदूषणाचीच नाही. त्याहूनही गंभीर समस्या आहे, ती या दारूकामापायी होणाऱ्या अपघातांची. फटाके उडविताना मुले भाजल्याच्या बातम्या तुम्ही वाचत असालच. तो धोका टाळण्यासाठी दिवाळी येण्याच्या आधीपासूनच सरकार, तसंच, सेवाभावी संस्थांतर्फे नागरिकांना इशारा देण्याची एक मोहीम चालविली जाते. तिचा कितपत उपयोग होतो, असा सवाल काही नाठाळ मंडळी करतात. पण ते एक योग्य दिशेनं उचललेलं पाऊल आहे. ते कमजोर पडत असेल, तर दोष आपला आहे. त्याला

अधिक शक्ती देण्याचे प्रयत्न आपण सर्वांनीच करायला हवे आहेत. तसं करण्याचा विडा आता शास्त्रज्ञांनी उचलला आहे, बाबूराव. तेच तुम्हाला सांगण्यासाठी तर बसलो आहे.

अपघात होतात, ते केवळ फटाके उडवणाऱ्यांनाच नाही, बाबूराव. त्याहीपेक्षा अधिक घातक घटना घडतात, त्या हे फटाके तयार करणाऱ्या कारखान्यांमध्ये. खरंतर, त्यांना कारखाने म्हणणं म्हणजे विनोदच आहे, तोही विकृत स्वरूपाचा विनोद ठरावा. एखाद्या खोपटामध्ये अत्यंत धोकादायक वातावरणात हे फटाके बनवले जातात. त्या कामात अनेक कोवळ्या मुलांना जुंपलं जातं. अक्षरश: आगीशी खेळ असणाऱ्या या उद्योगाला कोणतीही शिस्त नाही. कोणतेही कायदेकानू लागू केले जात नाहीत. तसे कायदे नाहीत, असं नाही. पण त्यांची अंमलबजावणी काटेकोरपणे होत नाही. ही परिस्थिती आपल्याकडंच आहे, असं नाही. जगभर असाच व्यवहार आहे. फरक असलाच, तर तो हिंदीत म्हणतात, तसा 'उन्नीस-बीस'चाच आहे.

या आतशबाजीच्या वापरात मात्र एक फरक जरूर आहे, बाबूराव. आपल्याकडं साधारणत: आवाज करणाऱ्या, फुटणाऱ्या फटाक्यांचा वापर करण्यावर भर असतो. या उलट, परदेशात, आवाज न करणाऱ्या, पण तऱ्हेतऱ्हेच्या रंगांचे, निरनिराळ्या आकारांचे गोळे बाहेर टाकणाऱ्या अनार किंवा आकाशबाणासारख्या फटाक्यांचं आकर्षण अधिक असतं. तरीही अपघात होण्याच्या धोक्याबाबतीत या दोन प्रकारांत फारसा फरक नाही. त्यावर उपाय म्हणून या फटाक्यांवर बंदी घालावी, अशी मागणी बरीच मंडळी करतात. पण अशा प्रकारची 'दारूबंदी' लाभदायक ठरेल, असं मला तरी वाटत नाही. कोणत्याही गोष्टीवर बंदी घातली की, ती भूमिगत होते आणि तिच्यासंबंधीच्या व्यवहारात मग अनेक बेकायदेशीर बाबींचा प्रवेश होतो. आज हा उद्योग उघडपणे होत असल्यानं त्यावर काहीतरी निर्बंध आपण घालू शकतो. एकदा का तो भूमिगत झाला की, त्याची अवस्थाही हातभट्टीसारखीच होईल, यात शंका नाही.

म्हणूनच एक वेगळ्या प्रकारची दारूबंदी करण्याचे मनसुबे शास्त्रज्ञ बाळगत आहेत. आवाज करणारे असो वा नसो, कोणत्याही फटाक्यात वापरली जाणारी दारू ही बंदुकीच्या दारूहून वेगळी नसते. ही दारू वापरून इंग्लंडमधील पार्लमेंट उडवून देण्याचा घाट गाय फॉक्सनं घातला होता. तो उधळला गेला, तरी तो या शोभेच्या दारूकामाला प्रस्थापित करून गेला. आजही इंग्लंडमध्ये त्याची स्मृती त्या दिवशी आतशबाजी करून साजरी केली जाते.

या दारूचे तीन मुख्य घटक असतात. चारकोल या प्रकारचा कोळसा, पोटॅशियम नायट्रेट आणि सल्फर या तीन पदार्थांचं मिश्रण करून ही दारू तयार

केली जाते. यापैकी सल्फरचं काम फक्त आग लावण्याचं असतं. त्यानं तशी ती लावली की, पेटत राहण्यासाठी चारकोलच्या इंधनाचा उपयोग होतो. पण ज्वालाग्राही इंधन असलं आणि त्याला पेटवणारा पदार्थ असला, तरी तेवढ्यानं भागत नाही. ते इंधन सतत जळत राहील, याची व्यवस्था करण्यासाठी सतत ऑक्सिजनचा पुरवठाही व्हावा लागतो. ते काम पोटॅशियम नायट्रेट पार पाडतं. हे मिश्रण घट्ट बांधून ठेवणारा एखादा बंधकही वापरला जातो. शिवाय निरनिराळे रंग बहाल करण्यासाठी त्यात वेगवेगळ्या धातूंचे क्षार मिसळले जातात.

तांब्याचे क्षार असल्यास हिरवा रंग प्राप्त होतो. स्ट्रॉन्शियमचे क्षार जांभळट गुलाबी रंग बहाल करतात. त्यात लोहाचा किंवा टिटॅनियमचा कीस मिसळला, तर ज्योतीला एक आगळीच झळाळी मिळते.

साधारणत: हे मिश्रण थोडंसं ओलसर करून त्याची 'कणीक' तिंबली जाते. त्याचे वेगवेगळ्या आकारांचे गोळे बनवले जातात आणि ते मग भट्टीत भाजले जातात. अशा प्रकारे दारू कोरडी बनते. पण त्यामध्ये तिची धुळीसारखी भुकटी होण्याचा धोका असतो. ही कोरडी भुकटीच सगळ्या विध्वंसाचं मूळ बनते. कारण एकतर ही भुकटी हवेत पसरू शकते. त्यामुळे श्वासोच्छ्वासामार्गे ती घशात आणि फुप्फुसांमध्ये उतरू शकते. त्यातून मग श्वसनयंत्रणेच्या विकारांना आमंत्रण दिल्यासारखं होतं. जराशा घर्षणानंही ती भुकटी पेट घेऊ शकते, शिवाय आजूबाजूचं तापमान चढं असेल, तर आगीत तेल ओतल्यासारखीच परिस्थिती उद्भवते.

या परिस्थितीपासून सुटका करून घेण्यासाठी तीन उपाय योजले जात आहेत. पहिला म्हणजे, भुकटी होऊ देणं टाळायचं. दुसरा उपाय म्हणजे, सगळी प्रक्रियाच ओलसर वातावरणात होईल, याची काळजी घ्यायची. तसं केलं की, भुकटी होणंही टळेल आणि ती कोरडी होण्याचीही शक्यता उरणार नाही. तिसरा उपाय तर यावरही कडी करणारा आहे. तो म्हणजे दारूच बदलायची. तिच्या जागी नवीन मिश्रण वापरायचं. या मिश्रणाच्या अंगी आतशबाजीचे इतर सारे गुणधर्म असले, तरी ते स्फोटक असणार नाही. त्यामुळं अनवधानानं ते पेटलं, तरी त्यातून धूमधडाका उडणार नाही.

या मिश्रणासाठी, इंग्लंडमधल्या 'क्रॅनफिल्ड इन्स्टिट्यूट ऑफ टेक्नॉलॉजी' इथल्या ॲलेन बेली आणि त्यांच्या सहकाऱ्यांनी एका पॉलिमर राळेचा शोध लावला आहे. सध्या आतशबाजीसाठी वापरल्या जाणाऱ्या तंत्रज्ञानाला संपूर्ण फाटा देऊन एका नवीन मार्गानंच जाण्याचा हा प्रयत्न आहे. या फेनॉलयुक्त राळेचं पोटॅशियम परक्लोरेट या पदार्थाशी मिश्रण करून ही सुरक्षित दारू बनवली जात आहे. हे पोटॅशियम परक्लोरेट ऑक्सिजनचा पुरवठा करण्याचं काम करतं. ती राळ इंधनाची, तसंच बंधकाची अशी दुहेरी भूमिका पार पाडतं.

सर्वांत महत्त्वाची बाब म्हणजे हव्या त्या आकारात मिळण्यासाठी हे मिश्रण कोरडं करावं लागत नाही. त्याच्या घट्ट दाट लापशीला वेगवेगळे आकार देता येतात. त्यासाठी शेव किंवा चकली करण्यासाठी जे तंत्र आपल्या गृहिणी वापरतात, त्याचाच उपयोग केला जातो. आपल्याला हव्या त्या आकाराच्या आणि आकारमानाच्या भोकांतून ही लापशी थोडा दाब देऊन खेचली की, हवे तसे गोळे किंवा कांड्या तयार करता येतात. सतत ओलसर राहत असल्यामुळं त्याला कोरडेपणाही येत नाही, की त्याची भुकटीही होत नाही.

तरीही यातला एक धोका ध्यानात आलेला आहे. अनारासारख्या फटाक्यात ही लापशी भरल्यानंतर काही काळानंतर ती आपल्याच वजनापायी थोडीफार खचण्याची शक्यता आहे. तसं झालं, तर मग लापशीच्या पृष्ठभाग आणि वरच्या आवरणाचं टोक यांमध्ये पोकळी राहील. आणि पेटती ज्वाला त्या पोकळीवरून उडी मारण्याच्या प्रयत्नात मोठा स्फोट घडवून आणू शकेल. तसं झालं, तर जे टाळायचं, तेच घडून यायला हातभार लागल्यासारखं होईल. तेव्हा ही लापशी दिलेला आकार टिकवून कसा धरील, हे पाहण्यात आता हे शास्त्रज्ञ गुंतले आहेत.

तेव्हा बाबूराव, काही दिवसांतच या आगळ्यावेगळ्या दारूबंदीपायी फटाक्यांची निदान एका दोषापासून तरी सुटका होईल. आशा करू या की, लवकरच तुम्हाला सतावणाऱ्या दुसऱ्या दोषावरही उपाय सापडेल आणि मग दिवाळीच्या आतशबाजीचा नवनवल नयनोत्सव साजरा करायला तुम्हीही सज्ज व्हाल.

कळावे.

वादळवारं

सप्रेम नमस्कार, विज्ञान विशेष.

तुमच्याकडं पाऊसपाणी कसं आहे, बाबूराव? आता पावसानं आपले पाय रोवले आहेत, असं म्हणायला हरकत नाही. पण पावसाळ्याच्या सुरुवातीच्या दिवसांत जेव्हा पाऊस आपलं बस्तान बसविण्याच्या तयारीत असतो, त्या सुमारास त्याला वादळी वाऱ्यांची साथ मिळते. सोसाट्याचा वारा, जोडीला ढगांचा गडगडाट, विजांचा कडकडाट हा त्या दिवसांतला नेहमीचा अनुभव. त्याची त्या वेळी भीती वाटली, तरी आता इतके दिवस ज्याची चातकासारखी आतुरतेनं वाट पाहिली, तो पाऊस येणार, तृषार्त धरती भिजवणार, ही जाणीव त्या भीतीवरही मात करून सुखाच्या गुदगुल्या करत असते. तरीही ठाण्यातल्या तुमच्या वास्तव्यात जेव्हा वादळानं तिथं धुमाकूळ घातला, तेव्हा त्या अस्वलानं केलेल्या गुदगुल्यांसारख्याच वाटल्या असणार तुम्हाला. त्याही स्थितीत तुम्ही, ही वादळं होतातच का, या प्रश्नानं त्या वादळापेक्षाही अधिक त्रस्त झाला होता, हे ऐकून मी तर थक्कच झालोय्, बाबूराव.

तरीही तुमचा प्रश्न तसा रास्तच आहे. खरंतर, पश्चिम किनाऱ्यावरची मंडळी तशी या वादळांबाबतीत सुदैवीच म्हटली पाहिजेत. पूर्व किनाऱ्यावर, विशेषत: आंध्र किंवा त्याच्याही उत्तरेला ओरिसा, पश्चिम बंगाल, बांगलादेश इथं तर वादळांचा राबताच असतो. ही वादळंही साधीसुधी नाहीत. अतिशय विध्वंसक. तसं पाहिलं, तर या वादळांच्याही जाती आहेत. इंग्रजीत त्यांना स्टॉर्म,

टायफून, हरिकेन, सायक्लॉन अशी विविध नावं आहेत. ती त्या वादळांच्या प्रकृतिअनुसार, त्यांच्या विध्वंसक शक्तीनुसार दिलेली आहेत. आपणही चक्रावर्त, तुफान, झंझावात अशी संबोधनं वापरतोच ना! पण वाघ म्हणा की, वाघोबा म्हणा, तो आपल्याला खाल्ल्याशिवाय सोडतो थोडाच! तसंच या वादळांचं आहे. नाव कोणतंही असो, ते आलं की, 'दे, माय, धरणी ठाय' करायला लावतंच.

तुमच्या मनात ही वादळं होतातच का आणि कशी, असा जो प्रश्न उठलाय ना, तो अगदी वेळ साधूनच, असंच म्हणायला हवं. कारण या झंझावातांच्या यंदाच्या मोसमाला दोन-तीन आठवड्यांपूर्वीच सुरुवात झाली आहे आणि पाळण्यातच या कारट्यानं असे काही पाय दाखवायला सुरुवात केली आहे की, जगभरच्या हवामानतज्ज्ञांची झोप उडाली आहे.

या वादळांची सुरुवात महासागरांच्या वरच्या आकाशात होते, हे आता दूरचित्रवाणीवरच्या विशेषत: बी.बी.सी.वरच्या हवामान वृत्तांमधून तुमच्या ध्यानात आलंच असेल. समुद्राच्या पाण्याची उष्णतेनं वाफ होते आणि ती वर जाऊन तिचं ढगात रूपांतर होतं, हे तर आता आपण बिगरीतच शिकतो. पाण्याचं असं वाफेत रूपांतर होण्यासाठी पाण्याचं तापमान सत्तावीस अंशांहून अधिक असण्याची आवश्यकता असते. अंऽहंऽहं, बाबूराव, माझी काहीही चूक होत नाहीय. हा आकडा बहात्तर असावयास हवा, अशी शंका तुमच्या मनात आली असेल, तर ती काढून टाका. आपल्या नेहमीच्या तापमानालाही पाण्याचं वाफेत रूपांतर होतच असतं. त्यासाठी कडक उष्णताच हवी, असं नाही. नाहीतर हिवाळ्यात आपले कपडे सुकले कसे असते?

पण हे विषयांतर होतंय. सांगायची गंमत अशी की, पाण्याचं वाफेत रूपांतर होऊन ढग निर्माण झाले की, त्यातली थोडीफार उष्णता बाहेर पडते आणि ती त्या ढगातल्या हवेला मिळाली की, ती गरम होऊन ढगाला उंचावर घेऊन जाते. सामान्यत: इथंच सारा मामला थंड होतो. पण वातावरणातील निरनिराळ्या ठिकाणी असलेला हवेचा दाब सगळीकडे सारखाच नसतो. त्यात असलेल्या फरकांमुळे हवा फिरत असते. वारे निरनिराळ्या दिशांनी आणि वेगानं वाहत असतात. त्यातच काही वेळा या दाबांमधील फरकांमुळे ही हवा गिरकी घेऊ लागते. या फिरकीची बाधा त्या ढगालाही होऊ शकते. तसं झालं की, हे ढग मग आपल्याभोवतीच गरगरू लागतात. एक भोवराच निर्माण करतात. त्यात विद्युत्‌भारातला लहरीपणा मिसळला की, आधीच मर्कट, तशातही मद्य प्याला, अशीच परिस्थिती निर्माण होते.

हा भोवरा मग भन्नाट वेगानं फिरू लागतो. त्यामुळे तिथला दाब कमी होऊन आजूबाजूची हवा तिथं खेचली जाते. तीही वेगानं. त्यामुळे तर फिरकीच्या वेगाला आणखीच चेव आल्यासारखं होतं. तोपर्यंत समुद्रातलं पाणी काही आकाशातली ही अस्मानी सुलतानी पाहत स्वस्थ बसलेलं नसतं. त्याचं वाफेत रूपांतर होण्याची

प्रक्रिया चालूच असते. ती वाफ या ढगाला मिळाली की, तो ढगही फुटतो, तिथल्या भोवऱ्यालाही सूज येते.

वातावरणातला वाऱ्यांचा वेग आणि दिशा सर्वत्र सारख्या नसतात, हे तर मी सांगितलंच आहे. जसजसे आपण वातावरणात अधिकाधिक उंचीवर जाऊ लागतो, तसतसा वाऱ्याचा वेगही बदलत असतो. उंचीनुसार वाऱ्याचा वेगात होणारा बदल जर मर्यादित असेल, तर मग हा भोवरा तसाच वरवर चढत जातो. त्याचा एक मनोराच तयार होतो. जर वाऱ्याच्या वेगातला बदल जोरदार असेल, तर हा भोवऱ्याचा मनोरा सरळ उभा राहू शकत नाही. त्याचा तो डोलारा कोलमडतो. पण एकदा का हा मनोरा उभा राहिला की, वाऱ्यावर विहरत तो सरकू लागतो. एखादा वजनदार माणूस पाय उचलत न चालता पाय फरफटत चालावा ना, तसा आणि अशा लठ्ठंभारतीसारखा याचा हा सरकरण्याचा वेगही तसा मंदच असतो. म्हणजेच ताशी साधारण वीस ते तीस किलोमीटर. अगदीच वाढला, तर कधीकधी साठ-सत्तर किलोमीटरपर्यंतही जातो.

इथं तुम्हाला एक शंका सतावत असेल, बाबूराव. हा एवढासाच जर वेग, तर मग हे वादळ, तुफान किंवा झंझावात यासारख्या नावानं का ओळखलं जातं? आणि एवढा विध्वंस तरी कसा घडवून आणतं? मी हा सांगितला, तो या वादळाच्या प्रवासाचा वेग. त्या वादळातल्या वाऱ्याचा वेग नाही. तो ताशी दोनशे किलोमीटरएवढा भयानकही असू शकतो. म्हणजे समजा, तुम्ही तुमच्याभोवती गिरकी घेत-घेत देवाच्या मूर्तीला प्रदक्षिणा घालताय, तर तुमच्या स्वत:भोवतीच्या गिरकीचा वेग आणि मूर्तीभोवती प्रदक्षिणा घालण्याचा वेग निरनिराळे असू शकतात, की नाही? तुम्ही स्वत:भोवती झपुर्झा खेळल्यासारख्या वेगानं फिरत राहाल आणि प्रदक्षिणा मात्र सावकाश घालत राहाल. तशातलाच हा प्रकार आहे. म्हणून तर वादळाच्या प्रवासावर नजर ठेवून त्याच्या तडाख्यात सापडणाऱ्यांना सावधान करता येतं.

हे सगळं खरं असलं, तरी एक प्रश्न आजवर शास्त्रज्ञांना सतावत आलाय. समुद्राचं पाणी तसं नेहमीच तापत असतं. त्यातून ढग नेहमीच तयार होत असतात. वातावरणातील वाऱ्यांचा वेग उंचीनुसार वेगवेगळा असण्याचीही बाब तशी नित्याचीच आहे. तरीही एखाद्या वर्षी वादळं मोकाट सुटतात. एकसारखी सतावत राहतात आणि दुसऱ्या एखाद्या वर्षी अगदीच आपल्याला त्यांचा विसर पडू नये, म्हणून हजेरी लावून जातात. असं का व्हावं? आंब्याचा हंगाम जसा निरनिराळ्या वर्षी वेगवेगळा असतो, तसा काही प्रकार आहे की काय?

याचाच छडा लावण्यासाठी लंडनच्या युनिव्हर्सिटी कॉलेजमधली मार्क सॉन्डर्स आणि अॅन्ड्र्यू हॅरिस यांनी ज्या ज्या वर्षी एकापाठोपाठ एक साथ आल्यासारखी तुफानं आली होती, त्या त्या वर्षी समुद्राच्या पाण्याचं सरासरी तापमान किती होतं

आणि इतर वर्षी किती होतं, याचा अभ्यास केला. अटलांटिक महासागरातील उत्तर अक्षांश १० ते २० आणि पश्चिम रेखांश २० ते ६० यांमधल्या प्रदेशावर त्यांनी आपलं लक्ष केंद्रित केलं. कारण मध्य अमेरिकेतील वादळपीडित प्रदेशात, विशेषत: हरिकेन स्वरूपाच्या वादळांचा तडाखा नेहमीच ज्यांना बसतो, त्या कॅरिबियन द्वीपसमूहात, होणाऱ्या वादळांचं उगमस्थान याच प्रदेशात असतं. एकट्या १९९५ या वर्षात एरिन, लुई, मॅरिलीन आणि ओपाल या चार भयानक झंझावातांनी अमेरिकेच्या या भागात धुमाकूळ घातला होता. सॉन्डर्स आणि हॅरिस यांना असं दिसून आलं की, महासागराच्या या भागातील समुद्राच्या पृष्ठभागावरच्या पाण्याचं सरासरी तापमान साडेसत्तावीस अंश एवढं असतं. पण १९९५ मध्ये ते तब्बल सात दशांश अंशानी वाढलेलं होतं. सात दशांश म्हणजे किस झाडकी पत्ती, असं वाटेल तुम्हाला, बाबूराव. पण आपल्याला जेव्हा ताप येतो, तेव्हा आपल्या शरीराचं तापमान किती वाढतं, ते ध्यानात घ्या, म्हणजे समजेल की, सरासरी तापमानात तेवढी वाढ होणं म्हणजे एकदम जोराचा ताप येणंच आहे. त्यामुळंच तर निसर्ग असा वात आल्यासारखा सैरभैर होतो. मनमानी करत सैरावैरा धावत सुटतो.

या वादळांना जन्म देणाऱ्या आणखीही एका घटकाचा पत्ता या अभ्यासातून लागला आहे. याला 'टेम्परेचर इन्व्हर्जन' असं म्हणतात. तुमच्या-आमच्या भाषेत सांगायचं, तर त्याला तापमानाचं शीर्षासन असं म्हणता येईल. जसजसं आपण उंच उंच जातो, तसतसं तापमान घटत जातं, हे तर आपल्याला माहीतच आहे. म्हणून तर विमान दहा हजार मीटर उंचीवरून उडत असताना जेव्हा कप्तान आपल्याला बाहेरचं तापमान शून्याखाली तीस-चाळीस अंश असल्याचं सांगतो, तेव्हा आश्चर्य वाटत नाही. पण अटलांटिक आणि प्रशांत महासागरावरील आकाशाच्या काही भागात याच्या उलट होतं. उंचीनुसार, विशेषत: एक-दोन किलोमीटरपेक्षा अधिक उंचीवर तापमान घटत जाण्याऐवजी वाढत जातं. साधारणत: ढग या पातळीवर पोचले की, तिथल्या उष्णतेनं ते विरळ होऊन उडून जातात. त्यामुळे त्यांच्यातलं वादळ शांत होतं. पण जेव्हा समुद्राच्या पृष्ठभागावरचं तापमान वाढलेलं असतं, त्या वेळी ढग या पातळीवर पोचले की, ते त्या इन्व्हर्जनच्या थरालाच मोडून टाकतात आणि त्यामुळे ढग विरून जाण्याऐवजी बराच काळ तिथंच तळ ठोकून राहतात. तसं झालं की, वादळ जन्माला येण्याच्या प्रक्रियेला बळकटीच येते.

शास्त्रज्ञांच्या या दुकलीला यंदाही समुद्राच्या पाण्याचं तापमान सरासरीपेक्षा बरंच वाढलेलं दिसून आलंय, म्हणूनच त्यांनी इशारा दिलाय, दिवस वादळाचे आहेत, सावधान!

कळावे.

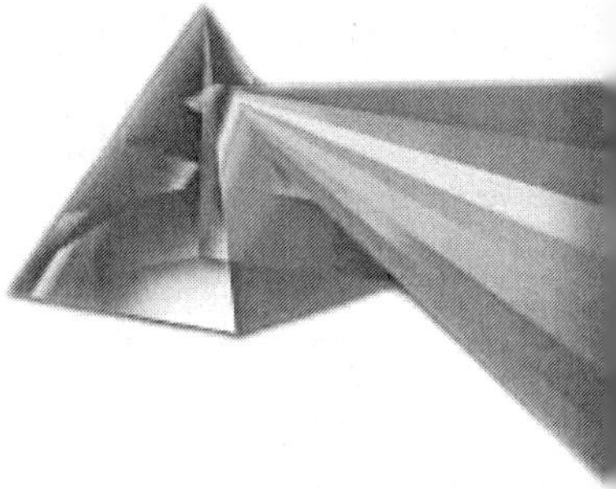

कवचकुंडले

सप्रेम नमस्कार, विज्ञान विशेष.

तुम्ही नुकतेच साथीच्या तापातून बरे झालात, हे वाचून थोडाफार अस्वस्थ झालो आहे, बाबूराव. बरे झालात, हे समजून समाधान वाटलं असलं, तरी या साथीच्या तापाची लागण झालीच कशी, याचं आश्चर्य वाटत आहे. कारण आज या साथीवर लस सहजगत्या उपलब्ध आहे आणि ती टोचून घेण्यात हयगय करणाऱ्यांपैकी तुम्ही नव्हेत. खरंतर, ही लस टोचून घेऊन, आपण निसर्गानंच आपल्याला रोगजंतूंविरुद्ध समर्थपणे लढा देण्यासाठी जी कवचकुंडलं बहाल केली आहेत, त्यांचीच क्षमता वाढवीत असतो. त्यांनाच अधिक धारदार बनवत असतो. ही लस टोचून आपण शरीराला त्या विशिष्ट रोगजंतूंविरुद्ध लुटुपुटीची लढाई खेळायला लावून त्याला अधिक हुशार बनवत असतो.

ही लसीकरणाची करामत मानवाचीच, हे खरं असलं, तरी रोगजंतूंविरुद्ध लढा देण्याचा गुणधर्म मूलतःच आपल्या शरीरात नसता, तर लस तयार करूनही काय झालं असतं? देशाचं संरक्षण करणारी काही यंत्रणाच अस्तित्वात नसेल, तर कितीही संहारक शस्त्रं बनविली किंवा कितीही कुशल वॉर गेम्स तयार केले गेले, तरी त्यांचा काय उपयोग होणार आहे? या धरतीवरच्या विविधरंगी जीवसृष्टीतील प्रत्येक घटकाचे, प्रत्येक जीवाचे, जे नैसर्गिक शत्रू आहेत, त्यांच्यापासून बचाव करण्याची क्षमता निसर्गानं प्रत्येक जीवाला बहाल केलेली आहे. काही वेळा ती तशी नाही, असं

वाटलं, तरी त्यापाठीही काही मूलभूत विचारधारणा आहे. उदाहरणार्थ, वनस्पतींना कीटकांपासून धोका असतो. हे कीटक त्या वनस्पतींची पानं खाऊन फस्त करतात, त्यांचे मोहर नष्ट करून टाकतात. या कीटकांपासून त्या वनस्पती कुठं आपला बचाव करू शकतात, असं वाटेल तुम्हाला. पण तेही खरं नाही. एकतर कित्येक कीटक परागांचं वितरण करून फलनात मदत करतात. शिवाय ही जीवसृष्टी मुळी 'जीवो जीवस्य जीवनम्' या तत्त्वावर आधारित आहे. प्रत्येक जीवाला जसे काही भक्षक आहेत, तसेच इतर काही जीव त्याचे भक्ष्यही आहेत. या सर्वांचा समतोल राखायचा, तर काही बाबतींत अशी बचावयंत्रणा अस्तित्वात नसणारच.

पण यापैकी कित्येक वनस्पती, विशेषत: ज्यांची शेती केली जाते, ज्या माणसाचं अन्न आहेत, त्यांचा विध्वंसक कीटकांपासून बचाव करणं माणसाच्या हिताचंच आहे. तेव्हा जर निसर्गानं ही संरक्षणक्षमता त्या वनस्पतीला दिलेली नसेल, तर ती त्याला द्यायला, तशी कवचकुंडलं त्याला बहाल करायला आता माणूस पुढं सरसावला आहे. बरं, शेती करताना प्रत्येक पीक म्हणजे त्या वनस्पतीची नवीच पिढी असते. तेव्हा अशा प्रत्येक पिढीला दर वेळेला नव्यानं अशी संरक्षक ढाल देण्याऐवजी ती उपजतच वंशपरंपरा त्या वनस्पतीला नाही का देता येणार, तो त्या वनस्पतीचा आनुवंशिक गुणधर्मच होईल, अशी व्यवस्था नाही का करता येणार, असा विचार लखनौमधील राष्ट्रीय वनस्पती संशोधन संस्थेतल्या डॉ. प्रफुल्लचंद्र साने आणि त्यांच्या सहकाऱ्यांनी केला.

अशा प्रकारे वनस्पतींच्या अंगी कीटकविरोधी गुणधर्म रुजविण्याचे प्रयत्न यापूर्वी झाले नव्हते, असं नाही. बॅसिलस थुरिन्जेन्सिस या नावाचा एक जीवाणू आहे. तो एक कीटकनाशक विषारी रसायन तयार करतो. हे रसायन मिळवून, त्याचे स्फटिक तयार करून, त्यांचा कीटकनाशक म्हणून उपयोग केला गेला होता. घातक कृत्रिम रासायनिक कीटकनाशकापेक्षा हे नैसर्गिक कीटकनाशक केव्हाही चांगलंच. यापुढंही जाऊन हे रसायन निर्माण करण्याचा गुणधर्म वनस्पतींच्या अंगी रुजविण्याचे प्रयोगही झालेले आहेत. ते यशस्वी होऊन टोमॅटो, बटाटा, कपाशीच्या अशा काही जाती तयारही केल्या गेल्या आहेत. हे घातक रसायन या टोमॅटोमध्ये नेहमीच उपलब्ध असल्यानं त्याचा ते टोमॅटो खाणाऱ्यावर काही अनिष्ट परिणाम होणार नाही ना, यासारख्या प्रश्नांचीही उत्तरं मिळविली गेली आहेत.

म्हणूनच तर डॉ. साने यांनी वेगळा मार्ग चोखाळण्याचा निश्चय केला बॅसिलस थुरिन्जेन्सिस हा कितीही परोपकारी ठरला, तरी तो परजीवच. एवढंच नव्हे, तर दुसऱ्यात स्रोतातला जीव. एकतर अशा परस्रोतातल्या जीवाचे गुणधर्म पूर्ण क्षमतेनं अंगी चिकटत नाहीत आणि चिकटले, तरी तसं केल्यानं आज कितीही फायदा समोर दिसत असला तरी, उद्या त्यापासून काहीतरी भलतंच होणार नाही,

याची शंभर टक्के खात्री कशी देता येईल? शिवाय काही झालं, तरी त्यापासून मिळणारं ते रसायन विषारी तर नक्कीच आहे. त्याची परीक्षा घ्याच कशाला! त्यापेक्षा दुसऱ्या कोणत्या तरी वनस्पतीपासूनच हा गुणधर्म मिळवण्याचं उद्दिष्ट समोर ठेवून सान्यांनी आपल्या प्रयत्नांना सुरुवात केली.

त्यासाठी आधी हे कीटक पानांचा फन्ना पाडतात कसा, याचा अभ्यास करण्यात आला. पानांमध्ये बरीच प्रथिनं असतात. त्यांचे तुकडे पाडल्याशिवाय कोणत्याही जीवाला त्यांचं पचन करणं सोपं जात नाही. प्रथिनांचे तुकडे पाडता यावेत, यासाठी कीटकांकडं ट्रिप्सिन हे एक प्रभावी विकर म्हणजेच एन्झाईम असतं. जर या विकरालाच बेकार करणारा, या रासायनिक कात्रीची धार बोथट करणारा घटक मिळाला, तर त्या कीटकांनी हल्ला केला, तरी त्यांना आपला मतलब साधता येणार नाही आणि वनस्पतींचा निश्चित बचाव होईल. म्हणून मग साने यांनी असा घटक असणाऱ्या वनस्पतीचा शोध घ्यायला सुरुवात केली. त्यात त्यांना चवळीमध्ये असा घटक असल्याचं दिसून आलं. चवळीमध्ये असलेला हा गुणधर्म इतर वनस्पतींच्या अंगीही रुजवता आला, तर काय बहार होईल! पण त्यासाठी चवळीच्या अंगच्या या गुणधर्माचं नेमकं स्वरूप काय आहे, याची माहिती करून घ्यायला हवी होती.

आपण मानव धरून सर्वच जीवांच्या अंगभूत आनुवंशिक गुणधर्मांची माहिती सांकेतिक लिपीत त्या जीवांच्या जनुकामध्ये, जीनमध्ये साठविलेली असते. तेव्हा या गुणधर्माला कारक असणारा नेमका जीन आधी शोधून काढायला हवा होता. तो तसा शोधून वेगळा केला गेला. तो शुद्ध स्वरूपात मिळविला गेला. त्यानंतर, ज्याची आजकाल बरीच चर्चा झाली आहे, ते क्लोनिंगचं तंत्रज्ञान वापरून त्याच्या अनेक प्रतिकृती मिळविल्या गेल्या. अशा तऱ्हेनं तो जीन तर हाती आला. आता तो दुसऱ्या वनस्पतीत रुजवायचा. ते काही इंजेक्शन टोचण्याइतकं सोपं नव्हतं, बाबूराव. त्यासाठी अनेक सव्यापसव्यं करावी लागली. प्रथम तो एका वाहकामध्ये जोडण्यात आला. तो त्यात व्यवस्थित जोडला गेला आहे, आपलं काम व्यवस्थित करत आहे आणि जिथं जोडला, तिथं स्थिर आहे, याची पाहणी केल्यावर त्या संपूर्ण वाहकाची ॲग्रोबॅक्टेरियम ट्युमेफॅसिअन्स असं अगडबंब नाव असणाऱ्या एका जीवाणूमध्ये प्रतिष्ठापना करण्यात आली. या जीवाणूची बाधा ज्या झाडाला होते, त्यावर गाठी उठतात आणि तसं करताना तो जीवाणू आपली जनुकसंपदा त्या झाडाच्या जनुकसंपदेत बेमालूमपणं मिसळून टाकतो. नेमका याच प्रक्रियेचा फायदा करून घ्यायचा होता. म्हणून मग वाहकयुक्त जीवाणू आणि तंबाखूच्या पानांचे तुकडे, याचं मिश्रण करून त्याचं पोषक द्रवात संवर्धन करण्यात आलं. अशा संवर्धनानंतर जी रोपटी तयार झाली, ती मातीत रुजवून त्यापासून झाडं तयार

झाल्यावर, त्यांच्या अंगी तो ट्रिप्सिनला बाधा आणणारा घटक रुजला आहे की नाही, याची चाचपणी करण्यात आली.

तेवढं करूनही भागणार नव्हतं. कारण तो गुणधर्म फक्त त्या पिढीपुरताच मर्यादित न राहता वंशपरंपरेनं अबाधित चालत राहणार आहे, याची खातरजमा करून घ्यायला हवी होती. त्यासाठी या पहिल्या पिढीच्या झाडांपासून बिया मिळविण्यात आल्या. त्यापासून परत नवी झाडं वाढवण्यात आली. त्या झाडांवर मग त्यांना नेहमी त्रस्त करणारे तीन-चार प्रकारचे कीटक सोडण्यात आले. ज्यांच्या अंगी हा नवा गुणधर्म रुजविण्यात आला नव्हता, अशा झाडांवरचे कीटक चांगले खाऊन खाऊन माजले, लठ्ठ झाले. दहा दिवस होऊन गेले, तरी त्यातला एकही मरून पडला नाही. उलट, त्यांचं वजन चांगलं तिपटी-चौपटीनं वाढलं. पण ज्यांच्या अंगी हा नवा गुणधर्म रुजवण्यात आला होता, त्यावर सोडलेल्या कीटकांपैकी चाळीस टक्के कीटक दहा दिवसांतच मरून पडले आणि जे जिवंत राहिले, तेही मरतुकडेच राहिले. त्यांच्या वजनात साठ टक्के घट आली. त्यामुळे ते निरोगी जगतील आणि आपली वीण वाढवतील; याची शक्यता खूपच कमी झाली.

आता तुम्ही म्हणाल की, इतकं सव्यापसव्य करून शेवटी पीक कुठलं मिळवलं, तर तंबाखूसारख्या विषवल्लीचं! त्याची अधिक जोमानं निरोगी वाढ व्हावी, असा प्रयत्न करायचाच कशाला? तर ही सारी धडपड तंबाखूला वाचवण्यासाठी नाही, बाबूराव. प्राण्यांमध्ये प्रयोगशाळेत काही प्रयोग करायचे झाले, की ते उंदरांवर, गिनीपिगवर करतात, तसेच, वनस्पतींमध्ये अशा प्रकारची नवी तंत्रज्ञानं विकसित करण्यासाठी तंबाखूचं झाड फार उपयुक्त ठरतं. त्या झाडाचा वापर करून, घोटून घोटून तंत्रज्ञान व्यवस्थित विकसित झालं, की मग ते कुठल्याही इतर आपल्या गरजेच्या अन्नधान्याच्या पिकासाठी किंवा नगदी पिकासाठी वापरता येईल. त्यामुळे विषारी असलेल्या रासायनिक कीटकनाशकांचा फवारा मारावा लागणार नाही. पर्यावरणाचं नुकसान तर टळेलच; पण कीटकांच्या हल्ल्याला बळी पडल्यामुळं आपल्या पिकांची जी नासधूस होते, तिलाही आळा बसणार आहे. म्हणजे 'आम के आम और गुठलियों के भी दाम.'

मी नेहमी परदेशातच होणाऱ्या विज्ञान विशेषांची खबरबात देतो, असा तुमचा आक्षेप असतो, बाबूराव. पण आज मात्र तुम्हाला ती अस्सल इहदेशीची वार्ताच सुनावली आहे. आता तरी तुमच्या आक्षेपाला विरोध करणारा घटक माझ्या या वार्तालापात रुजवला आहे, हे मान्य कराल?

कळावे.

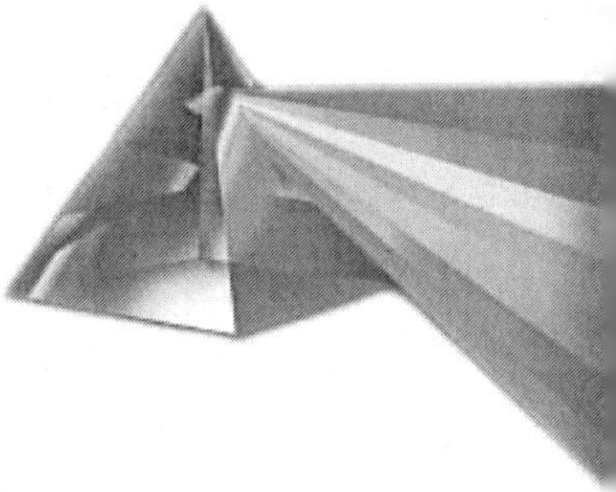

हिरा आणि गारगोटी

सप्रेम नमस्कार, विज्ञान विशेष.

अलीकडंच पार पडलेल्या विम्बल्डन टेनिस स्पर्धांचं एक वैशिष्ट्य तुमच्या नजरेतून सुटलं नसेलच, बाबूराव. त्या स्पर्धांत विजयी ठरणाऱ्या, स्पर्धेवर ठसा उमटविणाऱ्या खेळाडूंचं वय फारच कमी होतं. महिलांची स्पर्धा जिंकणारी मार्टिना हिन्गीस तर अवघी सोळा वर्षांचीच आहे. पण ॲना कुर्निकोव्हा, इव्हा मायोली यांसारख्या इतर जणीही विशीच्या आतल्याच आहेत. विशी नुकतीच पार केलेल्या मोनिका सेलेसला आपला जागतिक क्रमांक राखणं जड जातंय्. तर तिशीच्या जवळपास पोचणाऱ्या बोरिस बेकर आणि मायकेल स्टिस्च यांनी निवृत्तीच्या घोषणा केल्या आहेत.

त्याचबरोबर फ्रेंच स्पर्धेत मिश्र दुहेरीचं अजिंक्यपद मिळविणाऱ्या आपल्याच महेश भूपतीची एक मुलाखतही अलीकडं प्रकाशित झाली होती. तीही तुम्ही कदाचित वाचली असेल. त्यानं म्हटलं होतं की, तो जेमतेम सात-आठ वर्षांचा असताना त्याच्यातली गुणवत्ता हेरून त्याच्या आई-वडिलांनी त्याची शाळा बंद करून त्याला टेनिसचे धडे द्यायला सुरुवात केली. त्या वयापासून त्याच्याकडून कडक मेहनत करून घेतली. त्याचंच हे फळ आता त्याला मिळत आहे.

आपल्या सचिन तेंडुलकरचीही गोष्ट घ्या ना. तो जेमतेम उभा राहून धावू लागल्याबरोबर त्याच्या हातात क्रिकेटची बॅट देण्यात आली होती आणि तो तसा लहान असतानाच त्याच्या भावानं, अजितनं, त्याला रमाकांत आचरेकरांकडं नेलं होतं.

एका बाजूला अशा कोवळ्या वयात राष्ट्रीय, जागतिक दर्जाचे खेळाडू अधिकाधिक संख्येनं पुढं येत असताना, अशाच उमलत्या, अर्धस्फुट वयात क्षितिजावर चमकून गेलेल्या पॅम श्रायव्हर या टेनिसपटूनं व्यक्त केलेले विचारही मनन करण्यासारखे आहेत, बाबूराव.

आता तिशी पार पडलेली श्रायव्हर स्वत:चं, आन्ड्रेया जॅगर आणि मादक पदार्थांच्या विळख्यातून नुकत्याच बाहेर पडलेल्या, पण पूर्वीचा दर्जा गाठू न शकलेल्या जेनिफर कॅप्रियाती यांची उदाहरणं देऊन म्हणते की, त्या अपरिपक्व वयात कराव्या लागणाऱ्या सततच्या सरावाचा, कमावलेल्या अंगमेहनतीचा, आई-वडिलांच्या तसंच चाहत्यांच्या अपेक्षांचा ताण सहन करणं अतिशय कठीण जातं. तो भार सगळ्यांनाच सहन करता येत नाही.

गेल्या वर्षी पार पडलेल्या ऑलिम्पिक स्पर्धांच्या निमित्तानं अग्रगण्य विज्ञान नियतकालिक 'नेचर' यानं आपल्या एका अंकामध्ये एक परिसंवाद घडवून आणला होता. त्यातही अनेक वैज्ञानिकांनी म्हटलं होतं की, त्या किशोरवयात शरीरातील हाडांचा, स्नायूंचा पूर्ण विकास झालेला नसतो. त्यामुळे अंगी कितीही गुणवत्ता असली, तरी जर मर्यादेबाहेर त्याच्यावर सरावाचा, प्रशिक्षणाचा भार लादला गेला, तर त्याचे दूरगामी परिणाम होऊ शकतात. शिक्षक व आई-वडीलही 'आणखी थोडंच' असं म्हणत, असा भार लादतात. त्यापायी गंभीर स्वरूपाच्या व कायम स्वरूपाच्याही इजा होऊ शकतात. तसं झाल्यास त्या खेळाला तर मुकावं लागतंच; पण आयुष्यभर ती दुखापत बाळगत जगावं लागतं.

पण तुम्हाला माहीतच आहे, बाबूराव. की सच्चा वैज्ञानिक असं कोणाचंही म्हणणं, कितीही सयुक्तिक वाटलं, तरी निमूटपणे मान्य करत नाही. प्रयोगाअंती, अनुभवाअंती तसा ठाम पुरावा मिळाला, तरच ते विधान खरं असल्याचं मानतो. म्हणूनच याही विचारांची छाननी करणारे काही प्रयोग इंग्लंडमधील स्पोर्ट्स कौन्सिलशी संबंध असलेल्या काही हाडवैद्यांनी केले होते. त्यांचा प्रमुख निकोला माफ्फुली यानं ते अलीकडंच प्रकाशित केले आहेत.

या अभ्यासासाठी त्यांनी फुटबॉल, जिम्नॅस्टिक्स, पोहणं आणि टेनिस अशा चार खेळांची निवड केली. या खेळांमध्ये विशेष प्रावीण्य मिळवून आपापल्या गटात अव्वल क्रमांक मिळविलेल्या ४५३ मुलांची त्यांनी निवड केली. ही नऊ ते सतरा या वयोगटातली होती. या लहान वयातच आपापल्या गटात ती अजिंक्य ठरल्यामुळं त्यांनी आपल्या विजयाची कमान अधिकच उंच न्यावी, या अपेक्षेनं त्यांचे आई-वडील, प्रशिक्षक, त्या खेळांचं नियंत्रण करणाऱ्या संस्थांचे पदाधिकारी सगळ्यांनीच त्यांच्यावर आपलं खास लक्ष केंद्रित केलं होतं. त्यांना सर्व सोयी उपलब्ध करत, त्यांनी सतत सराव करावा, अशी व्यवस्था केली होती.

माफ्फुली व त्यांच्या सहकाऱ्यांनी सतत तीन वर्षं त्यांच्या आरोग्यावर, शरीराच्या तंदुरुस्तीवर आपली नजर ठेवली होती. त्याचबरोबर तेवढा पल्ला न गाठलेल्या, पण आपल्या शाळांसाठी, क्लबसाठी खेळणाऱ्या समवयस्क मुलांचीही अशीच वैद्यकीय तपासणी चालू ठेवली होती.

पूर्ण वाढही न झालेल्या त्या कोवळ्या हाडांना या अंगमेहनतीचा ताण सहन होणार नाही, अशीच माफ्फुलींची अपेक्षा होती. पण प्रत्यक्ष निरीक्षणानंतर त्यांना आश्चर्याचा धक्का बसला. साधारणत: या अव्वल गटातील मुलांना सरासरीनं दरवर्षी एकदाच दुखापत झाली. म्हणजे तशा इतर इजा झाल्या असतील. पण केवळ ताणामुळे, अति परिश्रमामुळेच झालेल्या दुखापतींचं प्रमाण तसं कमी होतं. त्या मुलाचं वय, त्यानं किती वर्षं मेहनत घेतली होती, त्याच्या वाढीचा वेग किती होता किंवा त्याला कितपत मेहनत घ्यावी लागली होती, यापैकी कशाचाही त्या दुखापतींशी कार्यकारणभावासारखा संबंध माफ्फुलींना आढळून आला नाही. याउलट दुसऱ्या गटातील, थोड्याफार कमी दर्जाचे जे खेळाडू होते, त्यांनी मात्र वरचा दर्जा गाठण्याच्या ध्यासापायी स्वत:ला गंभीर इजा करून घेतली होती. त्यांपैकी कित्येकांना तो खेळ कायमचा सोडावाही लागला होता. जागतिक तर सोडाच; पण राष्ट्रीय दर्जा गाठण्याचंही त्यांचं स्वप्न पार उद्ध्वस्त झालं होतं.

याचा अर्थ असा नाही की, अतिश्रमामुळं दुखापत होण्याची शक्यताच नाही. तशी दुखापत होण्याची संभाव्यता अव्वल आणि कम-अस्सल अशा दोन्ही गटांत सारखी मात्र नसते. कारण ज्यांच्या अंगी नैसर्गिक गुणवत्ता असते, त्यांच्या शरीराची ठेवणही, जडणघडणही निसर्ग त्या गुणवत्तेला पूरक अशीच करतो. म्हणूनच अपार मेहनत घेऊनही तो ताण सहन करण्याची क्षमता त्यांच्या अंगी मूळचीच असते. याउलट इतरांच्या शरीराची जडणघडणही तशीच दुय्यम दर्जाची असते. त्यांना त्या परिश्रमांचा ताण सहन होत नाही. हिरा आणि तशीच चमक दाखविणारा दगड यांची कणखरपणाची परीक्षा घेतली की, हिरा कोणता आणि दगड कोणता, हे सहज स्पष्ट व्हावं, तशातलाच हा प्रकार आहे, बाबूराव.

असं असलं, तरी हिरा आणि गारगोटी यांची पारख केवळ अशा अग्निपरीक्षेनंतरच करावी लागणार आहे का, असा प्रश्न तुम्हाला पडला असेल. त्या सत्त्वपरीक्षेला न बसवताही तसा भेद करता येणार नाही का? माफ्फुलींनी त्याचं उत्तर सध्या तरी नकारार्थीच दिलं आणि म्हणूनच ते सावधानतेचा इशारा देत आहेत.

हे अर्थात फक्त शारीरिक खेळांनाच लागू पडतं, असं नाही. वयाच्या नवव्या वर्षीच आपल्या मुलाला एस.एस.सी.च्या परीक्षेला बसविण्याच्या किंवा सहाव्या वर्षापासून आपल्या मुलाचे जाहीर तबलावादनाचे कार्यक्रम करण्याचा ध्यास बाळगणाऱ्या पालकांनीही याचा विचार करायला हवा. आपल्या पोटी हिरकणी आली आहे की,

गारगोटी, याचा विचार न करता आपल्या अवास्तव अपेक्षा त्यावर लादण्याऐवजी गुणवत्तेचा विकास होईल, असं पोषक वातावरण तयार करा. हिरकणी आज ना उद्या चमकलेच. गारगोटीचा त्या अट्टहासापायी कोळसाच होईल.

कळावे.

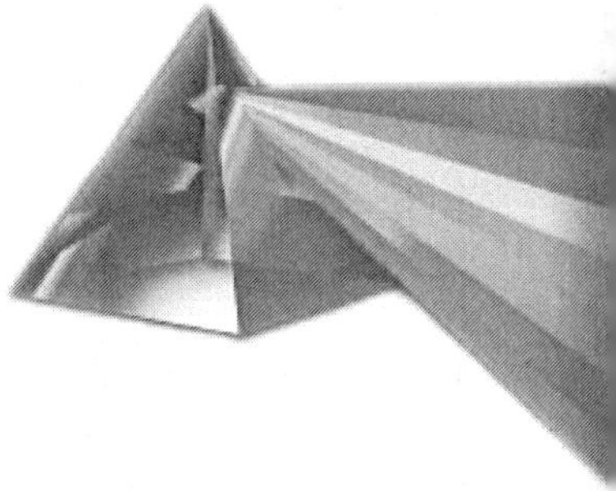

वागणुकीचं मूळ

सप्रेम नमस्कार, विज्ञान विशेष.

अलीकडंच पुण्यात खास मुलींसाठी एक सैनिकी शाळा सुरू झाल्याची बातमी तुम्ही वाचलीत का, बाबूराव? तसं म्हटलं, तर ही एक क्रांतिकारक घटनाच आहे. 'पुरुषक्षेत्र' असा शिक्का असलेल्या आणखी एका बुरुजाला खिंडार पडलं आहे.

तसंच पाहिलं, तर काल-परवापर्यंत खास 'पुरुषी' म्हणून गणल्या गेलेल्या क्षेत्रातली पुरुषांची मक्तेदारी आता संपत आली आहे. पोलीस, वैमानिक, अभियंता, शल्यक्रिया विशारद म्हणून अनेक स्त्रिया पुढं येत आहेत. एवढंच कशाला, पण वजन उचलणं, वेटलिफ्टिंग यांसारख्या अंगमेहनतीच्या आणि म्हणूनच पुरुषी वाटणाऱ्या खेळांतही कुंजुराणी, मल्लेश्वरी वगैरे महिला खेळाडूंनी जागतिक दर्जा प्राप्त केला आहे, तो पुरुष खेळाडूंनाही गाठता आलेला नाही. महाराष्ट्रात, त्यातल्या त्यात पुण्यात तर आता महिला पौरोहित्यही करत आहेत. लग्न लावायला, सत्यनारायणाची पूजा करायला भटजीबुवांऐवजी भटजीणबाई उभ्या राहत आहेत.

तरीही हे अपवादच मानायला हवेत. अजूनही मुलगी चूल-बोळकं घेऊन भातुकली मांडताना दिसते. मुलगा मेकॅनो घेऊन त्यातल्या प्लॅस्टिकच्या खिळ्यांशी आणि पान्यांशी झटापट करताना आढळून येतो. आपणही मुलीला फुटबॉल किंवा सुतारकामाची औजारं आणून देत नाही, की मुलाच्या हातात बाहुली किंवा

सागरगोटे ठेवीत नाही. मुलगी जरा हुंदडायला लागली की, आजची सुशिक्षित आईही, 'मुलीच्या जातीला असा हूडपणा बरा नाही,' असं म्हणत तिला लगाम घालतेच.

प्रश्न असा पडतो, बाबूराव, की स्त्री आणि पुरुष यांच्या या सामाजिक वागणुकीतला हा फरक संस्कारांतून त्यांच्यावर लादला जातो की, ही त्यांची मूलप्रवृत्तीच आहे? स्त्री आणि पुरुष यांच्यात निसर्गानंच जे काही भेद केले आहेत, त्यांचाच तर हा भाग नव्हे?

असा प्रश्न आजवर उभा राहिला नसता. कारण वागणूक ही संस्कारांतूनच घडते, तिचा साचा, तिची बैठक, लहानपणापासून अंगी भिनलेल्या शिक्षणापायीच ठरते, असा ठाम समज होता. पण गेल्या काही वर्षांत शास्त्रज्ञांनी केलेल्या संशोधनातून वर्तणुकीचा उगम मेंदूमध्ये होणाऱ्या काही जीवरासायनिक प्रक्रियांमध्ये असल्याचे पुरावे मिळाले आहेत; आणि या प्रक्रियांचं मूळही मागासल्या आनुवंशिक गुणधर्मांचा साठा असलेल्या जनुकांमध्ये, जीनमध्ये असल्याचं दिसून आलं आहे. म्हणून तर सामाजिक वागणुकीची चौकट जीन ठरवितात की, संस्कार ठरवितात, असा प्रश्न पडतो.

लंडनमधील इन्स्टिट्यूट ऑफ चाइल्ड हेल्थ इथं संशोधन करणाऱ्या डॉ. डेव्हिड स्कूझे यांना या प्रश्नानं बरंच सतावलं. कारण त्यांच्याकडे उपचारासाठी आलेल्या रुग्णांसाठी टर्नर्स सिन्ड्रोम या व्याधीनं पछाडलेल्या काही मुली होत्या. पण हा रोग आनुवंशिक किंवा अधिक अचूकपणे बोलायचं, तर जेनेटिक आहे. विशेष म्हणजे, तो मुलींनाच होतो. या रोगानं पछाडलेल्या मुली खुज्या आणि लैंगिकदृष्ट्या अपुऱ्या वाढीच्या तर असतातच, पण त्यांची सामाजिक वागणूकही मान्यतेच्या चौकटीबाहेरची असते. त्या इतरांशी अतिशय ताठरपणे वागतात. इतरांबरोबरच्या त्यांच्या संबंधात लवचीकपणा नसतो.

हे असं का व्हावं? रोगग्रस्त म्हणून लहानपणापासून त्यांची हेटाळणी केली गेल्यामुळे, खुजेपणाची सतत टिंगलटवाळी झाल्यामुळे तर त्याची प्रतिक्रिया त्यांच्यात उमटलेली नाही ना, असा प्रश्न स्कूझे यांना पडला होता, बाबूराव.

पण या रोगाचं कारण जेव्हा ते शोधायला गेले, तेव्हा त्यांना निराळीच माहिती मिळाली. या रोगग्रस्त मुलींच्या लिंगविषयक रंगसूत्रांपैकी काही भाग गायबच होता. याचाच अर्थ असा की, काही जीन त्यांच्या शरीरात नव्हतेच.

आपल्या शरीराची धाटणी, रचना, त्याचं सारं काम, सगळे सगळे गुणधर्म आई-वडिलांकडून मिळालेल्या जीनच्या वारशातून ठरविले जातात. हे जीन असतात रंगसूत्रांच्या तेवीस जोड्यांवर साठविलेले. यांपैकी बावीस जोड्यांमधले जोडीदार एकसारखे असतात. तेविसावी जोडी त्या त्या व्यक्तीचं लिंग ठरविण्यास कारणीभूत

होते. यांतले जोडीदार सारखेच असतील, म्हणजेच दोन्ही 'X' या प्रकारचे असतील, तर ती व्यक्ती स्त्री होते. उलटपक्षी जर हे जोडीदार वेगवेगळे असतील, एक 'X' व दुसरा 'Y' असेल, तर ती व्यक्ती पुरुष होते.

रंगसूत्रांच्या प्रत्येक जोडीतील एक जोडीदार आईकडून, तर दुसरा वडिलांकडून मिळतो. स्त्रीच्या शरीरातील एक 'X' रंगसूत्र आईकडून, तर दुसरं वडिलांकडून उपलब्ध होतं. तर पुरुषाच्या शरीरातील 'X' रंगसूत्र आईकडून व 'Y' वडिलांकडून मिळतं.

या अशा जोड्या असण्याचा दुसरा एक पैलू तुमच्या लक्षात आलाच असेल, बाबूराव. प्रत्येक रंगसूत्राच्या, एक सोडून, जोडीतील घटक जोडीदार सारखेच असतात. याचा अर्थच असा की, प्रत्येक जीनची समान जोडी शरीरात वास करून असते. अर्थात जीन तोच असला, तरी पर्याय वेगवेगळे असू शकतात. म्हणजे समजा, डोळ्यांच्या रंगाचा जीन आहे. तर आई व वडील दोघांकडूनही एकेक जीनची प्रतिकृती मुलाला मिळेल. मात्र आईकडून मिळालेली प्रतिकृती घाऱ्या रंगाची असू शकेल, तर वडिलांकडून मिळालेली काळ्या रंगाची असू शकेल. म्हणजे जीन समान, पण प्रतिकृती भिन्न.

असं असलं, तरी समान जीन असताना, त्यांपैकी एकच कोणता तरी प्रकट होतो. साधारणत: जी प्रतिकृती प्रबळ असते, तिचा प्रभाव पडून त्या व्यक्तीच्या शरीरात तो गुणधर्म प्रकट होतो– मग तो कोणाकडूनही आलेला असो.

आता तुम्ही असे विचाराल, बाबूराव, की असं जर आहे, तर या बिचाऱ्या रोगग्रस्त मुलींच्या केवळ एकाच रंगसूत्रामधील काही भाग गायब असला, तरी त्यांना या व्याधीचा असा त्रास का व्हावा? दुसऱ्या रंगसूत्रावरील जीनच्या प्रतिकृतीच्या प्रभाव पडून तो गुणधर्म प्रकट व्हायला व वेगळं पण निरोगी जीवन त्या मुलींच्या पदरी पडायला काय हरकत असावी!

तुमचं म्हणणं तसं वावगं नाही. सयुक्तिकच आहे. पण इथंच या जीनचं अलीकडेच समजलेलं एक वैशिष्ट्य आपण ध्यानात घ्यायला हवं, असे कित्येक जीन आहेत की, ते आपल्याबरोबर आपण कुठून आलो आहोत, म्हणजे आईकडून, की वडिलांकडून, हे दाखवणारं एक रासायनिक लेबल घेऊन येतात, आणि ते लेबल वाचून त्यानुसार दोन प्रतिकृतींमधील एकाला अटकाव केला जातो. त्याला कुलूप घातलं जातं. त्याच्या प्रकटीकरणावर बंदी घातली जाते. म्हणजे एखादा दिवा असावा; पण बटण बंद करून तो पेटणारच नाही, अशी व्यवस्था करावी, अशातला हा प्रकार. यालाच 'जेनेटिक इम्प्रिन्टिंग' असं म्हणतात. बंद होणारे काही जीन आईकडून आलेले असतात, तर काही वडिलांकडून आणि अशा बंद केलेल्या जीनचा जोडीदार जर गायबच झाला असेल, तर त्या जीनकडून नियंत्रित होत

असणाऱ्या गुणधर्मामध्ये बाधा येणारच.

टर्नर्स सिन्ड्रोमनं पछाडलेल्या त्या बिचाऱ्या मुलींच्या बाबतीत हेच झालं आहे. त्यांच्या एका 'X' रंगसूत्राचा काही भाग गळून पडलेला आहे. म्हणजे अखंड असं एकच 'X' रंगसूत्र त्यांच्या शरीरात आहे. त्याच्यावरचा सामाजिक वागणूक नियंत्रित करणारा जीन मातेकडून मिळालेला असावा आणि तो इम्प्रिन्टिंगमुळे बंद झालेला असावा, असा स्कूझे यांचा कयास आहे.

याला आधार काय, असं साहजिकच तुम्ही विचाराल, बाबूराव. तर तो असा की, या मुलींच्या शरीरात अखंड असं एकच 'X' रंगसूत्र आहे. म्हणजे त्या बाबतीत त्यांचं मुलांशी साम्य आहे. कारण त्यांच्याही शरीरात एकच 'X' रंगसूत्र असतं. सामाजिक वागणुकीस कारक असणारा जीन जर त्यावर असता आणि तो बंद झालेला नसता, तर मग निरोगी मुली व निरोगी मुलगे यांच्या वागणुकीत, त्यांच्या आवडीनिवडीत फरक जाणवायला नको होता. याचाच अर्थ असा की, हा फरक वडिलांकडून मिळणाऱ्या जीनच्या प्रतिकृतींमुळे उपटतो. कारण वडिलांकडून मुलीला मिळतं 'X' रंगसूत्र, तर मुलाला 'Y'.

पण या हाती लागलेल्या सूत्रानं स्वर्ग गाठू पाहणाऱ्या उतावळ्या समाजशास्त्रज्ञांना स्कूझे यांनी सावधानतेचा इशारा दिला आहे, बाबूराव. वागणूक ही केवळ एका जीनकरवीच नियंत्रित होण्याची शक्यता कमी आहे; आणि जीनपायी मूळ प्रवृत्ती काहीही असली, तरी संस्कारांमधून तिची चौकट हवी तशी बदलता येणार नाही, असंही नाही. तेव्हा आपल्या वि. गो. कुलकर्णी यांचं ऐका आणि संस्कारांचा ठेवा जतन करा.

कळावे.

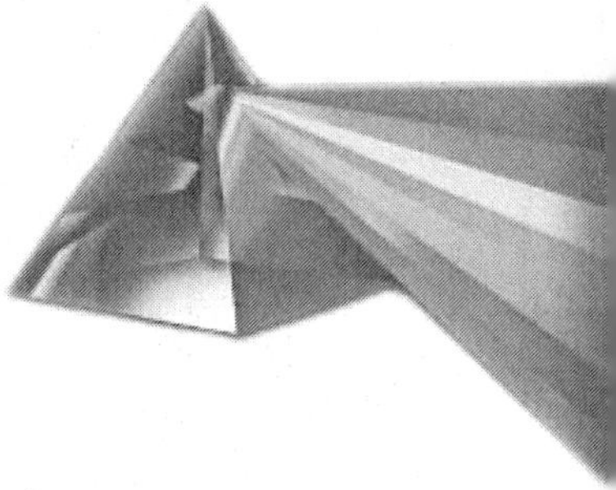

खरंखुरं ज्युरॅसिक पार्क

सप्रेम नमस्कार, विज्ञान विशेष.

'ज्युरॅसिक पार्क' हा चित्रपट आपण बरोबरच पाहिला होता, बाबूराव. ते तर तुम्हाला आठवत असेलच. काही दिवसांपूर्वी मी तुम्हाला त्याची आठवणही दिली होती. आज परत एकदा त्याचाच विषय काढत आहे. त्याचं तसंच कारणही आहे. तो चित्रपट गाजला, जगभरच्या अनेकांना, बच्चा और बच्चेका बाप, दोघांनाही त्यानं अपार आनंद दिला, अगदी तुम्ही काय म्हणता, त्या बॉक्स ऑफिसच्या दृष्टिकोनातूनही तो चिक्कार यशस्वी झाला. सगळं अगदी खरं. तरीही वैज्ञानिकांनी मात्र तो पाहून तशी नाकंच मुरडली होती. म्हणजे त्या चित्रपटाची मूळ कथा लिहिणाऱ्या मायकेल क्रायटनची काही शास्त्रीय चूक झाली होती किंवा त्यानं प्रस्थापित वैज्ञानिक सत्याची भलतीच मोडतोड केली होती, अशातला भाग नाही. सैद्धान्तिकदृष्ट्या त्या चित्रपटाच्या मध्यवर्ती कल्पनेत खोड काढायला क्रायटननं यत्किंचितही जागा ठेवली नव्हती. वैज्ञानिक सत्याच्या कठोर अग्निपरीक्षेतून ती कल्पना तावून-सुलाखून, अभिक झळाळी प्राप्त करूनच बाहेर पडली असती.

तरीही, हे सारे कल्पनेचे विलास आहेत, असंच या वैज्ञानिक टीकाकारांचं मत होतं. इतक्या अब्ज वर्षांनंतर, अश्मीभूत अवस्थेत सापडलेल्या कोणा कीटकाच्या अंगात, खुद्द त्याच्याच डी.एन.ए.चा अंश सुस्थितीत सापडेल, अशी सुतराम शक्यता नाही. तर मग त्याच्या रक्तात त्या महाकाय डायनोसॉरच्या आनुवंशिक ठेव्याचा,

डीएनएचा, काही अंश सापडेल, असं समजायला काय आधार आहे? ते सारे एका सुपीक डोक्यातून निघालेले कल्पनेचे अद्भुत खेळ आहेत, असं म्हटलं, तर त्यात वावगं काय, असा त्यांचा सवाल होता.

सवाल तसा मुळीच वावगा नव्हता, बाबूराव. कारण इतक्या प्रचंड कालावधीनंतर हे अतिशय नाजूक असलेले रेणू, त्यांच्यांत काहीही मोडतोड न होता, होते तसे अखंड राहतील, हे तसं संभवनीय नव्हतंच. त्यातही, त्यांच्यांत तशी काही मोडतोड झालेली नसली, तर त्यांची कार्यक्षमताही होती तशी शाबूत राहिली असेल, हेही तसं अशक्यच होतं, पण क्रायटनची कल्पना तशी अफलातून असली, तरी ती अगदीच अशक्य कोटीतली नाही, हे दाखविणारा सज्जड पुरावा आता एका वैज्ञानिकानंच सादर केला आहे.

त्याचं नाव आहे राऊल कॅनो. कॅलिफोर्नियातील सान लुई ऑबिस्पो या एका तशा आडगावीच त्याची प्रयोगशाळा आहे. त्याच्या हाती चार कोटी वर्षांपूर्वीचा एक पिवळट केशरी रंगाचा प्रवाळ लागला. अशा प्रकारच्या प्रवाळांचं लॉकेट बनवून ते गळ्यात घालण्याची फॅशन आहे, बाबूराव. त्यामुळं त्यांना मागणीही असते. तर कॅनोला मध्य अमेरिकेतील डोमिनिकन रिपब्लिक इथं सापडलेल्या प्रवाळात एक मधमाशी अडकलेली होती. ती तिची कबरच होती म्हणा ना! त्या माशीच्या पोटातील पदार्थ जेव्हा कॅनोनं एका पिचकारीच्या साहाय्यानं काढून घेतले, तेव्हा त्यात स्पोअररूपी कवच धारण करून सुप्तावस्थेत गेलेले काही जीवाणू मिळाले. आजच्या आधुनिक माश्या घेतल्या, तर त्यांच्याही पोटात वास्तव्य करून असणाऱ्या आणि त्या माशीला आपल्या अन्नाचं पचन करण्यात मदत करणाऱ्या, जीवाणूंच्या जातकुळीतलाच तोही जीवाणू होता.

ते सुप्तावस्थेतील जीवाणू घेऊन कॅनोनं भरपूर पोषक पदार्थ असलेल्या ताज्या संवर्धन माध्यमात ठेवले आणि काय आश्चर्य! ते जीवाणू एकाचे दोन, दोनाचे चार करीत वाढू लागले. थोड्याच काळात त्यांनी आपली संपूर्ण वसाहतच वसवली. हाती एवढ्या संख्येनं जीवाणू आल्यावर कॅनोनं त्यांची ओळख पटविण्यासाठी निरनिराळ्या परीक्षा सुरू केल्या. त्यांचा आकार त्यानं पाहिला. त्यांच्या वसाहतीचा आकार तपासला. बाह्यांगाच्या तपासण्या पूर्ण झाल्यानंतर त्यानं त्या जीवाणूंच्या आनुवंशिक गुणधर्मांची, माहिती ज्यात साठविलेली होती, त्या डी.एन.ए.चे रेणू अलग केले. त्या रेणूमधील घटकांची क्रमवारी अजमावली. ती हाती लागताच आजकाल सहज उपलब्ध असलेल्या अनेक जीवांच्या डी.एन.ए.च्या क्रमवारीच्या कोशातील माहितीशी ती पडताळून पाहिली. त्यावरून आजच्या माश्यांच्या शरीरात सापडणाऱ्या बॅसिलस स्फेरिकस या जीवाणूंच्या जातकुळीतलेच ते होते, याचा निर्विवाद पुरावा मिळाला. तसे या आधुनिक आणि पुरातन जीवाणूंच्या डी.एन.ए.च्या

क्रमवारीत काही फरक जरूर होते, पण चार कोटी वर्षांत उत्क्रांतीचा प्रवाह काही कोंडून राहिलेला नव्हता. तेव्हा या डी.एन.ए.च्या घटकांमध्ये काही उत्परिवर्तनात्मक बदल झाले नसते, तरच नवल. या बदलांच्या अपेक्षित प्रमाणाएवढाच तो फरक होता. त्यामुळं रिप व्हॅन विन्कलसारख्या दीर्घकाळच्या झोपेत गेलेल्या या जीवाणूला जागं करून, परत त्याला सर्वसामान्य जीवन जगायला कॅनो यानं प्रवृत्त केलं, याविषयी शंकाच राहिली नाही.

कॅनोनं अशा प्रकारे जीर्णोद्धार केलेला हा सर्वांत पुरातन जीव असला, तरी त्या प्रकारचा तो एकमेवही नाही की पहिलाही नाही. किंबहुना अशा प्रकारे पुरातन जीवांना परत जिवंत करण्याचं कंकणच कॅनोनं बांधलं आहे. आजवर त्याच्याकडं अशा तब्बल पंधराशे पुरातन सूक्ष्म जीवांचा संग्रह गेल्या साडेतीन वर्षांमध्ये तयार झालेला आहे. एका अर्थी हे खरंखुरं ज्युरॅसिक पार्कच आहे, असं म्हटलं पाहिजे, बाबूराव. त्यामध्ये जीवाणू आहेत, बुरशी आहेत आणि काही यीस्टही आहेत.

या यीस्टवरून आठवण झाली, बाबूराव. डायनोसॉरच्या जमान्यातल्या एका यीस्टचा त्यांनी असाच पुनर्जन्म घडवून आणला. ती जिवंत तर झाली, पण अजून कार्यक्षम आहे की नाही, हे पाहण्यासाठी त्यांनी तीच यीस्ट वापरून चक्क बिअर तयार केली. तिला नावही ज्युरॅसिक अँबर एल असं दिलं. त्या बिअरची चव जरी तोंड वाकडं करणारी होती, तरी आपला प्रयोग यशस्वी झाल्याचं पाहून कॅनोचा चेहरा उजळूनच निघाला होता.

मायकेल क्रायटनला ज्या टीकेला तोंड द्यावं लागलं होतं, त्याची चुणूक कॅनोलाही अनुभवायला मिळाली होती. तीन वर्षांपूर्वी जेव्हा आपण साडेतेरा कोटी वर्षांपूर्वीचे डी.एन.ए.चे रेणू मिळविलेले आहेत, असा दावा कॅनोनं केला होता, तेव्हाही इतर वैज्ञानिकांनी त्यावर अनेक शंकाकुशंका उपस्थित केल्या होत्या, पण या वेळी मात्र त्यांनी आपले प्रयोग इतक्या काटेकोरपणे केलेले आहेत की, सगळ्या संभाव्य शंकांची उत्तरं त्यांनी आधीच देऊन ठेवलेली आहेत.

ज्युरॅसिक पार्कची आठवण तशी ताजी असल्यामुळे, तुमच्या मनात कोणत्या शंकाकुशंका धुमाकूळ घालीत असतील, याची कल्पना मी करू शकतो, बाबूराव. इंग्रजीमध्ये एक म्हण आहे Let sleeping dogs lie. या सुखानं झोपी गेलेल्या पुरातन जीवांना डिवचून जागं करून नसती भुतावळ उठवायचा हा अव्यापारेषू व्यापार सांगितलाय कोणी, असंच विचारणार असाल ना तुम्ही? तुमचंही म्हणणं तसं बरोबर आहे. आहेत तेच जीवाणूप्रणीत सांसर्गिक रोग कमी आहेत, म्हणून या विस्मृतीत गेलेल्यांना मुद्दामहून जागृत करायचंय, असंच कोणालाही वाटेल. पण एकतर सारेच जीवाणू काही रोगजंतू नसतात. असंख्य सूक्ष्म जीव असेही आहेत की, आपल्या उपयोगीच पडतात. कॅनोच्या हाती लागलेला हा जीवाणूच घ्या ना.

तो मधमाश्यांच्या पचनात मदतच करतो.

दुसरी बाब म्हणजे, कॅनोचा उद्देशही तसा चांगला आहे. या पुरातन जीवांच्या चयापचयाची क्रिया त्यांच्या आजच्या भाईबंदांच्या चयापचयाशी मिळतीजुळती असणारीच आहे. त्यामुळेच तर त्यांची सहजगत्या वाढ होऊ शकली. पण आपल्या सभोवतालच्या पर्यावरणाला या जीवांकडून मिळणारा रासायनिक प्रतिसाद मात्र संपूर्णतया वेगळा असू शकतो. तसं असेल, तर आज सहसा उपलब्ध न होणारी काळाच्या उदरात गडप झालेली अनेक रसायनं सहजगत्या हातात येतील, असा कॅनो यांचा कयास आहे. या रसायनांचं कृत्रिमरीत्या संश्लेषण करायचं म्हटलं, तर ते अतिशय जिकिरीचं काम होईल. त्याऐवजी या मदतगार सूक्ष्म जीवांची साथ लाभली, तर ते काम चुटकीसरशी होऊन जाईल, अशी आशा कॅनोला आहे. ती फलद्रूप होवो, अशी आशा आपणही करू या, काय बाबूराव!

कळावे.

निसर्गाचा न्याय

सप्रेम नमस्कार, विज्ञान विशेष.

नुकताच एक विनोद वाचला, बाबूराव. विनोद तसा जुनाच आहे. तुमच्या वाचनात तो आला असेलही, पण सध्याच्या परिस्थितीवर यथार्थ टिप्पणी करणारा आहे. तसंच एका शाश्वत वैज्ञानिक सत्याशीही इमान बाळगणारा आहे. म्हणूनच त्याची पुनरुक्ती करत आहे.

तर एका मेळाव्याच्या ठिकाणी, एकमेकांशी परिचय नसलेल्या दोन व्यक्ती शेजारीशेजारी येतात. त्यातली एक दुसरीला म्हणते,

'आजकाल पुरुष कोणता आणि स्त्री कोणती, हे ओळखणं मोठं कठीण झालंय्. आता हेच पाहा ना, समोर तिथं जे कोणी उभं आहे, तो मुलगा आहे, की मुलगी आहे, कसं सांगायचं?'

त्यावर ती दुसरी व्यक्ती म्हणते,

'ती मुलगीच आहे. माझीच मुलगी आहे, तेव्हा मला ते खात्रीपूर्वक सांगता येईल.'

'ओऽह, आय ॲम सॉरी, आपणच तिचे वडील असाल, हे नव्हतं माहीत.'

'दॅट्स ऑल राइट. मी तिचा बाप नाहीय. मी तिची आई आहे.'

यातला विनोदाचा भाग सोडला, तरी यात मी म्हटल्याप्रमाणे एक शाश्वत वैज्ञानिक सत्य दडलेलं आहे. कारण आपण पुरुष आणि स्त्री, किंवा नर आणि मादी म्हणा हवं तर, यांतला भेद हा असा वरवरच्या लक्षणांवरून करतो, पण ही लक्षणं फक्त आपल्या

मानवजातीपुरतीच लागू पडतात. अगदी शारीरिक भेदांचा विचार केला, तरी जननेंद्रियांमधील फरक किंवा स्तन, गर्भाशय यांसारख्या अवयवांचा फरकही, फार फारतर सस्तन प्राण्यांपुरताच करता येतो. इतर प्राण्यांचं किंवा वनस्पतींचं काय! समस्त जीवसृष्टीचा विचार केला, तर सर्वत्रच असा फरक आढळत नाही. जसं कोणी पॅन्ट घातली, म्हणून ती व्यक्ती पुरुष आहे, असं आपण खात्रीपूर्वक म्हणू शकत नाही. तसंच असा काही अवयव अंगी आहे, म्हणून तो नर आहे किंवा मादी आहे, असंही आपण निश्चित म्हणू शकत नाही. या पावसाच्या दिवसांत कुत्र्याच्या छत्रीसारख्याच सगळीकडे आढळणाऱ्या बेडकाचंच उदाहरण घ्या. त्यातल्या नराच्या किंवा मादीला, कोणालाही शिस्न हा अवयवच नसतो. मग नर कोणाला म्हणायचं आणि मादी कोणाला म्हणायचं!

सगळ्याच जीवांना सारखीच लागू पडतील, अशी नरत्वाची किंवा मादीपणाची लक्षणं नाहीतच की काय, अशी शंका तुम्हाला सतावत असेल, बाबूराव, तर डोळे झाकून विश्वास ठेवावा, असा नर आणि मादी यांच्यामधला एकच फरक आहे. तो सापडतो त्यांच्या जननपेशींमध्ये. अगदी एकसारखी असणारी जुळी बहीण-भाऊ घ्या. त्यांच्या शरीरांतील इतर सगळ्या पेशी सारख्या असतील, पण ज्या पेशींचा पुढची पिढी जन्माला घालण्यासाठी उपयोग होतो, त्या जननपेशी, म्हणजे शुक्रपेशी आणि अंडपेशी, यांच्यात मात्र लक्षणीय फरक असतो, ज्यानं तयार केलेल्या जननपेशी संख्येनं विपुल; पण आकारमानानं लहान तो नर आणि जिच्या जननपेशी संख्येनं कमी; पण आकारमानानं मोठ्या ती मादी, असं आपण ठामपणानं सांगू शकतो.

कोणताही सजीव घ्या. त्याला ही बाब लागू पडते. पक्षी किंवा सरपटणारे प्राणी यांच्या बाबतीत तर हा फरक प्रकर्षानं जाणवतो, बाबूराव. अगदीच शहामृगाकडे लक्ष द्यायला नको. कोंबडीचं अंडंही कोंबड्याच्या शुक्राणूंपेक्षा कितीतरी पटीनं मोठं असतं, तसं ते असावंही लागतं. कारण फलनाच्या क्षणापासून ते जन्माला येण्याच्या वेळेपर्यंत नव्या जीवाचं संपूर्ण पोषण करण्याची, तसंच त्याची जन्मापर्यंतची वाढ सामावून घेण्याची जबाबदारी त्या अंड्याला पार पाडायची असते.

ती जबाबदारी पेलण्यासाठी मानवप्राण्याच्या शरीरात एक निराळाच अवयव असला, तरी त्याच्याही बाबतीत अंड्याचं आकारमान शुक्राणूंच्या आकारमानापेक्षा काहीपटीनं मोठं असतंच. एका वेळी स्त्रीच्या अंडाशयातून सहसा एकच अंडं बाहेर पडतं. उलट, प्रत्येक वीर्यपतनाच्या वेळी शरीराबाहेर पडणाऱ्या शुक्राणूंची संख्या लाखांच्या, कोटींच्या घरात पोहोचते.

बुरशीसारख्या काही अप्रगत जीवांमध्येही लैंगिक पुनरुत्पादन होत असलं, तरी त्यांच्या जननपेशींमध्ये असा फरक आढळत नाही. त्यांच्या सगळ्याच जननपेशी

सारख्याच असतात आणि कोणत्याही दोन एकमेकींत मिसळून गेल्या की, त्यांचं फलन होतं. प्रत्येक जननपेशीमध्ये आनुवंशिक गुणधर्मांचा निम्मा निम्मा साठा असल्यामुळे दोन जननपेशींचं मीलन झालं की, त्या गुणधर्माचा संपूर्ण साठा त्या नव्यानं अस्तित्वात आलेल्या पेशीत तयार होतो आणि नव्या जीवाच्या निर्मितीसाठीची प्राथमिक, तरीही सर्वांत महत्त्वाची गरज पूर्ण होते, पण म्हणून मानवाच्या किंवा इतर प्रगत जीवांच्या दोन शुक्राणूंचं मीलन झालं, म्हणून फलन होत नाही. तसं मीलन झाल्यानं जीनचा संपूर्ण साठा त्या मीलनातून तयार झालेल्या पेशीत अवतरतो. तरीही त्यातून नवी पिंडपेशी उभी राहत नाही. त्यासाठी शुक्राणू आणि अंडपेशी यांचंच मीलन व्हावं लागतं.

या सगळ्याचा खरा अर्थ लक्षात आला का तुमच्या, बाबूराव? या फरकातली, आणि मीलन-फलनाच्या प्रक्रियेतली मख्खी अशी आहे की, नर हा नव्या जीवाच्या आनुवंशिक गुणधर्मांसंबंधीच्या माहितीचा, म्हणजेच जीनचा, अर्धा साठा बहाल करण्यापलीकडे कोणतंही उत्तरदायित्व पार पाडत नाही. नव्या जीवाच्या निर्मितीसाठी जीन आवश्यक असतात, हे जितकं खरं, तितकंच त्याच्या व्यवस्थित संवर्धनासाठी, वाढीसाठी पोषणाची व्यवस्था करणं, ती वाढ होत असताना त्याला संरक्षण देणं, हेही तितकंच आवश्यक आहे. ती सारी जबाबदारी मादी उचलते. तिच्या अंडपेशीमध्ये केवळ जीनच नसतात, तर पोषणाचा, अन्नाचाही साठा असतो, तो तिनं आपल्या शरीरात उपलब्ध असलेल्या साधनसामग्रींचा विनियोग करून तयार केलेला असतो. नर आपल्या शरीरातील साधनसामग्रीचा वापर या कामासाठी करत नाही. म्हणजेच नराचा नव्या जीवाच्या निर्मितीतला वाटा निम्मा नसतो. तो त्याच्याहून कितीतरी कमी असतो. एकदा जीनचा निम्मा साठा देऊन झाला की, उपरणं झटकून नर नामानिराळा होऊ शकतो. मादीचं तसं नाही. तो पुढच्या पिढीतला जीव जन्माला येईपर्यंत आणि बहुतेक प्रजातींमध्ये त्यानंतरही, संगोपनाची सारी जबाबदारी मादीच उचलते. स्त्रीजातीचं शोषण होतं, असं म्हणतात, त्याची सुरुवात अशी सुरुवातीपासूनच होते. निसर्गानंच हा असा भेदभाव केलेला आहे.

म्हणजे मग निसर्गाच्या न्यायाचा तराजूही दीडदांडीचा आहे, असं म्हणायला हवं का? वरवर तसं वाटेल, बाबूराव. पण रिचर्ड डॉकिन्स म्हणतो की, प्रत्यक्षात तसं नाहीय. या धरतीवरच्या प्रत्येक सजीवाला आपलं अस्तित्व टिकवून धरण्यासाठी दोन महत्त्वाची कर्तव्यं पार पाडावी लागतात. आपले जे शत्रू आहेत, जे भक्षक आहेत, त्यांच्यापासून आपलं, आपल्या कळपाचं रक्षण करणं, आपल्यासाठी, आपल्यावर अवलंबून असणाऱ्या इतरांसाठी भक्ष्य, म्हणजेच अन्न मिळवणं, हे एक आणि आपली नवी पिढी जन्माला घालणं, हे दुसरं. उत्क्रांतीच्या सुरुवातीच्या काळात सर्वच जण ही दोन्हीही कामं पार पाडत असावेत. पण नंतर असं दिसून

आलं की, या दोन कामांसाठी लागणारी साधनसामग्री वेगवेगळ्या प्रकारची आहे. रक्षणासाठी वेळ दिला, आपल्या अंगातली शक्ती वापरली की, पुनरुत्पादनासाठी पुरेसा वेळ उरत नाही. उरलीसुरली शक्ती पुरेशी ठरत नाही. उलट, पुनरुत्पादनासाठी वेळ आणि शक्ती वापरली की, रक्षण करणं जमत नाही. तेव्हा मग काही जणांना अधिक काळ आणि अधिक शक्ती रक्षणासाठी खर्ची पाडणं भाग पडू लागलं. इतरांना अधिक काळ आणि अधिक शक्ती पुनरुत्पादनासाठी वापरणं सोयीचं ठरू लागलं. त्याच वेळी मग लिंगभेदाचा उगम झाला. लैंगिक पुनरुत्पादनाच्या प्रक्रियेचा जन्म झाला.

थोडक्यात काय, बाबूराव, तर ज्याप्रमाणे आज आपल्या डोक्यावर चढून बसलेल्या जातीपातींचा उगम जसा वास्तविक समाजस्वास्थ्याच्या दृष्टिकोनातून केलेल्या कामाच्या विभागणीतून झाला, तसाच लिंगभेदाचा आणि त्यातील असमतोलाचा उगमही त्या त्या प्रजातीच्या स्वास्थ्याच्या दृष्टिकोनातून केलेल्या कामाच्या विभागणीतून झालेला आहे, पण आपण हे मूळ विसरतो आणि वरलिया रंगाला भुलून त्यानुसार आपला पवित्रा ठरवतो. तिथंच तर सारं बिनसतं. स्त्रीजात आणि पुरुषजात, असं आपण म्हणतो, त्याचं मूळ या मनोवृत्तीतच असेल का? विचार करण्यासारखाच प्रश्न आहे नाही, बाबूराव!

कळावे.

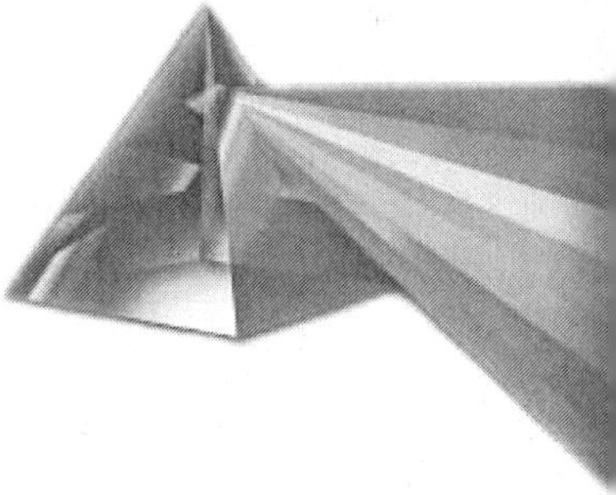

आठवणींची साथ

सप्रेम नमस्कार, विज्ञान विशेष.

तुम्हाला काहीतरी महत्त्वाचं सांगायचं, म्हणून घाईघाईनं लिहायला बसलो, बाबूराव आणि काय सांगायचं, तेच आता विसरलो. काही म्हटल्या काही आठवत नाहीय. जंगजंग पछाडलं, पण स्मरणशक्तीनं साफ असहकार पुकारलाय. हे असं आजकाल बरेच वेळा होतं. तसं म्हटलं, तर वय झालेलं नाही. तरीही आठवण अशी, ऐन शिकारीच्या वक्ताला कुत्र्यानं अवसानघातकीपणा करावा, तशी दगा देते. हे असं का व्हावं? आणि वय झालेलं असलं, म्हणून तरी आठवणीनं असा संप का पुकारावा?

खरंतर, वय झालं की, स्मरणशक्ती विकलांग होते, हे तरी कितपत खरं आहे? का तोही आपला एक समजच! त्या बाबतीत तरी काही ठाम, विश्वसनीय, वस्तुनिष्ठ पुरावा हाती आहे का, असे प्रश्न तुम्हाला पडले असतील, तर ते स्वाभाविकच आहे, बाबूराव आणि तसा पुरावा मिळाला, तरी एक प्रश्न उरेलच. उतारवयात तरी आठवणींनंही असं उतारावरून घरंगळत का जावं?

त्यासाठी ना, बाबूराव, आधी आठवण म्हणजे नेमकं काय, स्मृतीचं जतन कसं केलं जातं, हे पाहावं लागेल. बाकी आपली आठवण म्हणजे एक विचित्र, विलक्षण बाब आहे. कधीकधी एखाद्या क्षुल्लक घटनेनं ती अकस्मात जागी होते. खरंतर ती एक पूर्णपणानं घटनाही नसते, घटनेचा एखादा अर्धामुर्धा तुकडाच असतो. सहजगत्या कानांच्या पडद्यांना भोज्ज्यासारखी शिवून गेलेली

कुठल्यातरी जुन्यापुराण्या गाण्याची अस्फुटशी लकेर, वाऱ्यावरून विहरत आलेली आणि नाकपुड्यांना चाळवत गेलेली सुगंधाची मदहोश लहर, गाडीतून वेगानं जात असताना पुसटसाच दिसलेला देखाव्याचा एखादा भाग, वाचनात आलेला वाक्याचा एखादाच तुकडा, हातांना निसटता झालेला मखमली स्पर्श कुठंतरी सांदीकोपऱ्यात पडून राहिलेल्या आठवणीला डिवचतो. तिला फडा काढून उभं राहावयास लावतो. ती आठवण मग आपला पिच्छाच पुरवते.

या उलट कित्येक वेळा समोर अख्खा माणूस उभा असतो. त्याचा चेहराही आपल्या परिचयाचा असतो. पण त्याच्या नावाची आठवण काही केल्या जागी व्हायलाच तयार नसते. अशा वेळी ओशाळपण झाकण्यासाठी काय काय कसरती कराव्या लागतात, ते आठवा, बाबूराव. का तेही आठवत नाहीय?

नसेल, तर प्राऊस्ट या विख्यात कादंबरीकाराच्या 'रिमेम्ब्रन्स ऑफ थिंग्ज पास्ट' या कादंबरीच्या नायकाच्या तोंडून त्याचाच एक अनुभव ऐका. तो म्हणतो,

'मध्यंतरीच्या काळात मी कॉम्ब्रेपासून फार दूर गेलो होतो. कॉम्ब्रेला मी जवळजवळ विसरलोच होतो, म्हणा ना. अन् अकस्मात हिवाळ्यातल्या एका अंधारलेल्या कातरवेळी माझ्या आईनं बनवलेल्या एका केकचा तुकडा चहात बुडवून मी माझ्या जिभेवर ठेवला मात्र, विजेचा एक लोळ माझ्या सर्वांगातून शिरशिरत गेल्यासारखं झालं. माझं गात्र न् गात्र झंकारल्यागत झालं. विस्मृतीच्या गर्तेत कुठं तरी पडून राहिलेलं माझं बालपण लख्खपणे माझ्यासमोर उभं राहिलं. मला खुणावू लागलं. माझ्या नकळतच मी एक दहा-बारा वर्षांचा खट्याळ मुलगा झालो आणि कॉम्ब्रेच्या छोट्याशा रस्त्यांवरून बागडू लागलो.'

म्हणूनच तर प्रश्न पडतो की, या आठवणीचं नक्की स्वरूप आहे तरी कोणतं? चिकणमातीच्या वडीसारखं? प्लेटोची तरी तशीच कल्पना होती, बाबूराव. त्याला वाटत होतं की, आठवण ही मेणाच्या पाटीसारखी आहे. तिच्यावर ज्या वस्तूचा दाब पडेल, तिचा ठसा तिथं तसाच उमटलेला राहील. मनाच्या एक गूढ अंतर्भागात कुठंतरी ही पाटी दडून बसलेली असते. तिचा आकार, तिचं आकारमान, तिची घनता आणि तिची लवचीकता यांवर तो ठसा कितपत स्पष्टपणे उमटणार आहे आणि तसाच किती काळ राहणार आहे, हे अवलंबून असेल. त्याची ही थोडीफार आलंकारिक भाषा क्षणभर नजरेआड केली, तर आपल्या प्राचीन तत्त्ववेत्त्यांनी मांडलेल्या कल्पनांपेक्षा प्लेटोचं सांगणं फारसं वेगळं नाही. आपल्या ज्ञानेंद्रियांनी पाठविलेल्या माहितीच्या नोंदींमधूनच आठवणींची घडण होते, हेच त्याचं सार आहे.

त्यामुळे इतर काही जणांनी आठवणींना टेपरेकॉर्डरमधल्या फितीची उपमा दिली आहे. तिच्यावर जी काही माहिती रेकॉर्ड झाली आहे, तिची ती निष्ठापूर्वक

उजळणी करते. तुम्ही मागणी कराल, तेव्हा, आणि तितक्या वेळाही. पण मग काही काळानंतर काही आठवणी अशा अस्पष्ट का होतात? धूसर का बनतात?

म्हणूनच मग इतर काही शास्त्रज्ञ आठवणीला छायाचित्राची प्रिन्ट असल्यासारखं मानतात. जेव्हा ते छायाचित्र काढलं जातं, तेव्हा ते रेखीव आणि सुस्पष्ट असतं. अर्थात ज्या कॅमेऱ्याचा वापर करून ते छायाचित्र घेतलं आणि ज्यांनी ते घेतलं, त्यांच्या गुणवत्तेचा सहभाग त्यात असणारच. पण ती कितीही उत्तम प्रतीची असली, तरी काही काळानंतर ते चित्र फिकं पडत जातंच.

या कल्पना अर्थात मनाची जागा हृदयात नसून, मेंदूत आहे आणि मेंदूचं कामकाज चालतं, ते विद्युत्रासायनिक लहरींद्वारा. याची जाणीव होण्यापूर्वीच्या. तशी जाणीव झाली, तेव्हा परत मग शास्त्रज्ञ स्मृतीची नेमकी जागा कोणती आणि तिचं जतन कसं केलं जातं, हे प्रश्न नव्यानं विचारू लागले. त्या अथक प्रयत्नांमधून मग परत एकदा नव्यानं जाणीव झाली की, आठवण ही एखाद्या विजेच्या जाळ्यासारखी असते. एखादा दिवा किंवा दिवाळीची आरास म्हणून आपण लावतो, ती दिव्यांची माळ कशी फार विशिष्ट जाळ्यात गोवलेली असते, तशीच आपली आठवण. जोवर आपण ते जाळं बदलत नाही किंवा बिघडवत नाही, तोवर ते विवक्षित बटण दाबलं की, तो आणि फक्त तोच दिवा पेटतो. किंवा ती दिव्यांची माळ पूर्वी ठरवून दिलेल्या आराखड्यानुसार आपली उघडमीट करत, डोळे मिचकावत राहते. आठवणही तशीच. विवक्षित बटण दाबलं गेलं की, मज्जापेशींचं बंदिस्त झालेलं ते जाळं सुप्तावस्थेतून खडबडून जागं होतं, कार्यान्वित होतं. काही वेळा एकाहून अधिक बटणंही असू शकतात. मात्र या बटणांचं नेमकं स्वरूप काय असावं आणि ते दाबलं की, नेमकी काय प्रक्रिया होऊन ते जाळं लगबग करू लागतं, याचा छडा शास्त्रज्ञांना अजून लागायचाय, बरं का बाबूराव.

आता तुम्ही म्हणाल, की असं जर आहे, तर मग वय होत चाललं की, हे जाळं असं कमकुवत का होत जातं? त्याचे तंतू काय विरत जातात? का त्याचा फ्यूजच उडून जातो? होतं तरी काय? त्याचाही शोध आजवर अनेक शास्त्रज्ञ घेत आले आहेत. त्यातूनच त्यांची अशी समजूत होत आली आहे की, वयाबरोबर दंताजीचं ठाणं उठतं किंवा माथ्यावरचं रान विरळ होत जातं, अशा ज्या समजुती प्रचलित आहेत, तशीच आठवणही दगा देणार, असंच समजलं जातं. लहानपणापासून तसेच संस्कार मनावर होत राहतात. तीच खूणगाठ पक्की होत जाते. तसंच होणार, अशी खात्रीच असल्यामुळे मग मनही तेच खरं करू पाहतं?

ही समजूत तरी खरी. का तोही एक स्वत:च स्वत:ची खात्री पटविण्याचाच एक प्रकार, याची शहानिशा करण्यासाठी हार्वर्ड विद्यापीठातील बेक्का लेव्ही आणि एलन लॅन्गर यांनी एक प्रयोगच केला. म्हातारपणाबरोबर शरीर आणि मन साथ

देणार नाही, असे संस्कार ज्यांच्यावर तेवढ्या ठामपणानं झालेले नाहीत, अशा दोन गटांतल्या काही जणांची त्यांनी निवड केली. एक गट होता अमेरिकेतलाच. मुक्या आणि बहिऱ्यांचा. ही मंडळी स्वत:च्याच वेगळ्या विश्वात वावरत असतात. त्यामुळे म्हातारपणाविषयीच्या इतर अमेरिकन समाजाच्या समजांपासून ती अलिप्त होती. दुसरा गट त्यांनी निवडला, तो चीनमधल्या म्हाताऱ्यांचा. तिथं या वृद्ध मंडळींना मानानं वागवलं जातं. वृद्धत्व म्हणजे दुबळेपणा, असं तिथं मानलं जात नाही. या दोन गटांतल्या मंडळींच्या आणि सर्वसामान्य अमेरिकन समाजातील म्हाताऱ्यांच्या स्मरणशक्तीचा त्यांनी तौलनिक अभ्यास केला. तेव्हा फक्त सर्वसामान्य अमेरिकन माणसाचीच आठवण वयाबरोबर मान टाकत असल्याचं त्यांना दिसून आलं. इतर दोन गटांमधल्या व्यक्तींची आठवण तशीच ताजीतवानी होती.

त्यात कदाचित त्या त्या गटातील व्यक्तींच्या आनुवंशिक गुणधर्मांचाही भाग असण्याचा संभव होता. म्हणून मग त्याच गटातल्या तरुण मंडळींचीही तशीच तुलना केली गेली. त्या वेळी मात्र त्या तीन गटांमध्ये कोणताही फरक दिसला नाही. म्हणूनच तर लेव्ही आणि लॅन्गर सांगताहेत की, हा सारा जन्मभर होत असलेल्या संस्कारांचाच परिणाम.

तेव्हा बाबूराव, आता वय होत आलं, मधुघट रिकामे होत आले, नेत्र पैलतीरी लागले, वगैरे विसरा. आठवण ठेवा, ती 'अभी भी मैं जवान हूँ' याचीच. आणि मग बघा, तुमची आठवणही कशी तुम्हाला साथ देते ती.

कळावे.

माथ्यावरचे ओझे

सप्रेम नमस्कार, विज्ञान विशेष.

या इथं मी माझ्या घराच्या पाठीमागच्या बागेत बसलो आहे, बाबूराव. ही अशी अनामिक हुरहुर लावणारी कातरवेळ आहे. कुठूनतरी दूरवरून आशा भोसलेंचे आर्त सूर कानी पडताहेत– 'पाऊल थकले, माथ्यावरचे जड झाले ओझे । राहिले दूर घर माझे' आशाच्या सुरांची मोहिनी त्या गीतातल्या शब्दांचा रंग अधिकच गडद करत आहे. काळजात कुठंतरी वेगळीच कळ उमटवत आहे. मनातली हुरहुर अधिकच गहिरी होत आहे. विलक्षण विचार मनात झपुर्झा घालत आहेत. माथ्यावरचं ओझं जड झालं, म्हणून घर दूर राहिलं, असं वाटतंय की, घर दूर राहिलं, म्हणून डोक्यावरचा भार सहन होईनासा झालाय्?

माथ्यावरचं ओझं दुसऱ्या कोणी मारूनमुटकून लादलेलं असेल, तर मग त्याचा भाग कितीही कमी असला, तरी ते डोईजड होईलच. त्यात नवल नाही, बाबूराव. पण आपखुशीनं जर डोक्यावर काही बोजा घेतला असेल, तर तो असा असह्य का व्हावा? तो तसा असह्य होण्यात तो उचलणाऱ्याचीच तर काही चूक नाही ना!

आता तुम्ही विचाराल की, ही नसती उठाठेव मला कोणी सांगितली? ज्याचं त्याचं डोकं आणि ज्याचा त्याचा बोजा. ही मंडळी आपापली काळजी घेतील. पण आपण तिकडं सोयिस्करपणे दुर्लक्ष केलं, म्हणून ही वैज्ञानिक मंडळी थोडीच गप्प राहणार आहेत! कोणाचाही भार हलका करायला ती सज्ज होऊन बसलेलीच आहेत.

तसं पाहिलं, तर आपल्या शहरांमध्ये काही मोजकीच मंडळी डोक्यांवरून बोजा वाहून नेताना दिसतात. भाजीवालेही आजकाल डोक्यांवरून भले दांडगे हारे वाहण्याऐवजी हातगाड्या ढकलताना अधिक दिसतात. तरीही काही भाजीवाले, कोळणी, बोहारणी, स्टेशनवरचे हमाल अशी काही मंडळी दिसतात. याशिवाय दुपारचे जेवणाचे डबे उघड्या लांबलचक लाकडी पेटाऱ्यात ठेवून, तो पेटारा डोईवर सांभाळत काही जण लगबगीनं धावतानाही दिसतात.

गावाकडची स्थिती मात्र वेगळी आहे. तिथं नदीवरून भरून आणलेले पाण्याचे अवजड हंडे एकावर एक ठेवून, डोक्यावर लीलया बाळगत, थट्टामस्करी करत, हसतखेळत जाणाऱ्या कितीतरी मुली, तरुणी, इतकंच कशाला, लेकुरवाळ्या बायकाही दिसतात. रानातून आणलेला सरपणाचा लाकूडफाटा किंवा बाजारला नेत असलेला शेतमाल घेऊन जाणाऱ्या स्त्रियाही काही कमी नसतात. त्यांचा बोजा हलका असतो किंवा तो वाहून नेताना त्या शिणत नसतील, असं थोडंच आहे! तरीही माथ्यावरचं ते ओझं जड होत असल्याची चिन्हं त्यांच्या वरकरणी वागणुकीतून दिसत नाहीत. हे जिथं तुमच्या आमच्या नजरेतही येतं, तिथं ते या बारकाईनं सगळ्या घडामोडींचा आढावा घेणाऱ्या शास्त्रज्ञांच्या नजरेतून सुटेल, याची कितपत शक्यता आहे? तुम्हीच करा विचार, बाबूराव.

नाही केलात, तरी चालेल, कारण मॅसॅच्युसेट्समधल्या नॉर्मन हेगलंड यांनी याचा सखोल अभ्यासच केला आहे. त्यांना प्रथम असं आढळलं की, प्रगत, विकसित देशांमध्ये बोजा डोक्यावरून नेण्याऐवजी हॅवरसॅक किंवा बॅकपॅकमध्ये घालून पाठीवरून तो वाहून नेणं अधिक पसंत केलं जातं. असे बोजे पाठीवर लादून हिंडणारे अनेक पाश्चात्त्य प्रवासी तुम्हालाही दिसले असतील. पण विकसनशील देशांमध्ये मात्र ओझं डोक्यावरून वाहून नेण्याची प्रथा अधिक प्रचलित आहे. त्यात शेर्पांसारखे काही जण डोक्याला पट्टा बांधून बोजा अर्धा डोईवर आणि अर्धा मानेवर असाही वाहून नेतात. पण मग त्यांना पुढं झुकून चालावं लागतं. डोंगरमाथ्यावर चढाई करताना त्याचा फायदाही होत असावा. एरवी मात्र सरळसरळ चुंबळ ठेवून, डोक्यावर बोजा चढवून, सरळ चालण्याचीच बहुतेकांची सवय असते. आफ्रिकन देशांमधल्या महिला तर आपल्या वजनाच्या वीस टक्क्यांइतका भारी बोजा लीलया पेलताना हेगलंडला आढळल्या.

हे त्या कसं करू शकतात, याचा बारकाईने अभ्यास केल्यावर हेगलंडच्या असं लक्षात आलं की, ही पौर्वात्य मंडळी आपल्या डोक्याचा वापर डोईवरून बोजा वाहून नेताना करतात. त्या बोजामध्ये जी ऊर्जा आहे, तिचाच वापर करून स्वत:च्या अंगची शक्ती कमीत कमी कशी वापरता येईल, याचाच विचार करतात.

या साऱ्याचं रहस्य आहे या भारेकऱ्यांच्या चालण्यात, डोक्यावर भली थोरली

लाकडाची मोळी घेऊन चालणाऱ्या बाईला तुम्ही पाहा. ती एखाद्या लंबकासारखी एका पायावरून दुसऱ्या पायावर शरीराचा आणि अर्थातच डोक्यावरचाही भार आळीपाळीनं बदलताना दिसेल. ती अशी डुलत-डुलत, म्हटलं तर थोडीफार पळतच चालताना दिसेल. मला तर अशा बाईला पाहिलं की, ऑलिम्पिकमध्ये दूर पल्ल्यांच्या चालण्याच्या शर्यतीत भाग घेणाऱ्या खेळाडूंचीच चट्कन आठवण होते. त्यांचं चालणंही कसं दुडक्या चालीनं पळत असल्यासारखंच असतं. फरक इतकाच की, त्यांच्या डोकीवर असलाच तर शर्यत जिंकण्याचा काय भार असेल, तेवढाच.

हेगलंडच्या मते हे असं लंबकासारखं चालण्यानंच दमछाक होऊ न देता ही भारेकरी मंडळी दूरचा पल्ला गाठू शकतात. तुम्ही हे सहजासहजी मान्य करणार नाही, बाबूराव. कारण तुम्हालाही या शास्त्रज्ञांचा गुण नाही, पण वाण लागलेला आहे. तुम्ही याची कारणमीमांसा विचारणार. म्हणूनच सांगतो, लंबकाच्या या आंदोलनांपाठचं गणित. लंबकाला एकदा गती दिली की, तो न थांबता, एका टोकापासून दुसऱ्या टोकापर्यंत सतत फेऱ्या मारतच राहतो. हवेच्या घर्षणाला तोंड द्यावं लागत असल्यामुळे त्याची गती कमी होत तो थांबतो. पण हवा नसलेल्या जागी किंवा अशा इतर कोणत्याही बलाला तोंड द्यावं लागत नसेल, तर तो फिरतच राहतो. कारण त्याच्या ठायी असलेल्या स्थितिज ऊर्जेचं तो गतिज ऊर्जेत रूपांतर करतो. त्यामुळे आपोआपच त्याला गती मिळते. तो जेव्हा एका टोकाच्या सर्वांत उंच स्थानी असतो, त्या वेळी त्याच्या ठायी सर्वांत अधिक स्थितिज ऊर्जा असते. तिचं तो संपूर्णतया गतिज ऊर्जेत रूपांतर करतो. त्यामुळे त्याला गती मिळते. स्थितिज ऊर्जा कमी कमी होत गतिज ऊर्जा वाढत जाते. लंबक सर्वांत खालच्या स्थानावर येईतो ती सर्वाधिक होते. त्या क्षणी स्थितिज ऊर्जा शून्य असते. त्यामुळेच लंबक तसाच पुढं जात राहतो. दुसऱ्या टोकाला पोचतो. तिथं पोचेपर्यंत गतिज ऊर्जा कमी होत जाते. पण तोवर स्थितिज ऊर्जा परत वाढत जाऊन ती सर्वाधिक होते. हे चक्र चालूच राहतं.

लंबकाप्रमाणे चाल ठेवल्यामुळे या भारेकऱ्यांना आपल्याजवळच्या बोजातल्या स्थितिज ऊर्जेचं रूपांतर गतिज ऊर्जेत करणं सोपं जातं. त्यामुळे स्वतःच्या स्नायूंवरचा भार ते कमी करू शकतात. मात्र स्थितिज ऊर्जेचं लंबकाप्रमाणे शंभर टक्के गतिज ऊर्जेत रूपांतर करणं माणसांना जमत नाही. साधारणपणे माणसाची याबाबतची क्षमता पासष्ट टक्क्यांइतकीच असते. पण त्या आफ्रिकन महिलांची याबाबतची कार्यक्षमता त्याहून अधिक होती, असे हेगलंडना दिसून आलं. शिवाय जसजसा बोजाचा भार वाढत गेला, तसतशी ही कार्यक्षमताही काही प्रमाणात वाढतच गेल्याचं त्यांना आढळलं. त्यामुळे बोजाचा भार शरीराच्या वजनाच्या वीस

टक्क्यांइतका होईपर्यंत त्यांना आपल्या स्नायूंना फारसा त्रास द्यावाच लागला नाही. बोजा याहीपेक्षा भारी झाल्यावरच मग त्यांना आपल्या स्नायूंना ढोसावं लागत होतं. उलट, युरोपीय मंडळींमध्ये मात्र बोजा वाढत गेला, तशी ही क्षमताही ढेपाळत गेली. त्यामुळेच त्यांच्या माथ्यावरचं ओझं नेहमीच जड होत राहिलं.

ही एवढी कार्यक्षमता आफ्रिकन महिलांनी कमावली, कारण त्यासाठी लहानपणापासूनच त्यांनी त्याचा सराव केला होता. प्रयत्नांती कमावलेली विद्या, कला म्हणा हवं तर, होती ती. वर्षानुवर्षाची तपस्याच कामी आली होती. असा सराव करत राहिला आणि तोही डोकं वापरून, तर मग माथ्यावरचं ओझंही जड होत नाही, की आपलं घरही दूर असल्याचा भास होत नाही.

कळावे.

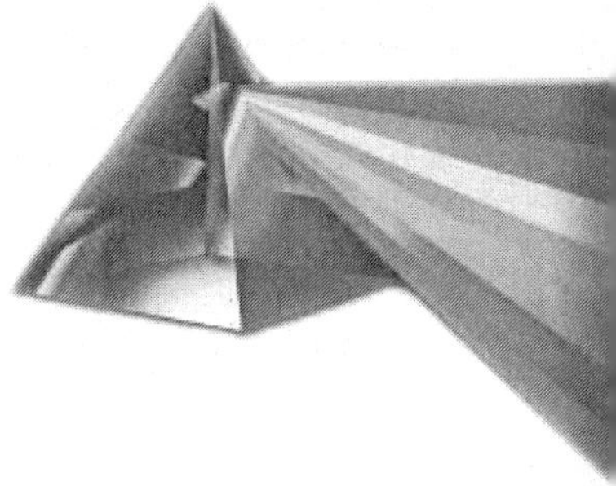

अवकाशनेत्र

सप्रेम नमस्कार, विज्ञान विशेष.

अलीकडंच एक मजेदार बातमी प्रसिद्ध झाली होती, ती वाचली का तुम्ही, बाबूराव? आपल्या मुंबईतील संजय गांधी राष्ट्रीय उद्यान आहे ना, हे भरवस्तीत असलेलं जगातील एकमेव अभयारण्य आहे. तेव्हा त्याची जपणूक तर आपण जीव पणाला लावून करायला हवी आहे. पर्यावरणाचं संवर्धन करायच्या आपण केवळ गप्पा मारतो; पण त्या दृष्टीनं काही ठोस करायची वेळ आली, की कच खातो, असा सर्वसाधारण अनुभव असला, तरी या वेळी मात्र बाब कोर्टात पोहोचली होती. तिथले घनदाट वृक्ष कसलाही पुढचा-मागचा विचार न करता तोडून तिथली जमीन बळकावण्याचा प्रयत्न कोणीतरी घुसखोरानं चालवला होता. त्याविरुद्धच त्याला कोर्टात खेचण्यात आलं होतं. त्या बदमाशानं तो मी नव्हेच म्हणत सरळ विश्वामित्री पवित्रा धारण केला होता. पण थोड्याफार वेगळ्या प्रकारे त्या जमिनीवर आपला ताबा असल्याचं तो अमान्य करत नव्हता. पण ती जमीन आगलीच आहे, अभयारण्याची नाही, असा त्याचा दावा होता. तिथं मुळी पूर्वी जंगल नव्हतंच, झाडं नव्हती, तेव्हा ती तोडण्याचा प्रश्नच उद्भवत नाही, असं त्याचं म्हणणं होतं.

ते खोटं ठरवायचं, तर तिथं पूर्वी जंगल होतं, नंतर ते तोडण्यात आलं, हे सिद्ध करणं भाग होतं. ते कसं करायचं, म्हणून मग नागपूरच्या राष्ट्रीय पर्यावरण अभियांत्रिकी संशोधन

संस्थेला– नीरीला– साकडं घालण्यात आलं. त्या संस्थेनं तिथं पूर्वी खरोखरीच घनदाट वृक्षराजी होती, हे सिद्ध करणारा एक आगळाच पुरावा सादर केला आणि कोर्टानंही तो ग्राह्य मानला. कारण त्या जंगलावर, त्या जंगलावरच कशाला, आपल्या देशाच्या, किंबहुना साऱ्या जगाच्याच, नैसर्गिक साधनसंपत्तीवर सतत नजर ठेवून असणारा एक राखणदार आपल्या वैज्ञानिकांनी उभा केला आहे, बाबूराव. आणि तोही असा की, कसलीही भीडमुर्वत न ठेवता, कसल्याही प्रलोभनाला बळी न पडता, नेहमी जे काही सत्य आहे, ते रामशास्त्री बाण्यानं सांगणारा. हा वॉचमन आहे अवकाशात भ्रमण करणारा आपला आयआरएस या मालिकेतील उपग्रह.

हा उपग्रह एका विशिष्ट कक्षेत सतत भ्रमण करत असताना जमिनीकडं पाहण्याच्या नजरेचा कोन प्रत्येक वेळी थोडासा बदलत जातो. त्यामुळे जमिनीवरचा कोणताही तुकडा त्याच्या नजरेतून सुटत नाही. हा कोन बदलत बदलत तीनशे साठ अंशांतून फिरला की, परत एकदा जमिनीच्या त्याच तुकड्याकडं त्याच कोनातून तो पाहतो. तसं होण्यासाठी अर्थात मध्यंतरी काही दिवस जावे लागतात. तरीही साधारण पाच-सहा दिवसांनंतर तीच परिस्थिती परत येते. प्रत्येक वेळी जे काही पाहिलं, त्याची नोंद तर हा उपग्रह करतोच, पण ती माहिती जमिनीवर असलेल्या नियंत्रण केंद्राकडंही सतत पाठवीत राहतो. त्यामुळं जमिनीवरच्या कोणत्याही तुकड्यात काय काय फरक होत राहिले, याचीही नोंद होते. अशा नोंदीतूनच जिथं आज त्या घुसखोरानं बळकाविलेली मुंडकी जमीन आहे, तिथंच पूर्वी भरदार झाडी होती, हे सिद्ध करता आलं.

तुमच्या मनात काय खळबळ माजली असेल, याची कल्पना आहे मला, बाबूराव. तुम्हाला वाटत असेल की, या उपग्रहानं ही माहिती देणं, म्हणजे मी उभा असताना माझ्या पायाकडं असलेल्या मुंग्यांच्या रांगेतील एका मुंगीनं दुसरीचे पाय ओढल्याचा पुरावा शपथेवर देण्यासारखंच आहे. माझी उंची सहा फुटांहून थोडीशी जास्तच. तेवढ्या उंचीवरून माझं नखही स्पष्टपणे दिसणं कठीण. तर मग त्याच्या आसपास असलेल्या त्या इटुकल्या मुंगीचा पाय आणि तो नेमका काय करत आहे याचा तपशील कसा दिसावा!

पण नाही, बाबूराव. तुमच्या मनात शंका येणं स्वाभाविक असलं, तरी ही उपमा मात्र समर्पक नाही. कारण या आयआरएस उपग्रहाची नजर एवढी तीक्ष्ण आहे आणि त्या नजरेनं मिळविलेल्या माहितीचं विश्लेषण करण्यासाठी त्याला जोडलेली संगणकांची क्षमता एवढी प्रचंड आहे की, साधारणपणे जमिनीवर एकमेकांपासून पाच मीटर म्हणजेच पंधरा फूट अंतरावर असलेल्या दोन वस्तू त्याला वेगवेगळ्या ओळखता येतात. त्यामुळं तेवढ्या अंतरावरून पाठलाग करत असलेल्या मोटारीचाही

वेध त्याला घेता येतो.

एवढंच कशाला, पण शेतामध्ये असलेलं पीक भाताचं आहे की कापसाचं, याचाही मागोवा त्याला घेता येतो. खरंतर, शेतामधलं पीक आहे की, कापणी करून त्याचे ढिगारे लावलेले आहेत, हेही हा उपग्रह ठामपणानं सांगू शकतो. त्यामुळेच तर पुरानंतर खरोखरीच किती नुकसान झालं आहे, त्याचा खात्रीलायक अंदाज मिळविता येणं शक्य झालं आहे. म्हणूनच तर आज निरनिराळे ग्राहक या उपग्रह केंद्राकडं आपल्या चित्रविचित्र मागण्या घेऊन येत आहेत. त्याचीही एक गंमत आहे, बरं का! नुकतीच एक बहुराष्ट्रीय कंपनी त्यांच्याकडं आली. त्यांना एका विशिष्ट फळभाजीवर प्रक्रिया करून, त्यापासून काही पदार्थांचं उत्पादन करायचं होतं. त्यासाठी देशात त्या फळभाजीचं पीक नेमकं किती येतं, याची विश्वासार्ह माहिती त्या कंपनीला हवी होती. ती मागणी कंपनीनं चाचरतच केली होती. कारण आपण भलतंच काही तरी बोलत नाही ना, अशी भीती तिला वाटत होती. वाटणारच हो. आपल्यालाही वाटली असती. पण उपग्रह केंद्रातल्या वैज्ञानिकांना त्या मागणीत काहीही वावगं वाटलं नाही. यापूर्वीही उसाच्या पिकासंबंधीची याच प्रकारची माहिती त्यांनी साखर उद्योगाला पुरविली होती.

बरं, ही सगळी माहिती मिळविण्याची या उपग्रहाची पद्धत आणि आपली सभोवतालच्या परिसराची माहिती मिळविण्याची पद्धत, यात तसा मूलभूत फरक नाही. आपण कोणतीही वस्तू बघू शकतो, ती त्या वस्तूवरून परावर्तित होणारा सूर्यप्रकाश आपल्या डोळ्यांच्या पडद्यावर पडतो, म्हणून. तिथं असणारे, या पडद्याला जोडलेले मज्जातंतू मग तो संदेश आपल्या मेंदूपर्यंत पोचवितात. मेंदूमध्ये त्या माहितीचं विश्लेषण होऊन त्या वस्तूविषयीचं ज्ञान आपल्याला मिळतं. मग तो सूर्यप्रकाश परावर्तित करण्याची त्या वस्तूची क्षमता, त्या परावर्तित प्रकाशाचे गुणधर्म आणि एकंदरीतच जगातल्या निरनिराळ्या पदार्थांविषयी आपल्या स्मरणकोशात साठविलेली माहिती यांच्या आधारे मेंदू आपलं विश्लेषण अधिक सखोल बनवितो. त्या वस्तुस्थितीचा अधिक तपशील आपल्याला पुरवितो आणि तिची अधिक अचूक ओळख पटवितो.

उपग्रह तरी दुसरं काय करतो! त्याची नजर आपल्यापेक्षा अधिक शक्तिशाली आहे, कारण त्या नजरेचे घटक अधिक ताकदवान आहेत. दूरवरून कित्येक किलोमीटरच्या अंतरावरून 'बघण्याची' क्षमता असलेले कॅमेरे या उपग्रहात बसविलेले असतात. आपल्या डोळ्यांची संवेदना ज्याला दृश्य प्रकाश, व्हिजिबल लाइट म्हणतात, अशा काही विशिष्ट तरंगलांबीच्या विद्युच्चुंबकीय लहरींपुरतीच मर्यादित आहे. हे कॅमेरे या प्रकाशात तर पाहू शकतातच, पण या दृश्य प्रकाशाच्या दोन्ही टोकांपलीकडच्या विद्युच्चुंबकीय लहरींनाही दाद देऊ शकतात. त्यातून मिळविलेली

माहिती ते जमिनीवर असलेल्या नियंत्रण-कक्षातील सामर्थ्यशील संगणकाकडे पाठवू शकतात. हे संगणक माहितीच्या प्रचंड ढिगाऱ्याचं विश्लेषण सहजासहजी करू शकतात. शिवाय माहिती साठवून ठेवण्यासाठी त्यांच्याकडे तसेच अवाढव्य स्मृतिकोशही असतात. एवढंच नाही तर निरनिराळ्या तरंगलांबीचा प्रकाश परावर्तित करण्याची कोणत्याही वस्तूची क्षमताही वेगवेगळी असते. त्यांचा एकत्रित अभ्यास केला की, मग अधिक तपशीलही मिळू शकतो. म्हणूनच तर कपाशीचं पीक ज्वारीच्या पिकाहून वेगळं दिसतं किंवा लालचिरा आणि संगमरवर यांच्यांत गफलत होत नाही.

त्यात आपल्या वैज्ञानिकांनी इतके ताकदवान आणि इतकी अचूक माहिती देणारे उपग्रह तयार करून अवकाशात त्यांची स्थापना केली आहे की, अमेरिकेतील ग्राहकही आपल्याकडून ही माहिती खरेदी करत आहेत. हे उपग्रह जगातील अग्रगण्य आहेत, असा निर्वाळा खुद्द अमेरिकेतील उद्योग नियतकालिकांनी दिला आहे. तेच बरं आहे, नाहीतर आपण यावर चट्कन विश्वासच ठेवला नसता. कारण असं कोणतंतरी परदेशी सर्टिफिकेट मिळाल्याशिवाय आपण आपल्याच क्षमतेवर विश्वास ठेवायला तयारच नसतो.

आपण आजूबाजूच्या मंडळींना फसवू शकू, त्यांच्या डोळ्यांत धूळ फेकू शकू, पण आकाशात जे आपल्या सगळ्यांचे पिताश्री बसलेले आहेत, त्यांच्या नजरेतून काही सुटणार नाही, असं आपण कित्येक वेळा म्हणतो, ती आलंकारिक भाषा असते, म्हणा, किंवा आपली एक मानसिक श्रद्धा असते, म्हणा. पण आपल्या वैज्ञानिकांनी ती उक्ती सार्थ करून दाखविली आहे. तेव्हा बाबूराव, आता सगळ्यांना सांगत सुटा की, काही वेडंवाकडं करण्याचा विचार मनात आला की, प्रथम या अवकाशनेत्राची आठवण करा आणि मग बघा किंवा तुम्ही बघूच नका. 'तो'च काय ते बघून घेईल.

कळावे.

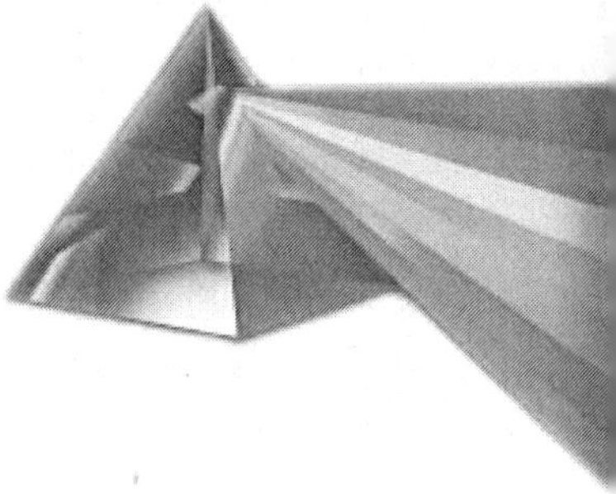

प्रतिभा आणि प्रतिमा

सप्रेम नमस्कार, विज्ञान विशेष.

अरविंद गोखले यांना तुम्ही ओळखत नाही, असं मी म्हटलं, तर तुम्ही माझ्यावर निश्चितच रागवाल, बाबूराव. आधुनिक मराठी कथेच्या जनकांमधील ते एक अग्रगण्य लेखक होते. आपल्या साहित्यिक जीवनाच्या उत्तरकाळातही नवनवीन प्रयोग करण्यात ते तत्पर होते. याच काळात कथालेख या एका नवीन साहित्य-प्रकाराला त्यांनी जन्म दिला. या साहित्याचा एक उत्कृष्ट नमुना म्हणजे त्यांची 'माणूस' ही कलाकृती आहे. शांतारामबापूंच्या 'माणूस' या गाजलेल्या चित्रपटाच्या निर्मितीची सत्यकहाणी त्यांनी एका दीर्घकथेच्या स्वरूपात सादर केली आहे. त्यासाठी त्या चित्रपटाच्या निर्मितीत ज्यांचा ज्यांचा सहभाग होता, अशा अनेकांशी त्यांनी बातचीत केली होती. म्हटलं, तर वर्तमानपत्रातील वार्तालेखाचंच ते एक रूप होतं, असं वरकरणी वाटेल, बाबूराव. पण तो कथालेख मुळातूनच वाचा, म्हणजे समजेल, की वर्तमानपत्रातील निर्विकार, रुक्ष लेखापेक्षा तो एकदम वेगळा आहे. त्या कलाकृतीच्या निर्माणकर्त्यांच्या भावविश्वाचा, त्यात प्रत्यही उडत असलेल्या खळबळीचा साक्षात्कार करण्याचा तो एक प्रयत्न आहे. प्रतिभेचा आविष्कार होऊन कलाकृतीची प्रतिमा समोर उभी राहताना काय घटना घडत जातात, कल्पना कशा बदलत जातात, मनातील मूळ आकृती तशीच अबाधित स्वरूपात प्रकट होते की, ती घडत असताना तिच्यात बदल होत-होत ती एक मुळाहूनही अधिक

मनमोहक रूप धारण करते, याचा प्रत्यय त्यातून मिळतो.

कोणतीही कलाकृती निर्माण होत असताना त्या कलाकाराच्या मनात जी आवर्तनं सतत होत असतात, ती समजली, तर त्यातून एक निखळ आनंद तर मिळलेच, बाबूराव. पण ते शिक्षणाचं एक प्रभावी साधन होईल, असं नाही तुम्हाला वाटत? आता चित्रपटाच्या निर्मितीला अनेकांचा हातभार लागलेला असतो, त्यामुळे गोखल्यांनी अवलंबिलेल्या मुलाखतींचा मार्ग उपयोगी पडतो. तरीही जे टेक फुकट गेले किंवा चित्रित केलेला पण पुढं प्रिंट तयार करताना न वापरलेला भाग बघायला मिळाला, तर त्या प्रतिभाविकासाचे अनेक पैलू नजरेसमोर येतील ना! ते कसे यावे? आणि जिथं निर्माता एकटाच आहे, अशा कलाकृतीबाबतचं रहस्य उलगडायचं म्हटलं, तर ते कसं करता येईल? तेंडुलकरांच्या 'कादंबरी-एक'चा पहिला, दुसरा खर्डा जसाच्या तसा बघायला मिळेल? त्यातला लिहून न आवडल्यामुळं चुरगाळून फेकून दिलेला कागद कचऱ्याच्या टोपलीतून उचलून कोण मिळवून देईल? आणि तसा कोणी तयार झालाच, तर त्याला लेखक हरकत घेणार नाही कशावरून?

एका प्रकारच्या कलाकृतीचा मात्र याला अपवाद करता येईल. चित्रकलेचा. चित्राचा एक आराखडा मनात योजून चारकोलच्या कांडीनं एक रेखाकृती कॅनव्हासवर काढल्यापासून ते आपल्याला प्रत्यक्ष बघायला मिळणाऱ्या चित्रापर्यंत ती कलाकृती अगिणत आवर्तनांतून जात असते. रंगांच्या अनेक छटा एकावर एक चढत जातात. त्या साऱ्या आपल्याला दिसणाऱ्या रंगसंगतीआड दडलेल्या असतात. आकारच नाही, तर आकृतिबंधही बदलत बदलत अखेरचं मोहवणारं रूप धारण करतात. कल्पना साकार होण्याच्या मार्गातले हे सगळे टप्पे त्या कॅनव्हासवरच नजरेआड दडलेले असतात. त्या कलाकृतीला धक्का न लावता ते सारं आपल्यापुढं उलगडून ठेवता आलं, तर काय बहार हेईल!

हेच करणारी एक जादूची छडी इंग्लंडमधल्या नॅशनल फिजिकल लॅबोरेटरीतल्या वैज्ञानिकांनी आपल्याला बहाल केली आहे, बाबूराव. खरंतर, त्यांनी हे तंत्र कलाकाराच्या मानसिक आंदोलनांचा वेध घेण्याच्या हेतूनं विकसित केलं नव्हतं. निरनिराळ्या पाइपांची जोडणी करताना जे वेल्डिंग होतं, त्यात कधीकधी दोष राहून जातात अन् मग पाइपांना गळती लागते. पाइपांची जोडणी तशीच ठेवून, त्यात काही दोष आहे की काय, याचा शोध घेण्यासाठी त्यांनी 'इलेक्ट्रॉन एमिशन रेडिओग्राफी' या अगडबंब नावानं ओळखल्या जाणाऱ्या एका नवीन तंत्राचा विकास केला होता. पण कलेच्या इतिहासात रमणाऱ्या निकोलस इस्टॉ यांना त्या तंत्रात आपल्याला हवं असलेलं साधन दिसलं.

या तंत्रामध्ये शक्तिशाली क्ष-किरणांचा मारा त्या चित्रावर केला जातो. त्यामुळं चित्रातल्या रंगांच्या रेणूंमधले काही इलेक्ट्रॉन उत्तेजित होऊन बाहेर पडतात. ते जर

फोटोग्राफिक प्लेटवर पडले, तर त्यांचा ठसा तिथं उमटतो. इस्टॉ काय म्हणतात, तर निरनिराळ्या मात्रेची ऊर्जा अंगी असलेले क्ष-किरण वापरतात. ते चित्राच्या पृष्ठभागापासून निरनिराळ्या अंतरांवर असलेल्या स्तरावरच्या रंगांच्या रेणूंशी प्रक्रिया करतात. त्यामुळे त्या स्तरावरच्या रेणूंमधलेच इलेक्ट्रॉन उत्तेजित होऊन निसटतात. त्यांच्या अंगी क्ष-किरणांनी बहाल केलेली ऊर्जा असते. तिचा उपयोग करून ते फोटोग्राफिक प्लेटपर्यंतचा आपला प्रवास पार पाडू शकतात. तिथं पोचेतो त्यांच्या अंगची ऊर्जा जवळजवळ संपत आलेली असते. त्यामुळे त्या प्लेटवरच्या रासायनिक लेपामध्ये, इमल्शनमध्ये ते आपला ठसा उमटवून तिथंच विश्रांती घेतात. अशा तऱ्हेनं त्या चित्राच्या प्रत्यक्ष दिसणाऱ्या वरच्या पातळीचंच नव्हे, तर त्या खालच्या वेगवेगळ्या थरांतल्या आकृतीचंही प्रतिबिंब त्या फोटोग्राफिक प्लेटवर उमटतं. त्या चित्राच्या बाह्य शरीराच्या आत डोकावून, आत दडून बसलेल्या इतर अंगांचीही प्रतिमा आपल्या नजरेला दिसू लागते.

आता तुम्ही म्हणाल बाबूराव, की हा तर आपल्या शरीराच्या आत पाहण्यासाठी घेतलेल्या क्ष-किरण तपासणीसारखाच आहे हा प्रकार. तर ते तसं नाही. कारण एकतर, आपल्या शरीराची तपासणी करण्यासाठी वापरल्या जाणाऱ्या क्ष-किरणांपेक्षा अधिक ऊर्जा या तपासणीतल्या क्ष-किरणांच्या ठायी असते. किंबहुना निरनिराळ्या ऊर्जेच्या क्ष-किरणांचे झोत सोडून निरनिराळ्या पातळींवरच्या आकृतिबंधाचं चित्र मिळवण्याची क्षमता या तंत्रात अंतर्भूत केली आहे. शिवाय या आपल्या ओळखीच्या नेहमीच्या तंत्रातले क्ष-किरण सर्वांत घन पातळीशीच प्रक्रिया करतात. मग ती पृष्ठभागापासून आत कितीही खोलवर का असेना. आता समजा, अशी सर्वांत घन पातळी निरनिराळ्या खोलींवर असेल, तर साऱ्यांनीच सरमिसळ असलेलं अर्थहीन प्रतिबिंबच हाती येईल. त्यातून काहीही साध्य होणार नाही. या इलेक्ट्रॉन एमिशन तंत्रात मात्र एका वेळी एकाच खोलीवरच्या थराशी प्रक्रिया होत असल्यामुळे त्याच थरावरच्या आकृतिबंधाचं प्रतिबिंब मिळतं आणि त्यातून मूळ चारकोलच्या आराखड्यावर रंगाची पुटं कशी चढत गेली आणि त्या आराखड्याच्या कलेवरात प्राण कसा भरत गेला, याची चित्रमालिकाच समोर उभी राहते.

यातली फोटोग्राफिक प्लेट चित्राला चिकटवून ठेवलेली असली, तरी ज्या क्ष-किरणांच्या झोताचा मारा त्या चित्रावर केला जातो, त्यांच्या ठायी असलेली ऊर्जा इतकी असते, की ते त्या प्लेटवरच्या इमल्शनला धक्काही न लावता आरपार जातात आणि चित्रातल्या रंगांच्या रेणूंशीच टक्कर घेतात. त्यामुळेही नेहमी वापरण्यात येणाऱ्या फोटोग्राफिक प्लेटचा उपयोग करणं सहज शक्य होतं.

इस्टॉनं या तंत्राचा वापर करून अनेक ऐतिहासिक चित्रकृतींचा अभ्यास आजवर केला आहे. त्यातलीच एक आहे सतराव्या शतकातला ख्यातनाम डच

चित्रकार रुबेन्स याची 'मर्क्युरी' ही गाजलेली कलाकृती. या ग्रीक देवतेचं चित्र काढताना त्यानं सुरुवातीला ठेवलेली देवतेच्या डोक्याची दिशा बदलून एकदम उलट्या दिशेला फिरवली होती, अशी माहिती नेहमी वापरण्यात येणाऱ्या क्ष-किरण तपासणीतून मिळाली होती. पण इस्टॉला असं दिसून आलं की, नुसतीच डोक्याची दिशा बदललेली नव्हती तर संपूर्ण रचनाबंधच रुबेन्सनं बदललेला होता आणि तोही एकदा नाही, तर तीनदा मनातलं चित्र कॅनव्हासवर उमटेपर्यंत, एक तर त्याच्या कुंचल्याचा सहकार मिळायला इतके रचनाबंध खर्ची घालावे लागले होते किंवा रुबेन्सचं मनच तोपर्यंत बदलत गेलं होतं.

तीच कथा एकोणिसाव्या शतकातल्या ज्यॉं ऑगस्ट डॉमिनिक इन्ग्रेस या चित्रकाराच्या एका कलाकृतीची. फ्रान्सचा राजा चौथा हेन्री याच्या तलवारीचं चुंबन त्याचा एक सरदार डॉन पेड्रो हा घेत आहे. या प्रसंगाचं चित्रीकरण या कलाकृतीत आहे. त्यात सुरुवातीला डॉन पेड्रो डावा गुडघा टेकवून बसला आहे, असं चित्रित केलं होतं. पण चित्र काढता-काढता तो आकृतिबंध पसंत न पडून इन्ग्रेसनं डॉन पेड्रोला उजवा गुडघा टेकायला लावला होता. या चित्राचा मूळ चारकोलचा आराखडाही इस्टॉच्या हाती या तंत्रातून लागला होता.

याच तंत्राचा अवलंब करून ते चित्र नेमकं केव्हा काढलं गेलं, याचा छडा लावणंही शक्य होणार आहे. त्यामुळे कोणता आकृतिबंध केव्हा रचला गेला, कोणता आधीचा आणि कोणता नंतरचा, चित्रकृती एकाच कलाकाराची, की आधीच तिथं असलेल्या कलाकृतीवर कोणी दुसऱ्याच कलाकारानं आपली कलाकृतीही बेतून घेतली, कोणती अस्सल– कोणती नक्कल, वगैरेंसारख्या कूट समस्यांचीही निकाल लावणं शक्य होईल, असा विश्वास इस्टॉला वाटत आहे.

एकदा एखादं तंत्र विकसित झालं, की त्याचे उपयोग अनेक सापडतील, बाबूराव. पण प्रतिभाविलासाचे अनेक सोपान कसे चढले गेले, याचं जे दर्शन या तंत्रानं होणार आहे, ती एक आगळीच देणगी वैज्ञानिकांनी दिली आहे, याचंच मला तरी अप्रूप वाटतंय. विज्ञान आणि कला या दोन निराळ्या संस्कृती आहेत, असं जे.सी.पी. स्नो म्हणत असे, त्याचा पुनर्विचार ही शास्त्रज्ञमंडळी आपल्याला करायला लावत आहेत, असं नाही तुम्हाला वाटत, बाबूराव?

कळावे.

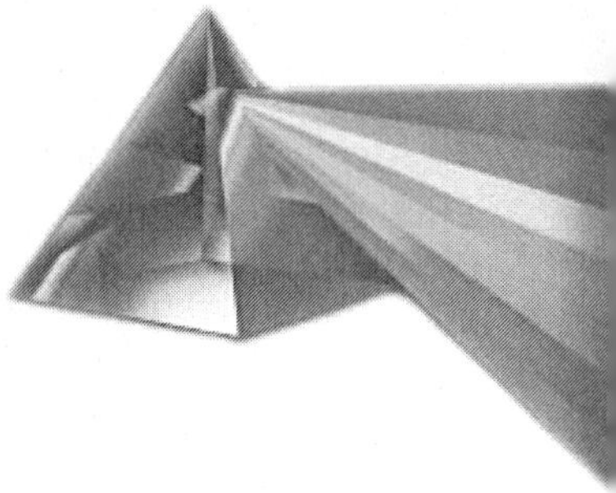

शरीरगंध

सप्रेम नमस्कार, विज्ञान विशेष.

दाढी केल्यानंतर तुम्ही चेहऱ्याला काही आफ्टर शेव्ह लोशन चोळता का, बाबूराव? किंवा अंघोळीनंतर अंगावर सुगंधी पावडर फासता का? नाही तर आपल्या कपड्यांवर एखादा सुगंधी फवारा मारता का? तसं करत असाल, तर काही जगावेगळं करता, अशातला भाग नाही. मीही तेच करतो. वास्तविक दाढी केल्यानंतर रोगजंतूंची बाधा होऊ नये, म्हणून तुरटीही चोळता येते. घामावर पोसणाऱ्या जीवाणूंनी घामोळ्याचा त्रास देऊ नये, म्हणून साधी पावडरही लावता येते. तरीही आपण सुगंधी पदार्थांचाच उपयोग करतो. आपल्या अंगाला नैसर्गिकरीत्या जो एक गंध असतो किंवा घामामुळे जो एक वेगळाच गंध प्राप्त होतो, तो लपविण्यासाठी सहसा आपण या सुगंधी पदार्थांचा उपयोग करतो. त्यात तसं वावगं काहीच नाही. मन प्रसन्न राहण्यासाठी त्याचा फायदा होत असेल, तर तसं अवश्य करावं.

पण शरीरगंध लपविण्यासाठीच सुगंधांचा उपयोग केला जातो का? त्या दुर्गंधीचा इतरांना त्रास होऊ नये, एवढाच हेतू आपला असतो का? त्या सुगंधाचा उपयोग आपल्या प्रियतमेला, प्रियतमालाही म्हणावयास हरकत नाही, आकर्षित करण्यासाठी तर केला जात नाही ना? या सुगंधांच्या वर्तमानपत्रांतल्या, विशेषतः चित्रवाणीवरच्या जाहिराती पाहिल्या, तर असा प्रश्न कोणाच्याही मनात उमटेल, बाबूराव. पीळदार शरीरयष्टी असलेला कोणीतरी युवक सुगंधी

पावडरचा फवारा अंगभर उडविल्यानंतर जेव्हा अंगावर शर्ट चढवितो, तेव्हा त्या शर्टाची बटणं लावायला कोणातरी स्वरूपसुंदरीचा नेलपेन्ट लावलेला कोमल हात पुढं सरसावतो. अशा मुलायम हातांची मिठी अंगाभोवती पडायला हवी असेल, तर तो सुगंध वापरा, असाच सुप्त संदेश उत्पादक त्या जाहिरातीतून देत असतात.

देवोत बापडे! आपला माल विकण्यासाठी कोणी काय कसरती कराव्यात, हे आपण थोडंच ठरवू शकतो? पण म्हणून शरीराला निसर्गत: येणारा गंध हा दुर्गंधीतच जमा व्हायला हवा आणि त्या शरीरगंधामुळे कोणी तुमच्याकडे आकर्षित होणं तर सोडाच; पण तुमच्यापासून दूर पळण्याचीच अधिक शक्यता आहे, असा जो समज करून दिला जातो ना, तो मात्र तितकासा खरा नाही. या शरीरगंधाचंच आकर्षण वाटणं आणि त्या आकर्षणापायी केली गेलेली जोडीदाराची निवड हे आनुवंशिकतेच्या दृष्टिकोनातून योग्यच असल्याचा निर्वाळा शास्त्रज्ञच देत आहेत, बाबूराव.

स्त्री-पुरुष संबंधांबद्दल आपण कितीही रोमँटिक कल्पना लढविल्या ना, ती निसर्गाच्या दृष्टिकोनातून एक प्राणिवंश तसाच चालू राहावा, सध्याच्या पिढीपेक्षा अधिक तगडी पिढी तयार व्हावी, उत्क्रांत व्हावी, पर्यावरणाशी अधिक समर्थपणे सामना करणारा जीव जन्माला यावा, हे उद्दिष्ट साध्य करणारी ती एक प्रक्रिया आहे. ती प्रक्रिया जोमदार व्हायची असेल, त्यातून मूळ उद्दिष्ट सफल संपूर्ण व्हायचं असेल, तर ज्यांचे आनुवंशिक गुणधर्म एकमेकांना पूरक आहेत, एकाच्या गुणधर्मांतील कमतरता दुसऱ्याच्या गुणधर्मांमुळे भरून निघेल, अशांच्याच जोड्या जमणं संयुक्तिक ठरतं. म्हणूनच तर ज्यांचे आनुवंशिक गुणधर्म, जीन जवळजवळ सारखेच आहेत, अशा जवळच्या नातलगांचा संबंध निषिद्ध मानला आहे. कारण तसं झाल्यानं एकामध्ये असलेल्या आनुवंशिक दोषावर जोडीदाराकडून पांघरूण घातलं जात नाही. कारण जोडीदारातही तोच दोष असण्याची शक्यता प्रबळ असते. परिणामी, आईवडिलांमध्ये सुप्तावस्थेत असलेला दोष संततीत प्रकट होतो. संततीच्या जिवावर उठतो.

हे टाळायचं असेल, तर अशा गुणधर्मांची ओळख पटवण्याचा काहीतरी मार्ग उपलब्ध हवा. आज या साऱ्याच जीनचा आता-पता बता देण्याचा चंगच आपल्या जीवशास्त्रज्ञांनी बांधला आहे. पण ही झाली गेल्या पाच-पन्नास वर्षांची कथा. स्वत:च्या बुद्धिमत्तेच्या जोरावर मानवानं तिथवर मजल मारेपर्यंत निसर्ग थोडीच वाट पाहत राहणार आहे! शिवाय ही प्रक्रिया काही मानवप्राण्यापुरतीच मर्यादित नाही. उत्क्रांतीचे नियम सर्वच जीवांना सारखेच लागू होतात. तेव्हा ही ओळख पटविण्याची काही सोय निसर्गानंच केलेली असणार.

शरीरगंधावरून अशी ओळख पटू शकते, असं शास्त्रज्ञांना वाटत आहे,

बाबूराव. ही काही त्यांच्या सुपीक मेंदूतून निघालेली परीकल्पना नाही. तसा काही पुरावाच आहे. समागमापूर्वी प्राणी एकमेकांचं शरीर हुंगताना तुम्ही पाहिले असतीलच, बाबूराव. या शरीरगंधावरूनच आपला योग्य जोडीदार कोण, हे ओळखण्याची क्षमता या प्राण्यांठायी असते. उंदरांवर केलेल्या प्रयोगांतून तसं ठामपणे सिद्ध झालं आहे. उंदरांच्या माद्यांपाशी शरीरगंधाचा वास घेऊन जवळचा नर आपला जवळचा नातलग आहे, की काहीच नातं नसलेला कोणी परकाच आहे, हे ओळखण्याची क्षमता असते. त्यामुळे अशा कोणा जवळच्या नातलगाचा वास लागला की, त्या त्याच्यापासून दूरच राहणं पसंत करतात. एवढंच नाही, तर समजा, चुकून अशा कोणा जवळच्या नातलगापासून त्या गरोदर राहिल्या असल्याच, तर कोणा दूरच्या नराशी समागम होण्याची संधी येताच त्यांचा आपोआप गर्भपात होतो. केवळ अशा वेगळ्या नराच्या मूत्राचा वासही गर्भपात होण्यास पुरेशा ठरतो. असा गर्भपात झाल्यानंतर त्या नव्या नराशी समागम करण्यास ती मादी लगेच तयार असते.

मानवप्राण्याकडेही जवळच्या, समान जीन असणाऱ्या जोडीदाराला टाळण्याची काही क्लृप्ती असेल का? तशी असावी, असा अप्रत्यक्ष पुरावा हुट्टेराईट वंशाच्या अभ्यासातून मिळाला आहे. या वंशातील जोडप्यांचे शरीरातील रोगप्रतिकारक शक्तीला कारण असणारे जीन वेगवेगळे असतात, असंच या अभ्यासातून दिसून आलं. या रोगप्रतिकारक शक्तीचं नियंत्रण करणाऱ्या जीनचा संबंध शरीरातील पेशींच्या बाह्य आवरणावर असलेल्या प्रथिनांशी असतो. रक्ताचे जसे गट जुळावे लागतात, न जुळणाऱ्या गटाचं रक्त जसं शरीराकडून नाकारलं जातं, तसाच उसना घेतलेला अवयवही या पेशींच्या आवरणावरील प्रथिनांचे गट जुळले नाहीत, तर नाकारला जातो. म्हणजेच रोगप्रतिकारक शक्तीचं नियंत्रण करणारे जीन समान नसतील, तर ती व्यक्ती जवळची, रक्ताच्या नात्याची असण्याची शक्यता कमीच.

हुट्टेराईट वंशाच्या जोडप्यांमध्ये अशा तऱ्हेनं निसर्गाचं उद्दिष्ट पुरं होत असलं, तरी ही नात्याची ओळख नेमकी होते कशी, हे मात्र समजलं नव्हतं. त्याचा उलगडा न्यू यॉर्क विद्यापीठात अलीकडेच केलेल्या एका प्रयोगातून झाला आहे. तिथं काही तरुणांना दिवसभर एकच टी-शर्ट घालावयास लावलं गेलं. या शर्टांना ना, बाबूराव, अमेरिकेत स्वेट-शर्ट असंच म्हणतात. कारण या कपड्यांमध्ये घाम शोषला जातो. असे घामेजलेले शर्ट्स मग इतरांना हुंगावयास दिले गेले आणि त्या तरुणींना त्यावरून आपली पसंती ठरविण्यास सांगण्यात आलं. ज्यांच्या शरीरगंधाचं आकर्षण वाटून त्यांना जोडीदार ठरविण्यात आलं होतं, त्यांच्या रोगप्रतिकारक शक्तीस कारक असणारे जीन त्या तरुणींच्या त्याच प्रकारच्या जीनपेक्षा भिन्न असल्याचंही या प्रयोगातून दिसून आलं होतं. म्हणजेच ज्या स्वप्नातल्या राजपुत्राला पाहिलेलं नसतानाही केवळ त्याच्या शरीरगंधावरून त्याला पसंत करण्यात आलं

होतं, त्याचे व ती निवड करणाऱ्या त्या तरुणीचे आनुवंशिक गुणधर्म भिन्न होते. समान नव्हते.

पण जेव्हा या तरुणींनी नियमितपणे संततिनियमनाच्या गोळ्या घेण्यास सुरुवात केली, तेव्हा मात्र केवळ भिन्नधर्मी जोडीदार निवडण्याचं त्यांचं कसब हरविल्यासारखं झालं. संततिनियमनाचे उपाय अवलंबिल्यामुळे समागमातून पोटी गर्भ राहण्याची शक्यता कमी झाली होती. त्यामुळे समान आनुवंशिक गुणधर्मांपोटी उद्‌भवू शकणाऱ्या विकृतीची संभाव्यताही कमी झाली होती. शरीरगंधाचा आणि त्यातून समान वा भिन्न आनुवंशिक गुणधर्मांची ओळख पटविण्याच्या क्षमतेचा अन्योन्यसंबंधच या प्रयोगातून प्रकट झाला, असाच या शास्त्रज्ञांचा होरा आहे.

तुम्ही-आम्ही शरीरगंध लपविला, तरी काही बिघडत नाही, बाबूराव. पण ज्यांना आपल्या जोडीदाराची निवड अजून करावयाची आहे, अशा तरुण-तरुणींनी तशी धडपड करावी का, याचा विचार जरूर करावा, असं तुम्हाला वाटत नाही का, बाबूराव?

कळावे.

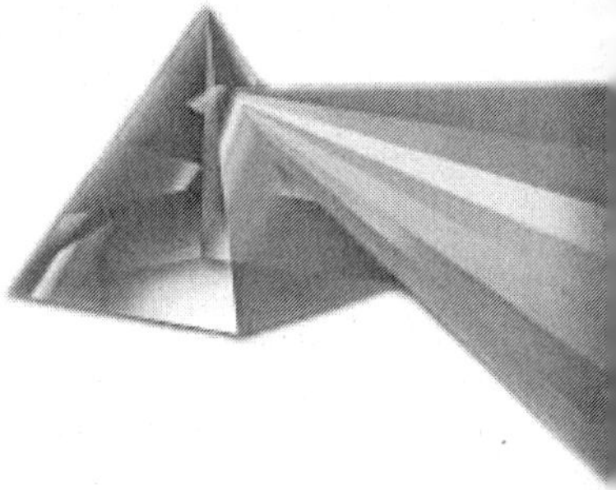

फुलाचं आयुष्य

सप्रेम नमस्कार, विज्ञान विशेष.

आजचं फूल हे उद्याचं निर्माल्य आहे, असं कोणीतरी म्हटलेलं आहे. खरं सांगू बाबूराव, खरोखरीच हे कोणीतरी म्हटलेलं आहे की नाही, हे ठाऊक नाही. पण 'पुलं' म्हणतात, तसं कोणीतरी म्हटलेलं आहे, असं म्हटल्याशिवाय ते ऐकून घ्यायलाही कोणी तयार होत नाही. खरा प्रश्न अर्थात तो नाहीच आहे. कोणीही म्हटलेलं असलं, किंवा नसलं, तरी ते विधान खरं आहे की नाही, हाच खरा प्रश्न आहे. कारण फुलाचं निर्माल्य होण्याबाबत जेव्हा आपण बोलतो, तेव्हा आपल्या मनात देवाला वाहिलेल्या फुलाचाच विचार असतो. म्हणजेच झाडावरून खुडल्या गेलेल्या फुलाचा. त्यांच्या बाबतीतही हे विधान खरं ठरतं का? फुलदाणीत ठेवल्या जाणाऱ्या फुलांचा विचार करा, म्हणजे समजेल, की रजनीगंधा किंवा ग्लॅडिओली यांसारखी फुलं काही दिवस तरी टिकतातच. फुलदाणीतलं पाणी बदलत राहाल किंवा त्या पाण्यात चिमूटभर साखर टाकाल, तर त्यांचं आयुष्य थोडं वाढलेलंच दिसेल. तरीही त्यांचंही एका दिवसात नसेल, पण कालांतरानं निर्माल्य होतंच.

हे कदाचित झाडांवरून ही फुलं खुडल्यामुळे होत असेल, असं तुम्हाला वाटत असेल, बाबूराव, तर तेही खरं नाही. न खुडता झाडावरच ठेवल्यानं फुलं अमर होतात, असं मुळीच नाही. जाई, जुई, चमेलीच्या वेलींवर तुम्हाला नेहमीच बहर दिसत असला, तरी तो त्याच फुलांचा नसतो. जुनी फुलं सुकून गळून पडतात. त्यांच्या

जागी नवीन टवटवीत फुलं उमलतात. हे असं का होतं, विशेषत: झाडांवरही काही जातीची फुलं जेमतेम एका दिवसाचंच आयुष्य जगतात, तर इतर काही जातींची फुलं कित्येक आठवडे टवटवीत राहतात. ते का, याचा अभ्यास, बरोबर ओळखलंत, बाबूराव, त्या शास्त्रज्ञांनीच केला आहे.

फुलांचे चित्रविचित्र आकार, त्यांचे मनमोहक रंग, त्यांचे मदभरे सुगंध निसर्ग त्यांना बहाल करतो, ते आपलं चित्त प्रसन्न करण्यासाठी, अशी तुमच्यासारखीच माझीही समजूत होती. पण ते विसरा. निसर्ग असा उधळ्या नाही. अतिशय काटकसरी आहे, असंच हे शास्त्रज्ञ सांगताहेत. फुलाचं जे काही निसर्गदत्त कार्य आहे, ते पार पाडण्यासाठी किती कमीत कमी ऊर्जेची गुंतवणूक करावयास हवी आणि त्यापासून जास्तीत जास्त किती फायदा मिळविता येईल, याचा ताळेबंदच निसर्ग तयार करतो. एखाद्या कंजूष उद्योजकासारखा. त्या ताळेबंदानुसारच मग त्या त्या फुलाचं आयुष्यमान ठरतं.

फुलांचं काम असतं झाडांना तंदुरुस्त ठेवण्याचं, त्यांना फळवून त्यातून नवं बीज तयार करण्याचं. म्हणूनच तर फुलांमधले स्त्रीकेसर आणि पुंकेसर यांचं मीलन होऊन फलन होणं, त्यातून फळ आणि बीज तयार होणं अत्यावश्यक असतं. जोपर्यंत फुलांमधले पुंकेसर व्यवस्थित विखुरले जात आहेत किंवा दुसरीकडून आलेल्या केसरांकरवी बीजांडं फलित होत आहेत, तोवर फुलांचं काम व्यवस्थित चाललेलं असतं. वृक्षांच्या वंशवाढीला हातभार लावण्याचं त्यांचं कार्य सुरळीत चालू असतं. तसं होत राहतं, तोवर ते फूल टिकवून धरण्याचं महत्त्वही झाडाला वाटत राहतं. मग त्यासाठी उपलब्ध साधनसामग्रीचा जो काही हिस्सा खर्च करणं आवश्यक असतं, तेवढा खर्ची घातला जातो. जमीन व पाणी यांतून मिळालेल्या पोषणाचा आवश्यक तितका भाग फुलांचं संवर्धन करण्यावर खर्च केला जातो, पण पुंकेसर विखुरण्याची किंवा बीजांडांचं फलन करण्याची फुलाची क्षमता जसजशी घटत जाते, तसतसा साधनसामग्रीचा असा विनियोग करणं किफायतशीर आहे का, असा प्रश्न उभा राहतो. आहे ते फूल टिकवून धरण्यापेक्षा कमी व्ययात नवीन फूल जन्माला घालता येतं. ताळेबंद नवीन फुलाच्या उमलण्याच्या बाजूनं झुकतो. तसं झालं की, मग फूल सुकून जातं आणि त्याची जागा नव्यानं उमललेलं फूल घेतं.

आता तुम्ही विचाराल की, झाडाचं स्वास्थ्य राखण्याची फुलाची क्षमता घटतेच कशी? त्याचं काय आहे, बाबूराव, की फूल जन्माला येतं, म्हणजेच फांदीवर उमलतं, तेच काही ठरावीक संख्येनं पुंकेसर किंवा स्त्रीकेसर घेऊन सुरुवातीला हे सर्वच आपापल्या जागी व्यवस्थित असतात. त्यामुळे वाऱ्याकरवी अथवा त्या फुलाच्या सुगंधानं, त्यातील मधुपर्कानं त्याच्याकडे आकर्षित झालेल्या

पक्ष्यांकरवी पुंकेसर विखुरले जातात. इतर फुलांच्या स्त्रीकेसरांपर्यंत ते पोहोचावेत, या उद्देशानंच ही विखरण होत असते. त्यामुळे विखुरल्या न गेलेल्या पुंकेसरांची संख्याही कमी कमी होत जाते, तसतशी फलन करण्याची फुलाची क्षमता घटत जाते. तसेच फुलामधील बीजांडंही फलित होत जातात. परिणामी अजूनही न फळलेल्या बीजांडांची संख्याही उतरणीला लागते. तसं झालं की, फलन होण्याची आणि अर्थात वृक्षाच्या वंशवृद्धीला आधारभूत होण्याची फुलाची क्षमता कमी होत जाते. आपल्या भाषेत सांगायचं, तर फुलाचं वय होतं, फूल म्हातारं बनतं.

तशी सगळीच, म्हणजे सगळ्याच जातीच्या झाडांची फुलं वृद्धावस्थेकडं झुकतात. फरक असतो, तो त्या अवस्थेपर्यंत पोहोचायला लागणाऱ्या वेळाचा. काही जातीच्या झाडांची फुलं आपली क्षमता अधिक काळ टिकवून ठेवतात. साहजिकच त्या फुलांना टाकून देऊन नवीन फूल उमलू देणं हा आतबट्ट्याचा व्यवहार ठरतो. साहजिकच अशा फुलांचं आयुष्यमानही अधिक असतं. उलट, काही जातींची फुलं आपलं काम अधिक वेगानं करणारी असतात. झपाट्यानं ती आपली क्षमताही गमावून बसतात. त्यांचं संवर्धन करण्यावर जवळची साधनसामग्री खर्च करण्याऐवजी नवीन फूल जन्माला घालणं अधिक शहाणपणाचं ठरतं.

पराग विखरून टाकण्याचं किंवा त्याद्वारे बीजांडांचं फलन करण्याचं काम, बाबूराव, मी आधीच सांगितल्याप्रमाणे वारा, पक्षी यांच्याकडून होत असतं. तसंच, ते मधमाश्या, चिलटं, फुलपाखरं, साध्या माश्या, सुरवंट किंवा इतर सरपटणारे कीटक यांच्याकडून होत असतं. साहजिकच त्यांच्या कामाच्या क्षमतेचा, उपलब्धतेचा फुलांच्या आयुष्यावर परिणाम होतच असणार. म्हणजे समजा, एखाद्या ठिकाणी तिथल्या पर्यावरणामुळे हे जे फलन सहायक आहेत, त्यांच्या कामात अडथळा येत आहे, तर मग पुंकेसर किंवा परागकण विखरून टाकण्याचं काम मंद गतीनंच होत राहणार. त्यामुळे बीजांडाचं फलन होण्याची गतीही धिमीच असणार. थोडक्यात काय, तर त्यामुळे वृक्षवंश वाढवीत राहण्याच्या कामात मदत करण्याची फुलांची क्षमता बराच काळ टिकून राहणार. मग त्या फुलांना टाकून देऊन नव्यांना जन्म देणं किफायतशीर होणार नाही.

कॅनडातल्या मॉंट्रियल येथील अ‍ॅशमान आणि शोएन यांनी दोन वेगवेगळ्या पर्यावरणातल्या, वेगवेगळ्या जमिनीत वाढणाऱ्या, वेगवेगळ्या प्रकारचे फलन सहायक असणाऱ्या डझनभर जातीच्या वृक्षांच्या फुलांचा या दृष्टिकोनातून अभ्यास केला, तेव्हा त्यांना हेच आढळून आलं. एवढंच नाही, तर फलन सहायकाच्या स्वरूपानुसार फुलांच्या आकारांत, रंगांत, सुगंधांतही फरक होत असल्याचंही दिसून आलं. तसंच, झाडावर फुलांची संख्या जितकी जास्त तितकं फुलांचं आयुष्यमान कमी, उलट फुलं मोजकी 'एक या दोन बस्स' अशी असली, तरी त्या फुलांचं

आयुष्यही जास्त.

थोडक्यात काय बाबूराव, बालकवींनी निसर्गाचं मनोहर रूप पाहून त्याचं कितीही गुणगान गायलं असलं ना, तरी निसर्ग एक करड्या शिस्तीचा नियंत्रक आहे, हेच खरं! क्षमता आटली, काम होईनासं झालं की, तो त्या जीवाचं आयुष्य संपवायला थोडाही कचरत नाही. ते आपण ध्यानात घेत नाही. म्हणूनच तर वसंत बापटांनी म्हटल्याप्रमाणे, 'पण, मित्रा, निसर्गाने फसवले रे, पुरे। इथे त्याचे रौद्ररूप प्रकट झाले खरे' अशी फसगत झाल्याची भावना होते. फसगत होते, कारण आपणच भावुकतेनं डोळे मिटून घेतो, दोष देतो विनाकारण निसर्गाला!

कळावे.

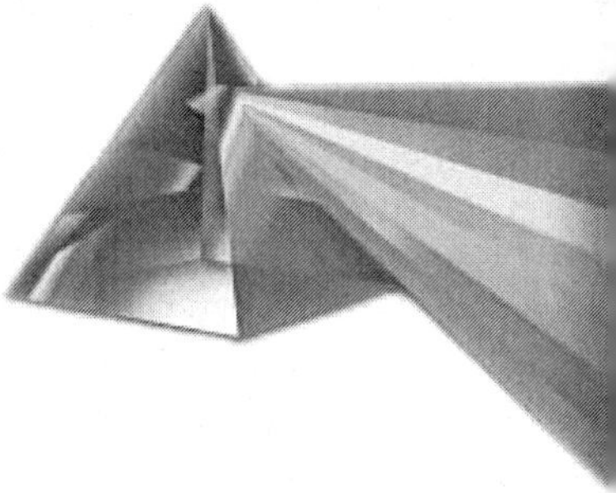

माणूस नावाचं बेट

सप्रेम नमस्कार, विज्ञान विशेष.

आपल्या जगाची एकूण लोकसंख्या किती आहे, बाबूराव? तुमच्या सामान्यज्ञानाची परीक्षा घेण्यासाठी हा प्रश्न नाही विचारत मी. त्याचं कारण वेगळंच आहे. गेला बाजार पाच अब्ज तरी लोक धरतीवर वस्ती करून आहेत. कदाचित सहा अब्जांपर्यंतही ही संख्या पोचली असेल.

तरीही इतक्या व्यक्तींमध्ये एकसारख्या दिसणाऱ्या दोन व्यक्ती किती आढळतात? एकसारख्या एक असणाऱ्या जुळ्यांचे अपवाद वगळले, तर असं साम्य क्वचितच दिसतं. अगदी जुळ्यांमध्येही फरक असतो. म्हणून तर ऑस्ट्रेलियाच्या क्रिकेट संघातील स्टीव वॉ व मार्क वॉ वेगवेगळे ओळखू येतात.

केवळ चेहऱ्याच्या ठेवणीतच हे फरक असतात, असं नाही. त्याच चेहऱ्यावरील डोळ्यांचा रंग घ्या. डोळ्यांच्या बुबुळांमध्ये रंग देणाऱ्या घटकांची उपस्थिती नसेल, तर डोळ्यांचा रंग निळा होतो– आकाशासारखा किंवा समुद्राच्या पाण्यासारखा. जर असे घटक पदार्थ असतील, तर मग काळा, तपकिरी, भुरा, करडा असे विविध रंग आढळतात.

तीच गत केसांच्या रंगाची. सोनेरी किंवा मेंदी लावल्यासारखा लाल रंग ही दोन टोकं. अधेमधे इतर अनेक छटा संभवतात. त्यातही वयोमानानुसार आणि सूर्यप्रकाशात काढलेल्या काळानुसार बदल होत जातो. कातडीच्या रंगाचीही तीच तऱ्हा. मिश्रवर्णीय

विवाहातून जन्माला आलेल्या मुलांकडे पाहिलं, की सगळंच काही काळा आणि गोरा अशा दोन ठळक रंगांत विभागलं जाऊ शकत नाही, हे ध्यानात येतं.

ही झाली वरवर दिसणारी, नजरेला सहज जाणवणारी विविधता. जरा खोलवर पाहिलं, तर याच विविधतेचे इतर अनेक पैलू आढळतात. जीभ बाहेर काढून तिची गठडी वळवायला सांगा. अर्ध्याजणांना तसं करणं जमेल, इतरांना जंगजंग पछाडलं, तरी ही किमया साधणार नाही. त्यांच्या जिभेला हाड असतं, म्हणून तसं होतं, असं नाही. तो एक आनुवंशिक असणारा अंगभूत गुणधर्मच आहे.

तोच कशाला? साधी दोन हातांची बोटं एकमेकांत गुंफायला सांगा आणि बघा, डावा अंगठा वर राहतो की उजवा? इथंही वाटणी निम्मी निम्मीच आहे. प्रत्येकानं स्वत:शीही हा प्रयोग करून बघायला हरकत नाही. बाबूराव, जी तुमची सहजप्रेरणा असेल, ती स्थिती तुम्हाला व्यवस्थित वाटेल. तशा प्रकारे बोटांची गुंफण केल्यानं तुम्हाला अवघडल्यासारखं वाटणार नाही. पण ती गुंफण मोडून उलटी करा. तुम्ही अस्वस्थ राहाल. ती गुंफण मोडण्यासाठी चुळबुळत राहाल.

सारं जग तुमच्याकडं पाहतं, तेव्हा त्याच्या नजरेला कोणते फरक दिसतात, हे तर यावरून स्पष्ट होईलच; पण ही विविधता तेवढ्यापुरतीच मर्यादित नाही. तुम्ही स्वत: जगाकडं कोणत्या नजरेने पाहता, याचा विचार केला, तर तिथंही विविधता दिसून येईल. इतर प्राण्यांपेक्षा माणसाची नजर वेगळी आहे. सारी चराचर सृष्टी तिच्या विविध रंगांत पाहण्याची क्षमता आहे. तरीही काही जण हा रंगांचा सोहळा पाहू शकत नाहीत. ते रंगांधळे असतात. आपण रंग पाहू शकतो, कारण आपल्या डोळ्यांमध्ये तांबडा, निळा व हिरवा प्रकाश ग्रहण करणारे ग्राहक रेणू असतात. परंतु काही जणांमध्ये यांपैकी एकाचा, बहुधा तांबड्या रंगाच्या ग्राहक रेणूचा अभाव असतो. त्यामुळं त्यांना रंगांची विविधता व्यवस्थितपणे समजू शकत नाही. तांबड्या रंगाच्या ग्राहक रेणूंमध्येही दोन विकल्प किंवा पर्यायच उपलब्ध असतात. तांबड्या रंगाच्या दोन वेगवेगळ्या छटांना हे ग्राहक रेणू प्रतिसाद देतात. त्यामुळं तुमच्याकडं नेमका कोणता ग्राहक रेणू आहे, यावर तुम्ही नेमक्या कोणत्या छटांना तांबडा म्हणता, ते ठरतं. अशा दोन वेगवेगळ्या छटांच्या ग्राहक व्यक्तींपैकी एकाला तांबड्या रंगाची साडी व दुसऱ्याला त्यावरचा ब्लाऊझ पीस निवडायला सांगितला, तर त्या दोघांचं मॅचिंग कधीच साधणार नाही.

अवतीभोवतीच्या जगाची माहिती आपल्याला देणाऱ्या आपल्या ज्ञानेंद्रियांमध्ये इतरही फरक आहेत. साठेक वर्षांपूर्वीची गोष्ट आहे. रेफ्रिजरेटरमध्ये ठेवावयाच्या बर्फाचे ट्रे बनविणाऱ्या एका उत्पादकाकडे बऱ्याच ग्राहकांची तक्रार आली. त्या ट्रेमध्ये पाणी ठेवून तयार केलेला बर्फ आपल्याला कडवट लागतो, असं त्यांचं म्हणणं होतं. बऱ्याच तक्रारी आलेल्या असल्यामुळे तिकडं दुर्लक्ष करणंही शक्य

नव्हतं. उत्पादकानं आपल्याकडून सर्वतोपरी काळजी घेतली होती. तरीही आपल्या मालाबद्दल तक्रारी आल्याचं पाहून तो बुचकळ्यात पडला होता. बरीच छाननी केल्यावर कळलं की, उत्पादनाच्या वेळी वापरण्यात आलेल्या पीटीसी या रसायनाचा अतिशय पुसटसा, अतिशय सूक्ष्म ठसा त्या ट्रेमध्ये राहत होता. काही ग्राहकांच्या जिभा त्या रसायनाबाबतीत भलत्याच तिखट होत्या. त्या रसायनाची अस्पष्ट खूणही त्यांच्या जिव्हाग्रांना चाळवीत असे. उलट, इतरांना त्याच्या हजारपट अधिक प्रमाणात असलेल्या त्याच रसायनाचा थांगपत्ताही लागत नसे आणि हा गुणधर्म त्या त्या व्यक्तीच्या आनुवंशिक गुणधर्मांचाच एक भाग होता.

जी कथा चवीची, तीच गंधाची. आपल्या शरीरात गंधाचा स्राव करणाऱ्या अनेक गाठी आहेत. म्हणून तर पोलिसांच्या कुत्र्यांना नुसत्या वासावरून त्या व्यक्तीचा छडा सहजासहजी लावता येतो. फक्त एकसारख्या एक असणाऱ्या जुळ्यांच्या बाबतीत त्यांचा थोडासा गोंधळ उडतो. पण शेवटी त्यांच्यातही उजवा-डावा करणं त्या कुत्र्यांना सहज शक्य होतं.

या सगळ्या गुणधर्मांमधल्या विविधतेचं मूळ आपल्या आनुवंशिक गुणधर्मांच्या कारक असलेल्या जीनमध्येच आहे, बरं का बाबूराव. हे जीन बनलेले असतात डी.एन.ए. या रसायनाच्या रेणूंचे. चार वेगवेगळ्या घटकांनी बनलेली लांबलचक साखळी म्हणजे रेणू. हे चार घटक निरनिराळ्या क्रमवारीत या साखळीत हजर असतात. म्हणजे मुळाक्षरे केवळ चार. तीन घटकांचा मिळून एक शब्द होतो. एवढ्या तुटपुंज्या सामग्रीवर निसर्गानं ही मानवजातीतली विविधता उभी केली आहे.

मानवजातीतलीच कशाला, साऱ्याच जीवसृष्टीतली म्हटलंत ना, तरी हरकत नाही. कारण सूक्ष्मातिसूक्ष्म असा विषाणू घ्या किंवा अतिप्रगल्भ मानव घ्या. सगळ्यांचे जीन बनलेले असतात. या डी.एन.ए.च्या रेणूचेच आणि सगळ्यांच्याच डी.एन.ए.चे घटक तेच असतात तेच चार घटक, फक्त त्यांची एकंदर संख्या आणि ज्या संगतीत, ज्या सिक्वेन्समध्ये हे हजर असतात- ते मात्र वेगवेगळे.

त्यातही गंमत आहे, बरं का बाबूराव. तुम्ही वानर जातीतील आपले अगदी नजीकचे पूर्वज म्हणजे चिम्पान्झी आणि आपण यांच्या डी.एन.ए.ची तुलना केली, तर असं दिसतं की, त्यांच्या आणि आपल्या डी.एन.ए.मध्ये केवळ दीड-दोन टक्क्यांचाच फरक आहे. उरलेले ९८ टक्के डी.एन.ए. चिम्पान्झीमध्ये जे आहेत, तेच आपल्यात, म्हणजे मानवात आहेत. पण या दीड-दोन टक्क्यांच्या फरकानं या दोन प्रजातींतील गुणधर्मांत केवढा फरक पडला आहे, ते बघा. एवढंच कशाला, पण आपण अगदी तीन-साडेतीन कोटी वर्षांपूर्वीच अस्तित्वात असणाऱ्या माकडांशी आपली तुलना केली, तरी या दोन प्रजातींच्या डी.एन.ए.मधील फरकाची मात्रा आठ टक्क्यांहून अधिक होत नाही.

मार्कडं, वानर आणि आपण मानव यांच्यात एवढं साम्य असत नाही. कोणत्याही एका, अगदी आपल्या मानवजातीतही एवढी विविधता कशी आली, असा प्रश्न तुम्हाला पडला असेल ना, बाबूराव. त्याचं उत्तरही तसं सोपं आहे. आताच मी तुम्हाला डी.एन.ए.च्या साखळीतील मुळाक्षरांची गोष्ट सांगितली ना, ती आठवा. आपल्या शरीरातील यच्चयावत डी.एन.ए. घेतले आणि त्याच्या साखळीतील सगळ्या मुळाक्षरांची गणना केली, तर ती किती भरेल, असं वाटतं तुम्हाला? तब्बल तीन अब्ज. या तीन अब्ज मुळाक्षरांपासून बनणाऱ्या विविध जीनची संख्याही एक लाखाच्या आसपास आहे. निरनिराळ्या व्यक्तींमधल्या डी.एन.ए.मध्ये जो फरक दिसून येतो, जी विविधता आढळते, त्याचं प्रमाण आहे साधारण एकसहस्रांश. म्हणजे दर हज़ार मुळाक्षरांमागे एखादं मुळाक्षर, म्हणजे एकंदर सिक्वेन्समधील त्याचं स्थान बदललेलं असतं. याचाच अर्थ असा की, अशा प्रकारच्या फरकांसाठी तीस लाख जागा उपलब्ध आहेत. अर्थात, यातून तयार होऊ शकणाऱ्या रचनाबंधांची संख्याही अशीच काही अब्जांच्या किंवा त्याहूनही मोठ्या आकड्याची सांगता येईल.

म्हणून तर प्रत्येक व्यक्ती तशी एकमेव आहे. तिच्या डी.एन.ए.चे ठसे मिळविले, तिची फिंगरप्रिंट काढली, तर त्याच्याचसारखा हुबेहूब दुसरा आढळणं मुश्कीलच, जवळजवळ अशक्यच. म्हणून तर गुन्हेगारांची ओळख पटविण्यासाठी या डी.एन.ए. फिंगरप्रिंटिंच्या तंत्राचा वापर आजकाल होत आहे.

मानव- एक महासागर, असं मी मागे एकदा म्हटलं होतं. पण त्याच वेळी, बाबूराव, हेही सांगितलं होतं की, निष्कर्षांच्या विरुद्ध निष्कर्ष काढणारा पुरावाही सादर करीन. 'माणूस नावाचं बेट'च आहे, हे आता तरी पटलं, बाबूराव?

कळावे.

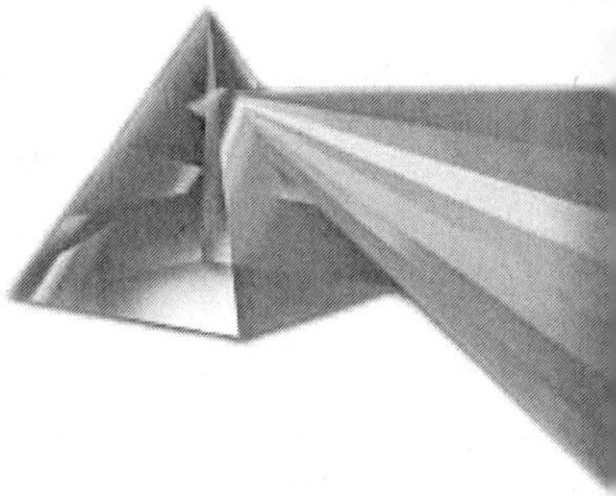

नरो वा कुंजरो वा!

सप्रेम नमस्कार, विज्ञान विशेष.

तुम्हाला सत्यवचनी धर्मराज आठवतो का, बाबूराव? आपल्या देशात सध्या चालू असलेल्या 'संगीत खेळखंडोबा' या राजकीय नाट्यप्रयोगामुळे मला धर्मराजाची आठवण झालेली नाही. त्याचं कारण वेगळंच आहे. या युधिष्ठिराची निर्भेळ सत्य सांगण्याविषयी ख्याती होती. त्यामुळेच भारतीय युद्धात जेव्हा अश्वत्थामा मेल्याची बातमी पसरली, तेव्हा त्याची शहानिशा करण्यासाठी सगळ्यांनी धर्मराजाला गाठलं. तो सांगेल ते सत्यच, अशी सर्वांची खात्री होती. त्यानं मात्र अश्वत्थामा मेला हे खरं, असं सांगून त्याला हळूच 'नरो वा कुंजरो वा' अशी पुस्ती जोडली. त्यामुळेच त्याचा रथ जो जमिनीपासून दोन अंगुळे वर चालत असे, तो खाली उतरून जमिनीवरून चालू लागला.

खरं सांगायचं, तर हा धर्मराजावर धडधडीत अन्याय होता. कारण या विश्वात कशाविषयीच अशी शंभर टक्के निर्भेळ खात्री देता येत नाही. आपण फक्त शक्याशक्यतेची, संभाव्यतेचीच चर्चा करू शकतो. म्हणूनच तर संख्याशास्त्राची कास सर्वत्र धरली जाते. त्यानुसार कोणत्याही विधानाची, सिद्धान्ताची सत्यासत्यता पडताळून पाहिली जाते. ती तशी पाहण्याचेही काही नियम आहेत, बरं का, बाबूराव. ते मात्र काटेकोरपणे पाळले गेले पाहिजेत. नाहीतर ज्या तर्कशास्त्रावर संख्याशास्त्राचा डोलारा उभा आहे, त्याच्याशी विसंगत असेच निष्कर्ष हाती लागतात.

याच कारणातून अलीकडेच शास्त्रज्ञांमध्ये एक वाद झाला. आपण वादाला घाबरतो, बाबूराव; किंवा त्याचा तिरस्कार तरी करतो. कारण 'वादे वादे जायते कंठशोष:।' अशीच आपली धारणा. पण या शास्त्रज्ञांना नेहमीच वाद घालायला आवडतो. कारण 'वादे वादे जायते तत्त्वबोध:।' यावर त्यांचा ठाम विश्वास आहे. म्हणजे शंभर टक्के नसेल. पण त्याच्या जवळपास.

वाद सुरू झाला तसा एका प्रत्यक्ष घडलेल्या घटनेतून. ओ. जे. सिम्पसन या प्रसिद्ध आणि लोकप्रिय खेळाडूविरुद्ध, अमेरिकेत आपल्या पत्नीचा खून केल्याच्या आरोपावरून खटला चालला होता. या खटल्यात सिम्पसनविरुद्धचा अतिशय विश्वसनीय पुरावा म्हणून डी.एन.ए. फिंगर प्रिन्टिंग या आधुनिक कसोटीचा वापर केला गेला होता. परंतु तो पुरावा निर्विवाद आहे की, तो खरा नसण्याची काही शक्यता आहे, असा प्रश्न सिम्पसनच्या वकिलांनी उभा केला. त्याचा पाठपुरावा करत काही संख्याशास्त्रज्ञांची साक्ष काढली. त्यांनी जी विचारसरणी प्रस्तुत केली, ती ग्राह्य मानून कोर्टाने सिम्पसनची सुटका केली.

ती विचारसरणी तर्कसुसंगत होती की काय, यावरून वाद सुरू झाला. पहिली तोफ डागली, ती बेक व डबेन या दोन जर्मन शास्त्रज्ञांनी. त्यांनी प्रथम हवाला दिला बाबूराव, तो आपल्याला परिचित असलेल्या तर्कसंगतीचा. सर्व मानव मर्त्य आहेत, सॉक्रेटिस मानव आहे. याचाच अर्थ असा की, सॉक्रेटिस मर्त्य आहे. अशा प्रकारच्या तर्कसंगतीमध्ये पहिलं विधान हे सिद्धान्ताच्या स्वरूपाचं असतं. दुसरं एक निरीक्षण असतं. त्यातून मिळालेली माहिती असते. तिच्या आधारे सिद्धान्ताच्या अनुषंगानं मिळालेला निष्कर्ष तिसऱ्या विधानात सांगितला जातो.

इथवर सारं व्यवस्थित आहे. पण बेक व डबेन यांचं असं म्हणणं निघालं की, अशा प्रकारची तर्कसंगती लावायची, तर जो सिद्धान्त मांडायचा, तो शंभर टक्के खात्रीलायक असावा लागतो. तसंच, निरीक्षणातून मिळालेली माहितीही शंभर टक्के अचूक असावी लागते. पण आपल्या नेहमीच्या विश्वात, आयुष्यात शंभर टक्के निर्भेळ काहीच नसतं. सर्वच बाबतीत शक्याशक्यतेचाच विचार करावा लागतो. त्यामुळेच अशा प्रकारची तर्कप्रणाली विसंगत निष्कर्षांप्रत आपल्याला पोहोचवते.

याचं एक नामी उदाहरणही त्यांनी दिलं. समजा, आपण डोळे मिटून, कुठं तरी बोट दाखवून, अनमानधपक्यानं या जगातील एका व्यक्तीची निवड केली, तर ती व्यक्ती पोप जॉन पॉल दुसरे असण्याची शक्यता किती? तर एक सहा अब्जांश. कारण या जगाची लोकसंख्या आहे जवळजवळ सहा अब्ज आणि त्यांतील एकच व्यक्ती पोप आहे. ही अतिशय नगण्य शक्यता झाली. तेव्हा सिद्धान्त असा की, जर एक जण मानव असेल, तर तो बहुतेक पोप नसेल. जॉन पॉल दुसरे पोप

आहेत. याचाच अर्थ असा की, जॉन पॉल दुसरे हे मानव नाहीत.

दुसरा एक पोटभेदही आहे. सिद्धान्त असा की, जर कोणी एक मानव आहे, तर तो बहुतेक पोप नसेल. जॉन पॉल दुसरे मानव आहेत. याचाच अर्थ असा की, जॉन पॉल दुसरे पोप नाहीत. खात्रीलायक सिद्धान्ताचा नियम शक्याशक्यतेच्या सिद्धान्ताला लावला गेल्यामुळे ही विसंगती उद्भवली, असा त्या जर्मन शास्त्रज्ञांचा दावा होता.

यावर दोन इंग्रज शास्त्रज्ञ उठले. त्यांनी म्हटलं की, हे जर्मन, सिद्धान्त आणि माहिती यात गल्लत करत आहेत. सिद्धान्त गृहीत धरल्यानंतर माहिती खरी असण्याची शक्यता आणि माहिती गृहीत धरल्यावर सिद्धान्त अचूक असण्याची शक्यता वेगवेगळ्या आहेत. जर्मनांनी त्या दोन्ही समान धरल्या, एवढंच नाही, तर एकाच्या बदली दुसरीची स्थापना केली. आलटून पालटून त्या वापरल्या. त्यांनी अनमानधपक्यानं निवडलेली व्यक्ती मानव असण्याच्या शक्यतेबरोबरच ती व्यक्ती परग्रहावरील वा अमानवी असण्याची शक्यताही विचारात घेण्याची गरज असल्याचं सांगितलं. त्यानुसार एक गुंतागुंतीचं समीकरणही तयार केलं. त्यानुसार पोप जॉन पॉल मानव असण्याची शक्यता जवळजवळ शंभर टक्के येत होती.

त्यावर आणखी एक डुढ्ढाचार्य उठले. ते म्हणाले की, पोप जॉन पॉल हे मानव नाहीत किंवा पोपच नाहीत. या दोन्ही निष्कर्षांमध्ये काहीही वावगं नाही. जसा सिद्धान्त शंभर टक्के निर्भेळ नाही किंवा निरीक्षणातून मिळालेली माहितीही शंभर टक्के अचूक नाही, तसा निष्कर्षही शंभर टक्के खात्रीचा मानण्याची गरज नाही. त्याच्याही बाबतीत शक्याशक्यतेचाच विचार करावयास हवा. तसा केल्यास या दोन्ही निष्कर्षांची शक्यता संपूर्णपणे नाकारता येत नाही.

याचाच अर्थ असा की, हे दोन्ही निष्कर्ष तर्कविसंगत नाहीत. सत्याशी विसंगत आहेत आणि तसे ते आहेत, कारण बेक व डबेन यांनी आपल्या सिद्धान्तातच सत्याशी फारकत येणारं गृहीत समाविष्ट केलं आहे. तसं त्यांनी स्पष्टपणे म्हटलं नसलं तरी परग्रहावरील व्यक्तीही पोप होऊ शकते, असं त्यांनी गृहीत धरलं आहे. तसं करताना जर त्यांना त्यात विसंगती दिसली नाही, तर आता निष्कर्ष सत्याशी फटकून वागणारा मिळाला, म्हणून हाकाटी करण्यात काय हशील?

त्यांनी आणखीही एक चूक केली आहे. संख्याशास्त्राच्या आधारे कोणताही निष्कर्ष काढताना अनेक प्रयोग करावयाचे असतात. साधी गृहिणीही शितावरून भाताची परीक्षा करताना एकाच शितावरून भात शिजला आहे की नाही, ते ठरवत नाही. गेला बाजार पाच-सात तरी शितं चिवडून पाहते. ती सगळीच किंवा त्यातील बहुतांश शिजलेली आढळली, तरच मग पेज काढून टाकावयास लागते. बेक आणि डबेन यांनी फक्त एकच प्रयोग केला. त्यातही रस्त्यावरून पकडून आणताना

नेमकी पोप जॉन पॉल यांचीच निवड केली. जर त्यांनी असे दहा जण पकडून आणले असते, तर त्यातील नऊ जण तरी पोप जॉन पॉल नसते. मग अशी निवडलेली व्यक्ती पोप असणार नाही, हा निष्कर्षही चुकीचा ठरला नसता. खरं की नाही?

तर ही अशी सारी दुनिया आहे, बाबूराव, ती खऱ्याची नाही, असं म्हटलं असतं मी. पण त्याचीही शंभर टक्के खात्री कशी देता येईल? याही बाबतीत शक्याशक्यतेचाच विचार करावा लागेल. 'नरो वा कुंजरो वा' असंच म्हणावं लागेल. म्हणून तर म्हणतो की, धर्मराजाचं काय चुकलं? त्याचा रथ असा जमिनीवर उतरविण्याची शिक्षा त्याला का दिली गेली, सांगू पाहू?

कळावे.

मानव– एक महासागर!

सप्रेम नमस्कार, विज्ञान विशेष.

तुम्हाला त्या अर्ध्या भरलेल्या पेल्याची कथा ठाऊकच असेल, बाबूराव. अशा पेल्याचं वर्णन करण्यास सांगितलं गेलं, तर एक जण म्हणेल की, 'अर्धा भरलेला आहे' तर दुसरा ताड्कन सांगेल की, 'अर्धा रिकामा आहे.' आता तुम्ही विचाराल की, यातला बरोबर कोण? विज्ञानात कसं सारं रोखठोक असतं. तिथं अशी ही 'नरो वा कुंजरो वा' थाटाची उत्तरं चालत नाहीत. तेव्हा यातला बरोबर कोण? म्हणूनच सांगतो, बाबूराव, की अगदी वैज्ञानिक पद्धतीनं विचार केला, तरी यातला कोणीच चूक नाही. दोघेही बरोबर आहेत. कारण दोघांनी समोरच्या स्थितीचा अभ्यास करताना वेगवेगळे दृष्टिकोन वापरले आहेत. म्हणून दोघांची निरीक्षणं अशी वरवर परस्परविरोधी वाटणारी ठरली आहेत.

हे मी हेकेखोरपणानं एखादा मुद्दा काहीही करून तुमच्या गळी उतरविण्यासाठी सांगतो आहे, असं नाही. माझं हे विधान तुम्हाला पटवून देण्यासाठी मी अगदी वैज्ञानिकांनीच केलेल्या काही प्रयोगांची माहिती देणार आहे. पण प्रथम सांगा, सारी मानवजात एकसंध आहे, त्यातील प्रत्येक व्यक्ती दुसऱ्याशी जोडली गेलेली आहे की, प्रत्येक व्यक्ती आपापल्यापुरती वेगळी, इतरांशी कसलाही संबंध नसलेली आहे? आपल्या विजय तेंडुलकरांना विचाराल, तर म्हणतील, 'माणूस नावाचं बेट' आहे. बेट कसं इतर जमिनीपासून, जमिनीच्या तुकड्यांपासून संपूर्णत:

अलग पडलेलं असतं. या पृथ्वीचाच भाग असूनही आपल्यापुरतं स्वतंत्र असतं, इतरांशी फटकून वागणारं असतं. तसाच माणूस. कोणतीही व्यक्ती इतरांपासून अलग असते, एकमेवाद्वितीय असते. आधुनिक जीवशास्त्राच्या दृष्टिकोनातून विचार केलात, तर तुम्ही याच निष्कर्षापर्यंत पोचाल. पण गणिताच्या परस्पर संचाराच्या नजरेतून पाहिलंत, तर सारी मानवजात एकसंध आहे, असं तुमचं ठाम मत बनेल.

त्यासाठी तुम्ही एक प्रश्न विचारा, बाबूराव. आपल्या देशातील कोणत्याही दोन व्यक्तींना जोडणारी साखळी कमीत कमी किती दुव्यांची असू शकेल? उत्तर देण्यापूर्वी काही बाबी स्पष्ट करायला हव्यात, बाबूराव. समजा, आपण देशाच्या दोन टोकांच्या दोन व्यक्ती निवडल्या. म्हणजे एक धर्मलिंगम आणि दुसरी कोणीतरी काश्मीर की कली राजदुलारी; तर समजा, धर्मलिंगम कोणा 'क्ष'ला ओळखतो, 'क्ष'ची 'य'शी घसट आहे आणि 'य' व राजदुलारी वर्गमित्र आहेत. म्हणजेच 'क्ष' आणि 'य' या दुव्यांनी धर्मलिंगम आणि राजदुलारी यांना जोडणारी साखळी तयार झाली. तर आता सांगा की, देशातल्या कोणीही दोन व्यक्ती घेतल्या की, ज्या प्रत्यक्ष एकमेकांना ओळखत नाहीत किंवा एकमेकांच्या अस्तित्वाचीही त्यांना जाण नाही, तर अशा दोन व्यक्तींना जोडणारी साखळी सरासरी किती दुव्यांची असू शकेल? उत्तर तुम्हाला तुमची एक नाही, दोन बोटं तोंडात घालायला लावेल. कारण याचं उत्तर आहे केवळ दोनच दुवे अशा दोघाजणांच्या जोड्या लावू शकतील.

कुठल्याही पार्टीमध्ये किंवा आगगाडीमध्ये अशी अनोळखी व्यक्ती भेटल्यावर जेव्हा गप्पा सुरू होतात, तेव्हा सहसा कोणीतरी समान मित्र किंवा निदान नावानं दोघांनाही ओळखणारा कोणीतरी हटकून सापडतोच. पण या अशा बेभरवशाच्या पुराव्यानं माझं म्हणणं सिद्ध करण्याचा माझा मनोदय नाही.

पुरावा म्हणून मी स्टॅनले मिलग्राम यांनी केलेल्या एका प्रयोगाचीच हकिकत सांगणार आहे! मिलग्राम यांनी अमेरिकेतील प्रौढांच्या मनाला वाटल्या तशा जोड्या तयार केल्या. त्यातील एकाला त्यांनी स्रोत म्हटलं आणि दुसऱ्याला लक्ष्य बनविलं. त्यानंतर प्रत्येक त्याच स्रोत व्यक्तीला एक पत्र पाठविण्यास सांगितलं. आपल्या ओळखीच्या, अगदी जुजबी तोंडओळख असली तरी चालेल, अशा व्यक्तीला की, ज्याच्यातर्फे लक्ष्य व्यक्तींपर्यंत पोचण्याचं उद्दिष्ट सहज साध्य व्हावं. जर, ज्याला हे पत्र पाठविलं गेलं, त्याला लक्ष्य व्यक्तीशी प्रत्यक्ष संपर्क साधणं शक्य नसेल, तर त्यानंही अशा व्यक्तीला पत्र पाठवावं की, ज्यायोगे लक्ष्य व्यक्तीशी संबंध स्थापित करता येईल. लक्ष्य व्यक्तीशी पोचेपर्यंत ही साखळी अशीच चालू ठेवली जायची आवश्यकताही या पत्रांमध्ये ठासून सांगितली गेली होती.

म्हणजे समजा, की, मला दरभंगा इथं असलेल्या कोणा रामभरोसेशी संपर्क साधायचा आहे. तर मी पाटण्याला राहणाऱ्या रघुवीर सहाय यांना पत्र पाठवे. या रघुवीर सहाय यांना मी दिल्लीत झालेल्या एका परिसंवादात भेटलो होतो. सहाय मग दरभंग्यालाच राहणाऱ्या त्यांच्या भाचीला– मीरा सिन्हा हिला– पत्र पाठवतील. मीरा मग आणखी कोणाला. अशा तऱ्हेनं माझं पत्र शेवटी रामभरोसेकडे पोहोचेल.

मिलग्राम यांनी केलेल्या या प्रयोगात त्यांना असं दिसून आलं की, स्रोतापासून लक्ष्यापर्यंत पोहोचण्यासाठी साधारणत: दोन ते दहा दुव्यांची गरज भासली. दोनापेक्षा कमी नाही आणि क्वचितच दहापेक्षा अधिक. सरासरीच काढायची, तर पाच दुव्यांची साखळी म्हणता येईल. दोन दुव्यांची साखळी लक्ष्यापर्यंत पोचायला उपयोगी पडते, यावरूनच अतिशय गुप्त राखायची गोष्टही पाहता-पाहता षट्कर्णी कशी होते, या प्रश्नाचं उत्तर मिळावयास हरकत नाही.

सरासरी जरी पाचाची आली असली, तरी मिलग्राम यांनी स्रोत व्यक्तीला लक्ष्य व्यक्तीचं फक्त नाव व पत्ताच सांगितला होता. जर त्यांनी अधिक माहिती दिली असती, तर ही संख्या आणखीही कमी होईल. याविषयी वैज्ञानिकांमध्ये दुमत नाही. समजा, लक्ष्य व्यक्ती डॉक्टर आहे, असं सांगितलं गेलं, तर स्रोत व्यक्ती पहिलं पत्र कोणातरी परिचित डॉक्टरलाच पाठवील. कारण एक डॉक्टर दुसऱ्या डॉक्टरला, समव्यावसायिकाला ओळखण्याची शक्यता अधिकच.

म्हणूनच मिलग्राम यांचा ठाम विश्वास आहे की, गेल्या पन्नास वर्षांत दूरसंचाराची साधनं विकसित झाल्यामुळे, सरासरी दुव्यांची संख्या निश्चितच घटली असणार. गेल्या पन्नास वर्षांत भारताची लोकसंख्या दुपटीहून अधिक वाढली असली, तरी दूरसंचार क्षेत्रात क्रांती झाल्यामुळं लक्ष्यापर्यंत पोचावयास उपयोगी ठरणारी साखळी छोटी झाली असण्याची शक्यताही वाढीस लागली आहे.

या प्रयोगापासून स्फूर्ती घेऊन गणितज्ज्ञ जॉन ॲलन पाऊलोस यांनी एक वेगळाच प्रयोग सुचविला आहे. तो अर्थात अमेरिकन समाजालाच अधिक लागू पडणारा आहे. एकपत्नीव्रत पाळणारे बहाद्दर तिथं तसे अपवादात्मकच असल्यामुळं आणि लग्नापूर्वी लैंगिक संबंध असावयास समाज संमती जरी देत नसला, तरी नाकं मुरडत नसल्यामुळं पाऊलोस यांनी लैंगिक संबंधांच्या साखळीची कल्पना रचली आहे. म्हणजे समजा की, कोणी चार्ल्स आहे. त्यानं कोणा मेरीशी कधी समागम केला होता. मेरीनं जॉनशी आणि जॉननं डायनाशी. तर मग चार्ल्सची जोडी डायनाशी जुळविण्यासाठी कमीत कमी किती जोडदारांची गरज भासली? तर फक्त दोन.

पाऊलोस यांनी या निकषावर आधारित अशी अमेरिकन समाजाची विभागणीही केली आहे. यातला एक गट आहे कडक ब्रह्मचर्य पाळणाऱ्या मोजक्या व्यक्तींचा. दुसरा आहे एकपत्नीव्रत किंवा एकपतिव्रत पाळणाऱ्या जोडप्यांचा. बाकी सारा

समाज मोडेल तिसऱ्या वर्गात. यांपैकी पहिल्या दोन गटांत मोडणारी माणसंच बेटासारखी आहेत. बहुसंख्य समाज एकमेकांशी छोट्या-मोठ्या साखळ्यांनी बांधला गेलेलाच आहे.

तेव्हा बाबूराव, माणूस नावाचं बेट नसून, मानव-एक महासागर आहे. महासागर कसा शेकडो किलोमीटर पसरलेला असला, तरी त्यातली कोणतेही दोन बिंदू वेगवेगळे असतात का? कोणत्या ना कोणत्या बंधानं एकमेकांशी निगडित झालेलेच असतात ना?

आता तुम्ही म्हणाल की, हे मी फक्त पेला अर्धा भरलेला आहे, हेच दाखविणारं उदाहरण दिलं. पेला अर्धा रिकामा आहे, हे कुठं सांगितलं? तर तेही सांगेन. माणूस नावाचं बेटच आहे हे सांगणारा जीवशास्त्रीय पुरावाही देईन. पण तो नंतर केव्हातरी. सध्या इथंच विराम घेतो.

कळावे.

केळी खा, केळी

सप्रेम नमस्कार, विज्ञान विशेष.

तुम्ही 'टाइम्स'मधलं 'थर्ड एडिट' वाचता का, बाबूराव? हलकाफुलका, थोड्याफार विनोदी धाटणीनं लिहिलेला हा तिसऱ्या क्रमांकावरचा अग्रलेख मन प्रसन्न करणारा असतो, यात शंकाच नाही. म्हणूनच की काय, बहुतेक वाचक त्याच्याकडे काही पळांची करमणूक म्हणूनच पाहतात. पण या वरवरच्या हास्य-विनोदापाठी कित्येक वेळा काही महत्त्वपूर्ण संदेश दडलेला असतो.

हे सगळं सांगण्याचं कारण, बाबूराव, अलीकडेच प्रकाशित झालेला 'ब्रिटन गोज बनानाज' हा अग्रलेख. अलीकडेच केल्या गेलेल्या एका सर्वेक्षणानुसार इंग्लंडमध्ये लोक अधिकाधिक केळी खाऊ लागले आहेत, या बातमीवर तो अग्रलेख आधरित होता. त्यात 'बनाना रिपब्लिक', 'गोइंग बनानाज' वगैरे वाक्प्रचारांचा चपखल उपयोग करून बरीच विनोदाची मल्लिनाथी केली होती. तीच वाचून तुम्ही तो लेख नजरेआड केला असेल, तर तुम्ही चुकलात, बाबूराव. कारण त्यातला खरा संदेश होता 'ॲन ॲपल अ डे कीप्स द डॉक्टर अवे' याऐवजी आता 'टू बनानाज अ डे कीप्स द कॅन्सर अवे' हा होता. आता तो स्पष्टपणे या शब्दांमध्ये मांडला गेला नव्हता, हे खरं. पण केम्ब्रिजमधल्या डन क्लिनिकल न्यूट्रिशन सेन्टरच्या शास्त्रज्ञांनी हाच संदेश दिला आहे.

कॅसिडी, बिन्गहॅम आणि कमिंग्ज या शास्त्रज्ञांनी बारा निरनिराळ्या

देशांमध्ये मोठ्या आतड्याच्या कर्करोगाचं प्रमाण किती आहे, याची व त्याचबरोबर या देशांमधले लोक पिष्टमय पदार्थांचं सेवन कितपत करतात, याची पाहणी केली. ऑस्ट्रेलियातील पुरुष तसंच अमेरिकेतील महिला सर्वांत कमी म्हणजे दिवसाकाठी जास्तीत जास्त १०० ग्रॅम पिष्टमय पदार्थ खातात, असं त्यांना दिसून आलं. याउलट चिनी लोक पावणेचारशे ग्रॅम पिष्टमय पदार्थांचा फडशा पाडतात. भारतातही पुरुष साधारणपणे सव्वातीनशे, तर महिला सव्वादोनशे ग्रॅम पिष्टमय पदार्थ खातात. हिरवी, थोडीफार कच्ची केळी, उकडून थंड केलेले बटाटे यांसारखे पदार्थ या प्रकारात मोडतात. त्यामुळेच की काय, पण चीनमध्ये मोठ्या आतड्याच्या कर्करोगाचं, खरंतर, आतडी व गुदद्वार यांच्या कर्करोगाचं प्रमाण दर लाख नागरिकांमध्ये केवळ सहा रोगी एवढंच आहे. भारतामध्ये तर ते पाचच आहे. उलट ऑस्ट्रेलियन पुरुषांमध्ये दर लाखापैकी २५ जणांना तरी या विकृतीची बाधा होते. याचाच अर्थ या शास्त्रज्ञांनी असा लावला आहे की, जेवढं अशा प्रकारच्या पिष्टमय पदार्थांचं सेवन अधिक, तितकं या प्रकारच्या पचनसंस्थेच्या कर्करोगाचं प्रमाण कमी.

असा कार्यकारणभाव दाखविल्याबरोबर साहजिकच पिष्टमय पदार्थ ही किमया कशी घडवून आणतात, असा प्रश्न उभा राहिला. त्याचं तर्कसुसंगत उत्तर मिळण्यावरच कॅसिडी कंपनीचा निष्कर्ष ग्राह्य मानता आला असता. त्यासाठी त्यांनी या पिष्टमय पदार्थांमध्ये कोणकोणते घटक असतात व त्यांचं पचन कसं होतं, याचा अभ्यास केला.

मलावरोध वरचेवर होणं हे कर्करोगाला निमंत्रण दिल्यासारखं असतं. म्हणून तर रेषाळ, धागेदार पदार्थ खावेत, असं डॉक्टर नेहमीच सुचवितात. इंग्लंड, अमेरिकेत तर बाबूराव, या 'फायबर फूड'चं प्रस्थ, फॅडच झालेलं आहे. म्हणजे त्यात तथ्य नाही, असं नाही. पण त्याचाही अतिरेक झाला आहे. त्यामुळेच या पिष्टमय पदार्थांमध्येही काहींचं पचन न होता ते तसेच बाहेर फेकले जातात, याकडे लक्षच गेलं नव्हतं.

खरंतर, हे पचन हे झालेले घटक तसेच बाहेर फेकले जात नाहीत. पचनाच्या प्रक्रियेत या पदार्थांवर निरनिराळ्या एन्झाइमद्वारे ज्या रासायनिक क्रिया व्हावयास हव्या, त्या होतच नाहीत. त्यामुळे लहान आतड्यापर्यंत ते तसेच जवळजवळ मूळ अवस्थेत पोचतात. तिथं असणाऱ्या जीवाणूंच्या हल्ल्याला मग ते पदार्थ बळी पडतात. जीवाणूंकरवी त्या पदार्थांचं विघटन तर होतंच, पण ते आंबवण्याची-किण्वनाची, फर्मेन्टेशनची क्रियाही पार पडते. त्यातूनच निरनिराळ्या मेदाम्लांची, विशेषतः ब्युटायरेटची निर्मिती होते.

हे जीवाणू कर्करोगापासून बचाव करणारी दोन तऱ्हेची कवचकुंडलं आपल्याला

बहाल करतात. एक तर पचावयास जड असे हे पिष्टमय घटक त्या जीवाणूंचं खाद्य बनतात. त्यामुळे जीवाणूंची वाढ तशी भरभर होते. त्यामुळे विष्ठेचं वजन वाढतं आणि लहान आतड्यातील टाकाऊ पदार्थांची घनता कमी होते. साहजिकच लहान आतड्यातून मलाचा होणारा प्रवास सहजरीत्या होऊ शकतो. लहान काय किंवा मोठ्या काय, आतड्याच्या अस्तरातील पेशींची होणारी अनिर्बंध वाढच तिथल्या कर्करोगाला कारणीभूत ठरेल. या पेशींच्या वाढीवर असणारं नियंत्रण शिथिल करणारे काही कारक मलावरोधामुळे कार्यान्वित होत असतात. तसं जर काही झालंच, तर त्यांचा बंदोबस्त करण्याचं काम ब्युटायरेटकडून चोखपणे बजाविलं जातं. त्यामुळेही कर्करोगाला आळा बसतो. रेषाळ पदार्थांकडूनही अशाच प्रकारचं संरक्षण मिळत असतं.

मग आता तुम्ही विचाराल, बाबूराव, की असं जर आहे, तर आजवर या पिष्टमय पदार्थांकडे दुर्लक्ष का झालं? त्याचं कारण म्हणजे, आजवर पिष्टमय पदार्थ म्हणजे शर्करायुक्त पदार्थ अशी ढोबळ व्याख्या करून त्यांना बाजूला टाकलं गेलं होतं. शर्करायुक्त पदार्थांत उष्मांक, कॅलरी अधिक प्रमाणात असल्यामुळे त्यांचा वजन वाढण्याला मोठाच हातभार लागतो. आजकालच्या स्वत:च्या वजनाबाबत अधिक जागरूक राहण्याच्या जमान्यात साहजिकच या पिष्टमय पदार्थांचा सखोल विचार झालाच नाही.

विज्ञानाच्या विकासातही बरं का, बाबूराव, सर्वच गोष्टी नेहमीच तर्कसुसंगत, वस्तुनिष्ठरीत्या वाटचाल करतात, असं नाही. त्या कोलेस्टेरॉलचंच उदाहरण घ्या ना. रक्तवाहिन्यांची कोंडी करून हृदयविकाराला आमंत्रण देणारा म्हणून या कोलेस्टेरॉलला वाळीत टाकण्यात आलं होतं. एकदा कानफाट्या असं नाव पडल्यावर मग त्याच्या इतर गुणधर्मांचा विचारच केला नाही. पण प्रवाहविरुद्ध पोहणारा कोणीतरी शास्त्रज्ञ निघतोच. अशा काही जणांनी कोलेस्टेरॉलमध्येही कमी घनतेचे व अधिक घनतेचे असे दोन प्रकार असतात आणि त्यांपैकी एकच हानिकारक असतो, एवढंच नाही, तर दुसऱ्याची शरीर निरोगी राखण्यास मदत होते, असं दाखवून दिलं. तेव्हा कुठं कोलेस्टेरॉलच्या माथी बसलेला खलनायकाचा शिक्का काढला गेला.

कॅसिडी व त्यांचे सहकारी असेच प्रस्थापित विचारांच्या दडपणाला झुगारून देणारे निघाले. त्यामुळेच या पचनविरोधी पिष्टमय पदार्थांची खरी ओळख पटली आहे. मात्र तेही परिपक्व झाल्यास त्यांचं शर्करामय पदार्थांत रूपांतर होणं टळत नाही. म्हणून तर पुरती न पिकलेली केळीच खावी, असा सल्ला शास्त्रज्ञ देत आहेत. कारण एकदा का केळी पिकली, त्यांच्या सालीवर काळे डाग पडले की, त्यात पचनविरोधी पिष्टमय पदार्थांचं प्रमाण घटलेलं असणार व शर्करामय पदार्थांचं वाढलेलं असणार, हे नक्की.

आता ही केळी किती खावीत, म्हणजेच आपल्या आहारात या पचनविरोधी पिष्टमय पदार्थांचं प्रमाण किती असावं, याचा शोध घेण्यात कॅसिडी व त्यांचे सहकारीच नव्हे, तर युरोपातील अनेक शास्त्रज्ञ गुंतलेले आहेत. येत्या दोन-तीन वर्षांत ती कोष्टकं तयार होतील, असा अंदाज आहे. तेव्हा आता तुम्ही तुमच्या केळीच्या बागायतीकडे अधिक लक्ष द्यावं, हेच उत्तम, बाबूराव.

कळावे.

'पडेन, पण मोडणार नाही'

सप्रेम नमस्कार, विज्ञान विशेष.

तुमचं पत्र मिळालं. घरातच पाण्यानं निसरड्या झालेल्या जमिनीवरून पडलात, हे वाचून वाईट वाटलं. तरीही केवळ मुका मारच बसलाय, फ्रॅक्चर वगैरे काही नाही, हे वाचून दिलासा मिळाला. तशी विश्रांतीची गरज असली, तरी हाड मोडलेलं नाही, हे सुदैव. कारण उतारवयात ऑस्टिओपोरॉसिसमुळं हाडं अधिक सच्छिद्र होतात, ठिसूळ बनतात. त्यामुळे कित्येक वेळा हलकासा धक्काही त्यांच्या मोडतोडीला पुरेसा ठरतो. विशेषत: पायाची हाडं किंवा कमरेचं माकडहाड यांच्यावर संक्रांत येते. त्यातून स्टीलची कांब लावून संपूर्ण बरं होण्याची सोय आता झाली असली, तरी इजा ती इजाच. अशा तऱ्हेनं दुरुस्त केलेला अवयव अगदी पहिल्यासारखा नवा होईल, याची शंभर टक्के खात्री कशी देता येईल!

यावर काहीच का उपाय नाही, विज्ञानानं एवढी घोडदौड मारलेली आहे, मग या समस्येवर का नाही काही तोडगा सापडत, असा तुमचा सवाल असणार, बाबूराव, याची खात्री आहे मला. तुमचं म्हणणं तसं बरोबरही आहे. कारण ही काही केवळ वैयक्तिक समस्या राहिलेली नाही आजकाल, कारण आयुर्मर्यादा सगळीकडेच वाढत चालली आहे. अगदी आपल्यासारख्या विकसनशील देशातही या क्षेत्रात भरीव प्रगती झालेली आहे. स्वातंत्र्य मिळाल्यापासूनच्या गेल्या अर्धशतकात, बरं का बाबूराव, सरासरी आयुर्मान पस्तीसपासून साठीच्या पलीकडे पोचलं आहे. त्यामुळे साठी-पासष्टी उलटून

गेलेल्या 'सीनिअर सिटिझन्स'ची संख्याही वाढत चालली आहे. त्यापैकी किती जणांना या प्रकारच्या हाडं मोडणाऱ्या अपघातांची बाधा होते, याची विश्वसनीय माहिती आपल्याकडे उपलब्ध नसली, तरी अमेरिकेसारख्या देशात दर तीनांपैकी एकाची तरी हाडं अशा अपघातात मोडतात. त्यापायी होणाऱ्या वैद्यकीय उपचारांपोटी तिथल्या सरकारी तिजोरीवर सालाना सात अब्ज डॉलर्सचा बोजा पडतो, असा अहवाल नुकताच दिला गेला आहे. तेव्हा त्यावर उपाय शोधून काढणं अगत्याचं झालं आहे. उतारवयात हाडं ठिसूळ होणं, हे तसं नैसर्गिक आहे. शरीराची जी झीज होते, त्याचाच हा परिणाम आहे. ते संपूर्णपणे थांबवणं अशक्य आहे. फार फारतर त्याचा वेग मंदावता येईल. त्यामुळे अशा अपघातांना बळी पडणाऱ्यांची संख्या कमी होईल, पण ज्यांना अपघात होईल, त्यांना त्यातून समाधान कसं मिळेल?

क्रिकेटवीर वापरतात, तशी काही पॅड्स शरीरावर कपड्यांच्या आतून, या वयस्क मंडळींनी वापरावीत, अशी एक सूचना काही डॉक्टरांनी केली होती, पण आता आपलंच उदाहरण घेऊन सांगायचं, तर या वयात आपल्या जीवनशैलीत काही बदल करायला माणूस सहसा तयार होत नाही. त्यात आपल्या या देशात उकाड्यानं जीव हैराण होतो. अंगावरचे लज्जारक्षणासाठी घातलेले कपडेच काढून टाकावेसे वाटतात. तिथं हे पॅडचं खोगीर कोण अंगावर चढवील!

याचाच विचार करून शरीरशास्त्रज्ञ पीटर कॅव्हॅना यांनी मेकॅनिकल इंजिनिअर असलेल्या डोनाल्ड स्ट्राईट यांच्या सहकार्यानं फरशीसाठी वापरायच्या एका नव्याच पदार्थाची निर्मिती केली आहे. तुम्हाला आठवत असेल, बाबूराव, काही वर्षांपूर्वी आपल्याकडं काही रेफ्रिजरेटरच्या जाहिरातींमधून पफ या पदार्थाचा फार गाजावाजा केला गेला होता. हा पफ म्हणजे, खरंतर, पॉलियुरथेन फोम. तर या पफचाच वापर करून स्ट्राईट यांनी एक अफलातून सॅन्डविच बनविलं आहे. या सॅन्डविचमध्ये पावाच्या जागी पफचेच पत्रे बसविले आहेत. साधारणपणे तीस सेंटिमीटर चौरस असलेल्या दोन पत्र्यांच्यामध्ये पुरण म्हणून पफचेच अडीच सेंटिमीटर लांबीचे खांब बसविले आहेत. सहसा बांधकामात जिथं खांबांचा उपयोग केलेला असतो, तिथं तिथं ते खांब कसल्याही धक्क्यानं वाकू नयेत, मुडपू नयेत, अशीच चोख व्यवस्था केलेली असते. इथं मात्र याच्या उलट व्यवस्था केली गेली आहे. म्हणजेच वरच्या पत्र्यावर जोर पडला, धक्का लागला, की हे खांब लवचीकपणे वाकावेत, अशीच सोय केली गेली आहे. यावर तुमच्या मनात कोणत्या शंकेनं धुमाकूळ घातला असेल, याची पूर्ण कल्पना आहे मला, बाबूराव. कारण ही माहिती मिळताच मलाही त्याच शंकेनं बेजार केलं होतं. अशी ही फरशी पाऊल पडल्याबरोबर आत दबत असेल, तर त्यामुळंच पाऊल अडखळून पडायला व्हायचं. म्हणजे उपायच अपायकारक ठरायचा. एरवी वाकडं न पडणारं पाऊल या फरशीमुळंच तेढं होऊन

त्यापायीच पडायला व्हायचं.

पण याची जाणीव स्ट्राईटला झाली होती. त्यासाठी काही विशिष्ट प्रमाणाच्या बाहेर जोर पडला, तरच ही फरशी दबेल, एरवी सामान्य प्रमाणात पडणाऱ्या जोराचा काही परिणाम होणार नाही, अशी व्यवस्था त्यांनी केली आहे. ती करण्यासाठी अर्थात नेहमी चालताना माणसाचा फरशीवर किती जोर पडतो आणि तेच जर उभा माणूस पडून त्याच फरशीवर आपटला, तर त्याचा जोर किती असतो, हे अचूकपणे मोजणं आवश्यक होतं.

त्याचं गणित करताच असं लक्षात आलं की, साधारणपणे पासष्ट किलोग्रॅम वजनाची व्यक्ती घरात ज्या वेगानं चालते, त्या वेळी फरशीवर जास्तीत जास्त साडेनऊशे न्यूटन एवढा जोर पडतो. वजन कमी-जास्त असेल, तर अर्थात त्यानुसार फरशीवर पडणाऱ्या जोरामध्ये तसाच फरक पडेल, पण हीच व्यक्ती जर पडली, तर शरीराचा काही भाग मात्र जोरानं आपटतो. त्या वेळी तीन हजार न्यूटन किंवा त्याहूनही अधिक मात्रेचा जोर फरशीवर पडतो. म्हणजेच साधारणत: नेहमीच्या जोरापेक्षा तीन ते चार पट जोर पडतो. त्यात पावलांचं आकारमान आणि पडल्यानंतर जो अवयव आपटेल, त्याचं आकारमान, यातही फरक असण्याचा संभव असतो. तसा असेल, तर जोर फरशीच्या अधिक भागावर पडेल. म्हणूनच स्ट्राईटनी फरशीवर असा तिप्पट अथवा तिपटीपेक्षाही अधिक जोर पडला, तरच ती फरशी दबेल आणि धक्का स्वत: सहन करून पडणाऱ्याला वाचवेल, अशी व्यवस्था केली आहे.

हे झालं गणित आणि त्यानुसार केलेली अपेक्षा, पण ही खरी उतरेल, याचा काय भरवसा? त्यासाठी स्ट्राईटनी काही प्रयोगही केले, त्यात त्यांनी वजनदार लोखंडी गोळे जोरानं फरशीवर फेकले आणि त्या गोळ्यांच्या वेगावर कशा मर्यादा पडतात, याचं मोजमाप केलं. त्यानुसार फरशीवर पडणारा जोर चाळीस टक्क्यांनी कमी झालेला दिसला. एवढी घट हाडांची मोडतोड थांबविण्यासाठी पुरेशी आहे, असं स्ट्राईटचं अनुमान आहे. तरीही केवळ त्यावर विसंबून न राहता माणसाच्या आकाराचे आणि त्याच वजनाचे पुतळे तयार करून ते जोरानं या फरशीवर आदळायचे प्रयोग करायचं त्यांनी ठरविलं आहे. म्हणजे या फरशीची खरी कसोटी लागेल.

पण, बाबूराव मला विचाराल, तर खऱ्या कसोटीसाठी आपल्याकडे वेगळेच प्रयोग करायला हवेत. निवडणुकीत दणक्यानं आपटणाऱ्या उमेदवारांच्या तथाकथित प्रतिमेला बसणारा धक्का कमी करणारी फरशी तयार करता येईल की काय, याचा शोध आपल्या शास्त्रज्ञांनी घ्यायला हवा. त्यात जर ते यशस्वी झाले, तर मग त्यांच्या फरशीला जोरदार मागणी येईल आणि कायमची येतच राहील. नाही का?

कळावे.

जित्याची खूण

सप्रेम नमस्कार, विज्ञान विशेष.

काही दिवसांपूर्वी मी तुमच्याकडे आलो असताना आपण दोघांजणांनी मिळून 'ज्युरॅसिक पार्क' हा चित्रपट पाहिला होता. तो आठवतोय का तुम्हाला, बाबूराव? विशेषत: त्यातील तो महाकाय टिरॅनोसॉरस रेस्क हा डायनोसॉर पाहून तर आपण थक्कच झालो होतो आणि तो पडद्यावर कसा काय जिवंत केला गेला असेल, असा प्रश्न आपल्याला पडला होता, आठवतंय्? इतक्या 'जिवंत'पणे तो साकार केला गेला होता की, तसा प्रश्न पडणं स्वाभाविकच म्हणायला हवं. पण या इतक्या अगडबंब प्राण्याच्या शरीराचं तापमान सर्वत्र सारखंच असेल का आणि तसं असेल, तर ते काय काय नियंत्रित होत असेल, असे प्रश्न तुम्हा-आम्हाला पडले होते का? नाही ना? म्हणूनच तर आपण सामान्य आहोत, शास्त्रज्ञ नाही, बाबूराव.

आता शास्त्रज्ञांना तरी हा प्रश्न पडायचं काही कारण होतं का, असा प्रश्न तुम्हाला पडला असेल ना! तर तसं कारण होतं. आज प्राणिजगतात ज्या प्राण्यांचं वर्चस्व असलेलं आपण पाहतो, ते झाडून सारे आहेत सस्तन वर्गातले. आपण, म्हणजे माणूसही त्यात मोडतो, म्हणून हे योग्यच आहे, असा अभिमान भलेही आपल्याला वाटत असला, तरी उत्क्रांतीच्या दृष्टिकोनातून पाहिलं, तर तो निसर्गाचा एक प्रयोगच म्हटला पाहिजे. कारण आज जसं सस्तन प्राण्यांचं साम्राज्य आहे, तसंच एकेकाळी डायनोसॉरचं

साम्राज्य या धरतीवर होतं. तोही निसर्गानं केलेला एक प्रयोगच होता. तो फसला आणि तो फसला, म्हणून तर नव्यानं केलेल्या प्रयोगातून प्रथम वानर आणि नंतर नर अशी निर्मिती झाली. तो का फसला, याचं मूळ शोधताना एक सवाल पुढं आला की, हे डायनोसॉर सस्तन प्राण्यांच्या वर्गात मोडणारे आणि म्हणून गरम रक्ताचे होते की, मगरीसारख्या सरपटणाऱ्या प्राण्यांच्या, म्हणजेच रेप्टाईल्सच्या वर्गात बसणारे थंड रक्ताचे होते. बऱ्याच डायनोसॉरची सुस्त हालचाल आणि गजगती ते थंड रक्ताचे असावेत, असं सूचित करत असली, तरी 'ज्युरॅसिक पार्क'मधले व्हेलासिरॅप्टर ज्यांनी पाहिले आहेत, त्यांना हा तर्क कितपत पसंत पडेल, याची वानवाच आहे. त्यातच भर म्हणून की काय, शास्त्रज्ञांना या रॅप्टरच्याच जातकुळीतल्या डायनोनिकस या डायनोसॉरचा पत्ता लागला. हा अतिशय जलद हालचाल करणारा, चपळ आणि सदोदित काहीतरी करण्यात व्यग्र असलेला प्राणी होता. त्याच्या शरीराची रचनाही तो गरम रक्ताचा आणि सस्तन प्राण्यांच्या जातकुळीतला असल्याचं दाखवीत होती. त्यामुळे डायनोसॉर नेमके कोणत्या प्रकारचे प्राणी होते, याचा छडा लावण्याच्या प्रयत्नांना उत्तेजनच मिळालं. पण हे नेमकं शोधून काढायचं कसं? जिवंत डायनोसॉर हाती लागणं तर अशक्यच. एवढंच कशाला, पण त्यांचे अवशेषही तसे दुर्मिळच. शिवाय ते जरी सापडले, तरी त्यावरून डायनोसॉरच्या शरीराचं तापमान कसं मोजायचं? तसं ते प्रत्यक्ष मोजणं अशक्य असलं, तरी ते न मोजताही अप्रत्यक्षरीत्या मूळ समस्येची उकल करण्याची एक शक्कल नॉर्थ कॅरोलायना विद्यापीठातील बॅरिक आणि शॉवर्स या दुकलीनं लढवली.

गरम रक्ताचे प्राणी कोणत्याही परिसरात वावरत असले, तरी त्यांच्या शारीरिक तापमानात फारसा फरक पडत नाही. आपण पाहतोच ना की, सियाचीनमध्ये सीमेचं रक्षण करण्यासाठी वस्ती करून राहणाऱ्या सैनिकांच्या शरीराचं तापमान काही तिथल्या थंडीमुळे उतरत नाही. तसंच राजस्थानातल्या भाजून काढणाऱ्या वाळवंटातही शारीरिक तापमान चढत नाही. म्हणूनच तर गरम रक्ताच्या प्राण्यांमध्ये शरीराचं आकारमान कितीही असलं, तरी शरीराचं तापमान सर्वत्र साधारण सारखंच असतं. विशेषतः छाती, पोट यांसारख्या शरीराच्या मध्य भागातल्या अवयवांच्या तापमानापेक्षा तळवे किंवा तळपाय यांसारख्या टोकाच्या अवयवांचं तापमान फारसं वेगळं असत नाही. ते थोडंफार कमीजास्त असतं, हे मान्य, पण तो फरक तसा जुजबीच असतो. याउलट थंड रक्ताचे प्राणी ज्या परिसरात ते वावरत आहेत, त्या परिसराच्या तापमानानुसार आपल्या शरीराच्या तापमानात फरक करत असतात. त्यामुळे

समजा, जर ते बर्फावरून चालत असतील, तर त्यांच्या तळपायासारख्या टोकाच्या अवयवांचं तापमान शरीराच्या मध्यभागातील अवयवांपेक्षा कितीतरी कमी असेल आणि तापलेल्या वाळूवरून जायची पाळी आली, तर त्याच तळपायाची आग होईल. म्हणजेच मध्य भागाचं तापमान कायम राहिलं, तरी टोकाच्या अवयवांचं तापमान मात्र बदलत राहील.

याच गुणधर्माचा उपयोग करण्याचं बॅरिक आणि शॉवर्स यांनी ठरविलं. त्यासाठी निसर्गातील आणखी एका नवलाईची त्यांना मदत झाली. त्या प्राणवायूशिवाय कोणत्याही प्राण्याला जगणंच अशक्य आहे, तो ऑक्सिजन वायू निसर्गात दोन रूपांमध्ये वावरतो. या दोन रूपांचे एकस्थांचे, रासायनिक गुणधर्म सारखेच असले, तरी त्यांचे भौतिक गुणधर्म मात्र भिन्न भिन्न असतात. त्यापैकी अधिकांशतेनं आढळणाऱ्या रूपाचा अणुभार सोळा असतो, तर दुसऱ्या रूपाचे अणू अधिक वजनदार असतात. त्यांचा अणुभार अठरा असतो. या वजनामधील फरकाचाच उपयोग त्यांची ओळख पटविण्यासाठी करता येतो.

कोणत्याही हाडामध्ये फॉस्फेट हा क्षार फार मोठ्या प्रमाणात आढळतो. या फॉस्फेटमध्ये फॉस्फरस आणि ऑक्सिजन यांचे रेणू असतात. पण जर हाडाचं तापमान थंड असेल, तर हे फॉस्फेट तयार होताना हवेतून अठरा अणुभाराच्या ऑक्सिजनचे रेणू जास्त सहजतेनं उचलले जातात. फॉस्फेटच्या निर्मितीसाठी या जड ऑक्सिजनचा वापर अधिक प्रमाणात होतो. उलटपक्षी जर हाड गरम प्रकृतीचं असेल, तर हलक्या, म्हणजेच सोळा अणुभाराच्या ऑक्सिजनचा वापर अधिक होतो. शरीराचं जीर्ण वस्त्र टाकल्यानंतर जेव्हा फक्त हाडांचा सापळाच पाठी उरतो, तेव्हा अर्थात फॉस्फेटचे रेणू वेगळे होतात. पण अठरा अणुभाराच्या ऑक्सिजनचे अणू जड असल्यामुळे हाडामध्येच अडकून पडतात. मुळातच ते नसतील किंवा कमी प्रमाणात असतील, तर बाब वेगळी. पण अधिक प्रमाणात ते असतील, तर त्यांचं अस्तित्व जाणवल्यावाचून राहत नाही.

बॅरिक आणि शॉवर्स यांच्या सुदैवानं त्यांना बहुतांशी सुस्थितीत असलेला टिरॅनोसॉरस रेक्सचा एक संपूर्ण सांगाडा सापडला. जणू त्याची ममी करूनच कोणीतरी तो सुरक्षित ठेवला होता. एवढा सुस्थितीत की, त्यातून काही रक्तपेशी मिळविण्यातही शास्त्रज्ञांना यश मिळालं होतं. तेव्हा त्याच्या निरनिराळ्या हाडांमधील ऑक्सिजनच्या अणूंची ओळख करून घेतली गेली. त्यावरून शरीराचा मध्यभाग आणि टोकाचे अवयव यांच्या तापमानात जास्तीत जास्त केवळ चार अंश सेल्सिअसचा फरक असल्याचं दिसून आलं. याचाच अर्थ असा की, त्या अगडबंब शरीराचं तापमान सर्वत्र सारखंच होतं आणि तो गुणधर्म पक्ष्यांमध्ये किंवा उंट, जिराफ, हत्ती यांसारख्या सस्तन प्राण्यांमध्ये दिसून येत असल्यामुळे, डायनोसॉर हेसुद्धा गरम

रक्ताचे प्राणी होते, या तर्काला पुष्टी मिळाली आहे.

जित्याची खोड मेल्यानंतर जाते की नाही, याची तशी कल्पना नसली, बाबूराव, तरी जित्याची खूण मेल्यानंतरसुद्धा पुरून उरते, असंच या शास्त्रज्ञांनी दाखवून दिलंय. पुलंच्या हरितात्यांच्या शब्दात सांगायचं, तर पुराव्यानं शाबीत केलंय.

कळावे.

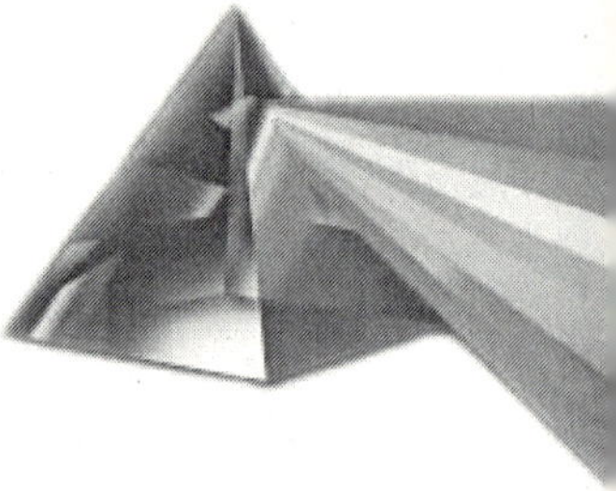

भीतिचित्र

सप्रेम नमस्कार, विज्ञान विशेष.

अलीकडच्या बऱ्याच चित्रपटांमधून किंवा टीव्हीवर दाखविल्या जाणाऱ्या मालिकांमधून खून, मारामारी अशांसारख्या भडक दृश्यांना प्राधान्य असतं, हे मी काही तुम्हाला नव्यानं सांगायला नको, बाबूराव. यासारख्याच मालिका सतत पाहिल्यामुळे त्यांचा प्रभाव संस्कारक्षम मनावर पडत असणार, असंही समाजस्वास्थ्याबद्दल जागरूक असणारी मंडळी नेहमी सांगत असतात. ती आपली त्यांची विचारधारणा आहे. त्यांनी जोपासलेल्या मूल्यांना धक्का पोहोचत असल्यामुळे अशी त्यांची समजूत झालेली आहे की, खरोखरीच अशा भावनांचा प्रक्षोभ घडवून आणणाऱ्या घटनांचा अधिक जोरकस प्रभाव पडतो, असा प्रश्न शास्त्रज्ञांनाही पडलेला आहे. त्याचं उत्तर कॅलिफोर्निया विद्यापीठातून लॅरी कॅहिल आणि त्यांच्या सहकाऱ्यांनी अलीकडेच मिळविलेलं आहे. त्यासाठी त्यांनी आठ तरुणांवर प्रयोग केले. या तरुणांना ज्यात हिंसक घटनांची रेलचेल आहे, मुक्या प्राण्यांचा छळ करून त्यांना ठार केल्याची, त्यांच्या शरीराचे तुकडे तुकडे केल्याची दृश्यं आहेत, असे चित्रपट दाखविले. त्याबरोबरच काही सोज्ज्वळ, ज्यात कोणत्याही प्रकारच्या हिंसेचा मागमूसही नाही, असेही चित्रपट दाखवले. ते दाखविताना ते कशासाठी त्यांना बघायला लावले जात आहेत, याची कल्पना दिली गेलेली नव्हती. तीन आठवड्यांनंतर याच तरुणांना बोलावून त्यांना चित्रपटांमधील कोणते प्रसंग आठवताहेत, याची चाचणी

घेतली गेली. त्यात आपल्या अपेक्षेप्रमाणे, बरं का, हिंसक घटनांची आठवण अधिक पक्की असल्याचं सिद्ध झालं.

पण कॅहिल इथवरच थांबले नाहीत. या अशा भावना उद्दीपित करणाऱ्या प्रसंगांची आठवण अधिक गाढ का असते, अशा प्रसंगांची स्मृती नेमकी कुठं साठवली जाते, याचाही छडा त्यांना लावायचा होता. त्यासाठी त्यांनी ते चित्रपट पाहिले जात असतानाच, पॉझिट्रॉन एमिशन टोमोग्राफी या तंत्राचा वापर करून, त्या तरुणांच्या मेंदूची पाहणी केली होती. कॅटस्कॅनचं तंत्र आता आपल्याला बरंचसं परिचित झालेलं आहे, बाबूराव. साधारणत: डोक्याला कोणतीही दुखापत झालेली असली, अगदी मुका मारही बसलेला असला किंवी जीवघेणी डोकेदुखी सततची कपाळी बसलेली असली की, या कॅटस्कॅननं मेंदूची तपासणी केली जाते. मेंदूला कसलाही धक्का पोचलेला नाही, त्याला इजा झालेली नाही, याचीच छाननी या तंत्राद्वारे केली जाते.

ती तपासणी करण्यासाठी मेंदूच्या अतिशय पातळ अशा चकतीतून क्ष-किरणांचा झोत सोडला जातो. ते किरण कोणताही अडथळा न येता आरपार जातात की, त्यांचं थोडंफार शोषण होऊन त्यातील काही अंशच दुसऱ्या बाजूनं बाहेर पडतो, हे मग पाहिलं जातं. दुसऱ्या बाजूला असलेले विशिष्ट संवेदक बाहेर पडणाऱ्या किरणांची दीप्ती मोजतात आणि त्यावरून शोषण झालं असल्यास कितपत झालं आहे, याची नोंद करतात. मेंदूच्या एका लहानशा चकतीची तपासणी झाली की, यंत्र थोडंफार पुढं चालवून, पुढच्या चकतीचीही अशीच तपासणी केली जाते. अशा तऱ्हेनं संपूर्ण डोक्यावर फिरून ते यंत्र संपूर्ण मेंदूची अगदी गोलाकार फिरून पाहणी करतं. प्रत्येक मोजणीची नोंद ठेवलेली असते. त्या असंख्य नोंदींचं संगणकाकरवी मूल्यमापन करून, गणित करून मेंदूचं एक चित्र तयार केलं जातं आणि त्यावरूनच मेंदूच्या स्थितीची माहिती मिळते. आता तर संपूर्ण शरीराची अशीच तपासणी करणारं होल बॉडी कॅटस्कॅन हे यंत्र उपलब्ध झालं आहे.

अशाच प्रकारचं हे पॉझिट्रॉन एमिशन टोमोग्राफीचं किंवा पेट स्कॅनचं तंत्र. यामध्ये क्ष-किरणांच्या झोताऐवजी पॉझिट्रॉन कणांचा वापर केला जातो. त्याच्यामुळे मेंदूच्या विविध भागांमधून रक्ताभिसरण कसं होत आहे, याची माहिती मिळते. मेंदूचं नेहमीचं आखून दिलेलं काम करतानाही निरनिराळ्या भागांमधून होणाऱ्या रक्तप्रवाहाचं प्रमाण वेगवेगळं असतं. त्यावरून कोणत्या कामासाठी मेंदूच्या कोणत्या भागाला जुंपलेलं असतं, याची कल्पना येऊ शकते. कॅहिलनी जेव्हा त्या तरुणांच्या मेंदूची अशीच पाहणी केली ना, तेव्हा मेंदूच्या ॲमिग्डाला या नावानं ओळखल्या जाणाऱ्या भागाला होणाऱ्या रक्ताच्या पुरवठ्यात लक्षणीय वाढ झालेली

दिसून आली. त्यातही संपूर्ण ॲमिग्डालाला रक्ताचा अधिक पुरवठा होत नव्हता. त्या अवयवाच्या उजव्या भागापुरताच तो मर्यादित होता आणि जे प्रसंग पाहताना ही वाढ अधिक होती, त्या प्रसंगांची आठवण अधिक दृढ असल्याचंही समजून आलं. जितका भावनांचा प्रक्षोभ अधिक, तितका रक्ताचा पुरवठा अधिक आणि मग तितकीच त्या प्रसंगांची स्मृतीही अधिक पक्की, असं हे साधं समीकरण असल्याचं स्पष्ट झालं. याउलट जेव्हा प्रसंग सोज्ज्वळ होते, तेव्हा ॲमिग्डालाच्या उजव्या भागाला होणाऱ्या रक्ताच्या पुरवठ्यात जुजबीच वाढ होत असल्याचंही दिसून आलं. एवढंच काय, पण त्या भागाला होणारा रक्ताचा पुरवठा आणि त्या प्रसंगांची याद यांच्यांत काही संबंध असल्याचं दिसलं नाही. भावना भडकविणाऱ्या प्रसंगांच्या बाबतीत जसं काही समीकरण मांडता येत होतं, तसं समीकरण या सोज्ज्वळ प्रसंगांबाबत मांडता येत नव्हतं.

ॲमिग्डाला या अवयवाचं आणि दीर्घ काळपर्यंत राहणाऱ्या स्मृतीचं काहीतरी नातं आहे, याचा त्याआधीच्या काही अनुभवांवरून अंदाज आला होता. कारण कॅहिलकडे आलेल्या एका रुग्णाच्या ॲमिग्डालाला गंभीर इजा झालेली होती. त्या अवयवाचा काही भाग नाकाम झालेला होता आणि त्याला लोकांच्या चेहऱ्यावर साकार झालेलं भय ओळखू येईनासं झालं होतं. स्वतःच्या आयुष्यातल्या अतिशय भीतिदायक प्रसंगांची आठवणही साफ बुजली होती. दुसऱ्या एका रोग्याच्या घराण्यातच ॲमिग्डालाची विकृती होती. ती एक प्रकारची आनुवंशिक विकृतीच होती. त्या रुग्णाला भावना उद्दीपित करणारे प्रसंग आठवतच नसत. त्यामुळे ॲमिग्डालामध्ये अशा प्रकारच्या प्रसंगांची आठवण दीर्घकाळपर्यंत साठविण्याची सोय असावी, असा होरा मज्जाशास्त्रज्ञांनी बांधला होता.

पण वैज्ञानिकांच्या भाषेत सांगायचं, तर हा केवळ नकारात्मक पुरावा होता. सिद्धान्त बळकट करायला असा एकतर्फी पुरावा कधीच पुरेसा नसतो, बाबूराव. त्याबरोबरच सकारात्मक पुरावाही उपलब्ध व्हावा लागतो. शिवाय कार्यकारणभाव दाखवायचा, तर त्याच एका कारणामुळे दिसणारा फरक पडतो, दुसऱ्या कोणत्याही कारणामुळे तसं होत नाही, हेही स्पष्ट होण्याची गरज असते.

कॅहिलच्या प्रयोगांमधून अशा प्रकारचे पुरावे मिळाले आहेत. मेंदूच्या मध्यभागीच या अवयवाचं ठिकाण असल्यामुळे, एखाद्या रहदारीचं केंद्र असलेल्या चौकासारखं त्याचं स्थान आहे. शरीराच्या निरनिराळ्या भागांकडून आणि पंचेंद्रियांकडून येणारे संदेश तिथून मार्गक्रमणा तर करतातच, पण त्या संदेशांनुसार निरनिराळ्या स्नायूंनी, अवयवांनी जी काही कृती करायची, त्याच्या मेंदूकडून मिळालेल्या आज्ञाही तिथूनच पुढं पाठवल्या जातात. त्यामुळे एकदा का आपल्याला असलेल्या धोक्याची, भीतीची ओळख पटली, भावनांना आवाहन करणाऱ्या प्रसंगाची चाहूल लागली

की, त्यानुसार क्षणार्धात जे काही करायचं, जी रिफ्लेक्स ॲक्शन घ्यायची, त्याची आज्ञाही ताबडतोब पाठविण्यात या ॲमिग्डालाची महत्त्वाची भूमिका असावी, असंही आता शास्त्रज्ञांना वाटत होतं. त्याचाच फायदा घेऊन आणीबाणीच्या परिस्थितीत विचलित न होता योग्य ती कारवाई कशी करावी, याचं शिक्षण देण्यासाठी या ॲमिग्डालाला तयार करायचा विडा आता कॅहिल आणि त्यांचे विचार पटलेल्या इतर वैज्ञानिकांनी उचलला आहे. आपल्या आयुष्यात तर बाबूराव, तुकोबांनी म्हटल्याप्रमाणे 'रात्रंदिन आम्हां युद्धाचा प्रसंग.' तेव्हा आपण कॅहिलचे पुढचे मनसुबे यशस्वी होवोत, अशीच प्रार्थना करू या.

कळावे.

मुंग्यांचे महाभारत

सप्रेम नमस्कार, विज्ञान विशेष.

परवाच इथं बाजारातून मी एक स्वादिष्ट डाळिंब आणलं, बाबूराव. दिसायला अतिशय मोहक, तितकंच चवीलाही गोड. हे हिमाचल प्रदेशातून आलं असावं, असा माझा कयास होता. पण तो साफ चुकला. अहो, ते तर चक्क महाराष्ट्रातून आलेलं होतं. गेल्या काही वर्षांमध्ये महाराष्ट्रात फळबागायत फार मोठ्या प्रमाणावर फोफावली आहे. जी फळं आपल्या या राकट दगडांच्या देशात होणारच नाहीत, अशी आपली अटकळ होती, अशा कितीतरी फळांची लागवड आणि तीही किफायतशीर, आता महाराष्ट्रात होते. ही फळं मध्यपूर्वेत, युरोपमध्ये निर्यात व्हावीत, यासाठीही आता प्रयत्न चालले आहेत. एका विशिष्ट पर्यावरणातील जीवाचं रोपण दुसऱ्या अनोख्या पर्यावरणात फायदेशीररीत्या केलं गेल्याचं, हे एक उत्तम उदाहरण आहे.

पण अशा प्रकारे केला गेलेला पर्यावरणबदल, त्या जीवाला नेहमी मानवतोच, असं नाही. एवढंच कशाला, पण कितीतरी वेळा असा बदल इतरांनाही हानिकारक ठरतो. आपल्या जीवसृष्टीत जी विविधता आहे, तिच्या मुळावरच त्यामुळे घाला पडण्याचा संभव असतो. काँग्रेस गवतानं आपल्याकडं घातलेला धुमाकूळ तुमच्या लक्षात असेलच. पण त्याहूनही कितीतरी पटीनं भयंकर असा प्रकार अमेरिकेत होत आहे.

साधारण पन्नास वर्षांपूर्वी, अर्जेन्टिनामधून तिथं 'फायर अँट'

या नावानं ओळखल्या जाणाऱ्या, पंख असलेल्या लालभडक मुंग्यांचं आगमन अलाबामा या राज्यात झालं. त्या तिथं कशा आल्या, याचा अजूनही नीटसा उलगडा झालेला नाही. पण कशाही आल्या असल्या, तरी त्यांनी, अरबाच्या तंबूत शिरलेल्या उंटासारखा, हा नवीन प्रदेश पादाक्रांत करायला सुरुवात केली. उण्यापुऱ्या पंचवीस वर्षांमध्ये, त्यांनी अमेरिकेतील झाडून साऱ्या दक्षिणेकडच्या राज्यांमध्ये आपली वसाहत केली. आणि आता तर त्यांनी पार पश्चिमेकडच्या कॅलिफोर्नियाकडे आपला मोर्चा वळवला आहे.

या मुंग्या अतिशय आक्रमक असतात. त्यांच्या वारुळाला तुमचा चुकूनही धक्का लागला, तरी त्या तुमच्यावर कडाडून हल्ला करतात. त्यांच्या चाव्यांनी माणूस अक्षरश: बेजार होऊन जातो. मधमाश्यांचाच हल्ला कदाचित याहूनही भयानक असू शकेल. त्यांच्या चाव्यांमुळे घरातले कुत्रा, मांजर, ससा, पोपट, मैना यांसारखे पाळीव प्राणी मृत्युमुखीही पडलेले आहेत.

ही डोकेदुखी कमी होती, म्हणून की काय, या मुंग्यांमध्ये अलीकडे एक उत्क्रांतिवजा बदल झालेला आहे. या मुंग्या साधारणत: एकस्त्री धारणेच्या असतात आणि आपापल्या आखून घेतलेल्या प्रदेशाला धरून राहतात. एकस्त्री म्हणजे काय, असा प्रश्न तुम्हाला पडेल, बाबूराव, म्हणून सांगतो. या मुंग्यांची वसाहत किंवा त्यांचा समाज म्हणा हवा तर, अतिशय सुसंघटित असतो. त्यांच्यामध्ये एकच मुंगी ही राणीमुंगी असते. ती वयात आली की, तिच्या शरीरातील सत्तर टक्के भाग अंडाशयानं व्यापलेला असतो. दर दिवशी पाच पाच हजार अंडी घालण्याची क्षमता तिच्या ठायी असते. ही सर्वच अंडी तगतात, असं नाही. पण जी तगतात, त्यातून बाहेर पडणाऱ्या कामकरी मुंग्या त्या वारुळाचं राज्य व्यवस्थित चालवतात, वाढवितात, इतर प्रदेशाकडे वाटचाल करून तिथं आपलं बस्तान बसविण्याचा प्रयत्न करतात. एका राणीमुंगीपाठी साधारणत: काही शेकडा कामकरी मुंग्या असतात. आपल्या आखून घेतलेल्या प्रदेशापासून दुसरीकडे वाटचाल करण्याचा त्यांचा वेगही मर्यादित असतो.

पण गेल्या काही वर्षांमध्ये एकस्त्री प्रणाली सोडून या मुंग्यांनी बहुस्त्री प्रणालीचा अवलंब केला आहे. शिवाय आपापल्या प्रदेशाला चिकटून राहण्याचा गुणधर्मही त्यांनी टाकून दिला आहे. त्यामुळे एकाच वसाहतीऐवजी, जवळजवळ असलेल्या आणि एकमेकांशी जोडल्या गेलेल्या वसाहतींचं एक जाळंच तयार होतं, अशा प्रकारच्या महावसाहतीत पाच-पन्नास राणीमुंग्या असतात आणि कामकरी मुंग्यांची संख्या तर लाखात किंवा कोटीमध्येच मोजावी लागते. कर्करोगाच्या पेशी जशा आपला अवयव सोडून इतर अवयवही काबीज करू शकतात, तशाच या बहुस्त्री मुंग्या आपल्या प्रदेशापासून दूरदूरवर मजल मारून त्याही प्रदेशावर आपला मालकी

हक्क प्रस्थापित करतात. मध्यवर्ती वारुळापासून पन्नास मीटरपर्यंत, जमिनीखालील भुयारातून कामकरी मुंग्यांचा मुक्त संचार राहतो. त्याचाच उपयोग नव्या वसाहतीचं केंद्र स्थापण्यासाठी करता येतो. टेक्सास राज्यामध्ये तर कित्येक ठिकाणी शेकडो एकर जमीन अशी या मुंग्यांच्या सुपरवारुळांनी व्यापलेली आहे. साहजिकच इतर कशाच्याही वाढीला, अगदी वनस्पतींच्याही, त्या जमिनीत वाव राहिलेला नाही. उंदीर वगैरे तर तिथं राहूच शकत नाहीत, कारण त्यांनाही चावून चावून या मुंग्या मारून टाकतात.

जेव्हा एखाद्या जीवाच्या शारीरिक किंवा शरीरप्रक्रियांच्या, गुणधर्मांत फरक पडतो, तेव्हा बहुधा त्या बदलाचं मूळ त्या जीवाच्या आनुवंशिक गुणधर्मांच्या ठेव्यात, म्हणजेच जीनमध्ये झालेल्या बदलात सापडू शकतं. एकस्त्री प्रणालीचा त्याग करून बहुस्त्री प्रणाली अवलंबिण्यासाठी असाच जीनमधील बदल जबाबदार असेल की काय, अशी शंका साहजिकच शास्त्रज्ञांना आली. पण तिथं मात्र त्यांना आश्चर्याचा धक्काच बसला, बाबूराव. कारण या दोन्ही प्रकारच्या मुंग्यांचे आनुवंशिक गुणधर्म सारखेच होते. मग जीनमध्ये बदल न होताही हा उत्क्रांतिवजा फरक या मुंग्यांमध्ये कसा काय घडून आला?

त्याचं नक्की उत्तर मिळालेलं नसलं, तरी परिस्थितीजन्य पुराव्यावरून केलेल्या एका तर्काला बळकटी येत चालली आहे. काही वर्षांपूर्वी जेव्हा या मुंग्यांच्या आक्रमणाचं संकट प्रथम ध्यानात आलं, तेव्हा त्यांचा नायनाट करण्यासाठी अमेरिकन प्रशासनानं एका जालीम कीटकनाशकाचा प्रयोग फार मोठ्या प्रमाणावर केला. व्हिएतनामच्या युद्धात जसा त्या देशानं प्रमाणाबाहेर रासायनिक अस्त्रांचा उपयोग केला होता, तशातलाच हा प्रकार होता. या फायर अँटचा कायमचा बंदोबस्त करण्याच्या उद्देशानंच ही मोहीम आखली गेली होती. तिचा प्रभाव नक्कीच पडला. पण त्यामुळे सगळ्याच मुंग्यांचा नायनाट झाला. स्थानिक मुंग्यांचं वास्तव्य या परकीय मुंग्यांच्या प्रसाराला, नाही म्हटलं तरी चांगलाच पायबंद घालत होतं. पण त्या नामशेष झाल्यावर या आगखाऊ मुंग्यांना मोकळं रान मिळालं. त्यांना अडविणारं कोणीच उरलं नाही. त्यामुळे बेबंद प्रसाराला आमंत्रण मिळाल्यासारखंच झालं. जास्तीत जास्त मुलूख कमीत कमी वेळात काबीज करण्याचं आव्हान समोर आल्यामुळे, त्याला योग्य असा बहुस्त्री प्रणालीचा गुणधर्म अंगी असलेल्या मुंग्या वरचढ झाल्या आणि त्यातून त्यांची वीण वाढली असावी, असा बहुतेक शास्त्रज्ञांचा होरा आहे. तो खरा ठरला, तर उत्क्रांतीला पायाभूत असणाऱ्या काही तत्त्वांचा फेरविचार करावा लागणार आहे. जीवांची नवीन पिढी जन्माला येताना आनुवंशिक गुणधर्मांत बदल झालेले काही जीव निसर्गतःच जन्माला येतात. पर्यावरणात जेव्हा बदल होतात, तेव्हा जर या बदललेल्या गुणधर्मांचा फायदा त्या जीवांना मिळत

असेल, तर ते तगतात, त्यांची वाढ होते व कालांतरानं त्याच जीवांचा वरचश्मा होतो, असा उत्क्रांतीचा नियम आहे. पण आनुवंशिक गुणधर्मांत बदल न होताही वेगळ्याच जीवनप्रणालीचा अवलंब, बदललेल्या पर्यावरणात टिकून राहण्यासाठी केला जाणं शक्य आहे, हेच या आगखाऊ मुंग्यांनी सुचविलेलं आहे. ते जर यापुढील काही प्रयोगांमधून सिद्ध झालं, तर मग डार्विननं सांगितलेल्या उत्क्रांतीच्या सूत्रांचा पुनर्विचार करावा लागेल. पर्यावरणात झपाट्यानं जे बदल आपण आपल्या तात्पुरत्या सोयीसाठी किंवा सुखासाठी करत आहोत, त्याचे दूरगामी परिणाम काय होऊ शकतात, याचा विचार आपल्यालाही करायला हवा, बाबूराव.

कळावे.

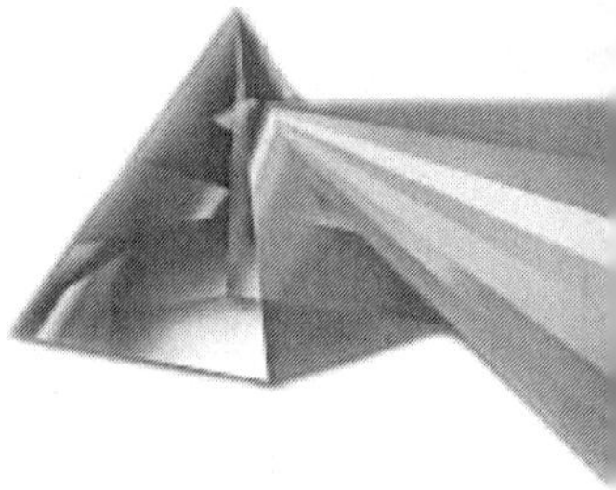

जीवो जीवस्य जीवनम्!

सप्रेम नमस्कार, विज्ञान विशेष.

तुमचं-माझं नातं नेमकं कोणतं आहे, बाबूराव? म्हणजे तसं ते मैत्रीचं आहे, हे तर खरंच. पण मैत्रीमैत्रीतही फरक असतो, नाही का? तर या मैत्रीचंही वर्णन करायचं, तर कसं कराल? आता इतक्या वर्षांनंतर आजच हा प्रश्न मला का विचारावासा वाटला, असा प्रश्न तुम्हाला पडणं साहजिक आहे. तर त्याचं उत्तर आधीच देऊन टाकतो. कारण तसं साधं आहे, बाबूराव. निरनिराळ्या नातेसंबंधांत आपण निरनिराळे वाक्प्रचार वापरतो. पण त्या विशेषणासंबंधी विशेष विचार करतो, असं दिसत नाही. साधंच उदाहरण घ्या. विळ्याभोपळ्याचं सख्य, असं आपण एखाद्या नातेसंबंधाचं वर्णन करतो. त्यालाच समानार्थी म्हणून आपण सापामुंगसाचं नातं, असाही वाक्प्रचार वापरतो. पण ही दोन्ही नाती खरोखरीच एकसारखी आहेत का? या दोन्हीतील घटकांमध्ये, म्हणजेच विळा आणि भोपळा, तसंच साप आणि मुंगूस यांच्यामध्ये विरोधी द्वैत आहे, हे मान्य. एक जण दुसऱ्याला मारक आहे, हेही कबूल. भोपळ्याला विळा घातक असला, तरी उलटपक्षी विळ्याचं टोकही भोपळा वाकडं करू शकत नाही. तसंच सापाला मुंगूस मारून टाकत असलं, तरी सापाच्या दंशानं मुंगूस शेवटच्या घटका मोजू लागल्याचं दिसत नाही. हेही या दोन्ही विशेषणांमधलं साम्य आहे. तरीही बाबूराव, या दोहोंमध्ये एक फार मोठा फरक आहे, बरं का. समजा, उद्या भोपळ्याची पैदास संपूर्णपणे बंद झाली, तर मग

विळ्याला काही कामच उरणार नाही, अशी परिस्थिती उद्‌भवेल का? नाही ना! भोपळा नाही तर नाही, विळा दुसरं काहीतरी कापायला लागेल, हो की नाही! किंवा उलट झालं, असं समजा. कोणता तरी कायदा निघून जगातले यच्चयावत विळे मोडून तोडून टाकले. म्हणून मग वेलींवर भोपळे धरायचं बंदच पडेल, की काय!

सापामुंगसाच्या बाबतीत मात्र परिस्थिती वेगळी आहे. उद्या समजा, कोणीतरी नवा जनमेजय जन्माला आला आणि त्यानं 'इंद्राय स्वाहा, तक्षकाय स्वाहा' करत जगातल्या साऱ्या सापांची आहुती अग्निराजाला दिली, तर मग मुंगूसही डोडोच्या किंवा डायनोसॉरच्या पंथाला लागून नामशेष होईल का? तर होय, तसं होण्याची दाट शक्यता आहे. रुडयार्ड किपलिंग या विख्यात इंग्रजी कवीनं तर एका ठिकाणी म्हणून ठेवलंय की, 'या जगात सापांशी लढणं आणि त्यांना खाऊन टाकणं, हे मुंगसांच्या जगण्याचं एकमेव इतिकर्तव्य आहे.' उलटपक्षी कोणता तरी रोग आला आणि त्यानं मुंगसांच्या जमातीचं या धरतीवरून उच्चाटन केलं, तर त्याचा सापांच्या अस्तित्वावरही परिणाम झाल्याशिवाय राहणार नाही.

निसर्गात ही अशी परस्परविरोधी, आणि तरीही एका अर्थी पूरक, अशी कितीतरी नाती दिसतात. विषाणूंसारख्या केवळ बांडगुळासारखं परजीवी अवस्थेतच राहू शकणाऱ्या जीवांबाबतीत तर हे शंभर टक्के खरं आहे. त्यांची वीण वाढून जर त्यांनी आपल्या यजमान पेशींना नष्ट करून टाकलं, तर ते विषाणूही नष्ट व्हायला वेळ लागत नाही.

निसर्गनवलाई म्हणून हे ऐकून सोडून देता येत नाही, बाबूराव. ही अशी नाती जमतात कशी आणि टिकूनही कशी राहतात, हेही समजून घ्यायला हवं. एरवी सापाच्या दूरवरच्या फूत्कारातून त्यानं ओकलेल्या गरळाचा थेंबही जरी आपल्या अंगावर पडला, तरी त्याची बाधा झाल्याशिवाय राहत नाही. मग मुंगूसच कसा त्याच्या विषारी दंशापासून सहीसलामत सुटू शकतं?

त्याचा छडा लावण्यापूर्वी सापाच्या विषाची बाधा होते, म्हणजे नेमकं काय होतं, हे समजून घ्यायला हवं, नाही का! तर या नागाच्या किंवा सापाच्या विषामध्ये दोन घटक रेणू असतात. त्यातील एक घटक स्नायू आणि मज्जातंतू यांचं जिथं संधान होतं, तिथंच घाव घालतो. हे संधान व्यवस्थित बांधलं जाणार नाही, याची दक्षता घेतो. त्यामुळे गेंदूकडून येणारे संदेश स्नायूंपर्यंत पोचतच नाहीत. परिणामी संधिवाताचा झटका आल्यासारखे स्नायू शिथिल पडतात, आपलं काम करूच शकत नाहीत. त्यामुळे केवळ हालचाल होऊ शकणार नाही, असं वाटत असेल ना बाबूराव, तर आपलं हृदय हाही एक स्नायूच आहे, हे लक्षात घ्या. आपला श्वासोच्छ्‌वासही संलग्न स्नायूंच्या मदतीशिवाय होऊ शकत नाही, हे समजून घ्या; आणि तुम्हीच विचार करा की, स्नायूंचं कार्य बंद पाडल्यामुळे काय अनर्थ होऊ शकेल.

दुसरा घटक तर याहूनही जालीम आहे. इंद्रियांकडून जी माहिती मेंदूकडे पोचते, ती एका विद्युत्रासायनिक संदेशाद्वारा. स्नायूला जोडलेल्या मज्जातंतूंकडून हा संदेश मेंदूपर्यंत पोचवला जातो. हे तंतू मज्जापेशींचे बनलेले असतात. पण या पेशी एकमेकींशी प्रत्यक्ष जोडलेल्या नसतात. जवळजवळच्याच दोन पेशी जिथं एकत्र येतात, तिथं एक दरी असते. ही दरी ओलांडण्यासाठी अॅसटाईल कोलिन या एका रसायनाच्या रेणूंची मदत लागते. हे रेणू एखाद्या फेरीबोटीसारखे या संदेशाला एका पेशीपासून दुसऱ्या पेशीपर्यंत वाहून नेतात. या संदेशाचं वाचन, विश्लेषण होऊन मेंदूकडून जी आज्ञा स्नायूंना दिली जाते, तीही अशीच मजल-दरमजल करत, या दऱ्या ओलांडत स्नायूंपर्यंत पोचते. त्या प्रवासातही अॅसटाईल कोलिनच्या रेणूंचा महत्त्वाचा सहभाग असतो. विषाचा दुसरा घटक या अॅसटाईल कोलिनच्या रेणूंना बेकार करून टाकतो. त्यामुळे होतं काय, तर दोन्ही दिशांनी संदेशाचं दळणवळण बंदच पडतं. तसं झालं की, शरीराचं सगळं कामकाजच ठप्प होऊन जातं. हृदयक्रिया आणि श्वसन बंद पडलं की, मग मृत्यू ओढवायला कितीसा वेळ लागणार?

आता तुम्ही विचाराल की, मुंगसाच्या बाबतीत असं काय होतं, की हे दोन्ही घटक बेकार होऊन जातात. शरीरातील कोणत्याही अवयवावर किंवा त्याच्या पेशींवर एखाद्या रसायनाचा परिणाम होण्यासाठी, त्या रसायनाच्या रेणूंना घट्ट पकडून ठेवतील, असे ग्राहक रेणू त्या पेशींमध्ये किंवा त्यांच्या बाह्य आवरणावर असणं आवश्यक असतं. एखाद्या विशिष्ट चावीनंच एखादं कुलूप उघडावं ना, बाबूराव, तसंच या परिणामकारक रेणूंची चावी वापरून ग्राहक रेणूंचं कुलूप उघडावं, अशीच ही व्यवस्था असते. मुंगसाच्या मज्जापेशींमध्ये हे कुलूपच नसतं किंवा जे असतं, ते या विषाच्या चावीनं उघडू शकत नाही. म्हणूनच मग ते विष आपला इंगा दाखवू शकत नाही. खात्रीचं अस्त्र असं बोथट झाल्यावर, त्या सापाची भीती मुंगसाला का वाटावी?

म्हणूनच तर किपलिंगचं म्हणणं खरं वाटतं. निसर्गात मुंगूस आणि साळुंद्री हे दोनच प्राणी असे आहेत की, ज्यांच्याकडेच ग्राहक रेणूंचं कुलूप असं वेगळं आहे. कारण सापावर अंकुश ठेवणारा एखाददुसरा प्राणी असणं निसर्गातलं संतुलन राखण्यासाठी आवश्यकच होतं. हे सापामुंगसाचं नातं, हे विरोधी द्वैत, हा एक मूलभूत निसर्गनियम आहे. कोणताही जीव घ्या, बाबूराव, तो जसा कोणाचं भक्ष्य आहे, तसाच कोणाचा तरी भक्षकही आहे. ही अशी नाती आहेत, म्हणून तर निसर्गाचं गाडं तोल न जाता व्यवस्थित चालू आहे. अशा नात्यांमध्ये स्वतःच्या बुद्धिमत्तेच्या जोरावर माणूस बदल घडवून आणण्याचा प्रयत्न करतो आहे, म्हणून तर निसर्गाचा हा समतोल ढळेल की काय, अशी भीती वाटते, बाबूराव.

कळावे.

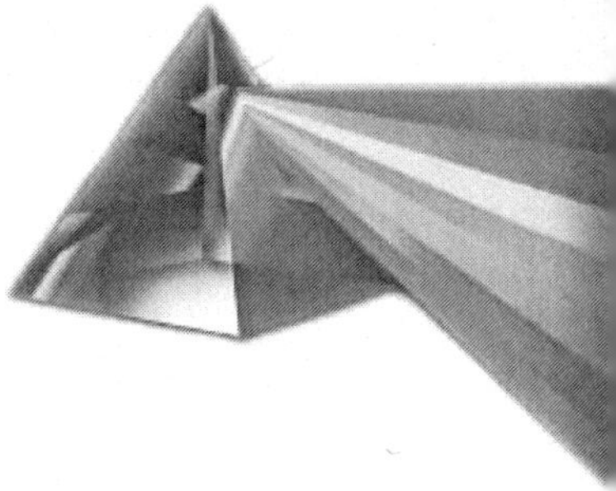

पाऊलखुणा

सप्रेम नमस्कार, विज्ञान विशेष.

अलीकडेच ग्रीसजवळच्या समुद्रात, युरोपमध्ये अनधिकृतरीत्या प्रवेश मिळविण्याच्या प्रयत्नात असलेल्या पंजाबमधील अनेक जवानांना जलसमाधी मिळाल्याची बातमी तुम्ही वाचली असेलच, बाबूराव. आर्थिक कारणांमुळे म्हणा की, एकूणच 'फोरेन'संबंधी आपल्या मनात असलेल्या आकर्षणापायी म्हणा, पण आपल्याकडची तरुण मंडळी नेहमीच आपल्या देशाचा किनारा सोडण्याच्या अनिवार इच्छेनं पछाडलेली असतात. जवळ उच्च शिक्षण असेल किंवा काही आगळीच हुन्नर असेल, तर अशा प्रकारे अनिवासी भारतीय बनणं आजकाल फारसं अवघड राहिलेलं नाही. अधिकृतरीत्या अशी मंडळी परदेशी जाऊन स्थायिक होऊ शकतात. त्यांना तिथं स्थानिकांचा विरोध होतच नाही, असं नाही. पण निदान तिथलं प्रशासन तरी त्यांना विनाकारण हुसकून लावण्याचा प्रयत्न करत नाही. पण कायदा लाथाडून गैरमार्गानं जाऊ पाहणाऱ्यांच्या कपाळी त्यांना तिथं जाण्यासाठी 'मदत' करणाऱ्या ट्रॅव्हल एजंटापासून सगळ्यांकडूनच हेटाळणीची वागणूक मिळते. तोंड दाबून बुक्क्यांचा मार सहन करत राहण्यापलीकडे ही मंडळी काही करूही शकत नाहीत. जवळचं किडूकमिडूक एजंटाच्या बोडक्यावर घालून कफल्लक झाल्यानंतरही, परदेशी सरकार चिलटाला झटकून टाकल्यासारखं आपल्याला तिथून हाकलून देईल, या भीतीखालीच सतत त्यांना राहावं लागतं. स्थानिक लोकांमध्ये बेमालूम मिसळून जाणं त्यांना

शक्यच होत नाही. कारण या उपऱ्यांना सहज ओळखता येईल, अशी लक्षणं त्यांच्या ठायी प्रकर्षानं आढळतात.

आपल्या आसामात मात्र हे कठीण होतं, बाबूराव. कारण तिथं बांगलादेशातून सतत होत असलेल्या निर्वासितांच्या आक्रमणानंतरही, स्थानिक कोण आणि उपरे कोण, हे सहजासहजी ओळखून काढणं शक्य होत नाही. कारण दोघंही एकाच वंशाची माणसं, त्यांच्यातलं नेमकं वेगळेपण शोधायचं, तर नीरक्षीरविवेक करण्याची ताकद असणाराच कोणीतरी मिळायला हवा! आणि तसा तो मिळाला, तरी वेगळेपण स्पष्टपणे दाखविणारा एखादा गुणधर्म तर सापडायला हवा. पहिल्या पिढीतच असा गोंधळ, तर मग काही पिढ्या गेल्यावर, हा कावळा आणि हा कोकीळ, अशी निर्विवाद ओळख पटावी कशी?

पण निराश होण्याचं कारण नाही, बाबूराव. जरा बारकाईनं आणि चिकाटीनं शोध घेत राहिलं ना, तर अशा काही पाउलखुणा निश्चित मिळतात. आता आपल्या इंग्लंडचंच उदाहरण घ्या. आपण अगदी ग्रेट ब्रिटनचे रहिवासी म्हणून त्यांना स्वतःबद्दल किती जाज्वल्य अभिमान! असो. आहेत सारी उपरी जर्मनीच्या सॅक्सनीमधून आलेली अँग्लो सॅक्सन मंडळी. तिथले मूळचे चेल्टिक वंशाचे रहिवासी काही प्रमाणात उत्तरेला स्कॉटलंडमध्ये आढळतात. खुद्द इंग्लंडमध्ये म्हणजे स्वतःच्याच घरात, परके झाल्यासारखेच बिचारे राहतात. तरीही आपल्या, आपल्याच कशाला, कोणाच्याही, दृष्टीला त्यांच्यातलं वेगळेपण चट्‌कन समजून येत नाही. दोघेही इतर कोणत्याही युरोपियनांसारखे वाटतात.

पाचव्या-सहाव्या शतकात ही अँग्लो सॅक्सन मंडळी इंग्लंडात आली. त्यांची मूळ भाषाही उत्क्रांत होत होत, आजच्या इंग्रजीत रूपांतरित झाली. मूळच्या स्थानिक चेल्टिक भाषेला तिनं जवळजवळ हद्दपार केलं. आपले कायदेकानू त्यांनी आपल्या केलेल्या या देशात रुजवले. असं करत-करत त्यांनी आपले पाय या नव्या भूमीत घट्ट रोवले आणि मजेची गोष्ट बरं का बाबूराव, हे पायच आता या उपऱ्यांना स्थानिकांपासून वेगळे ओळखून काढण्यासाठी मदतीला येत आहेत.

त्याचं काय झालं की, केवळ पायांच्या दुखण्यावर उपचार करणारी फिलिस जॅक्सन ही डॉक्टर, दुसऱ्या महायुद्धाच्या काळात हेरेफर्ड या पश्चिमेकडच्या एका लहानशा गावात राहत होती. त्या काळात जर्मनांकडून मोठमोठ्या शहरांवर तुफानी बॉम्बफेक होत होती. त्यामुळे तिथून पळून जाऊन लोक इतरत्र विशेषत: लहान गावांमधून जाऊन राहत होते. त्यातले बरेचसे हेरेफर्डमध्येही आले होते. यातले काही मग जॅक्सनबाईंचे पेशंट बनले. पायाला झालेली वेदनादायक खुपरी घेऊन ते तिच्याकडे येत. जवळजवळ प्रत्येकाची तीच तक्रार असे. बूट लागून लागून खुपरी झालेली असत.

जरा बारकाईनं पाहिल्यावर बाईंच्या ध्यानात आलं की, यांपैकी बहुतांश रोगी

स्कॉटलंड, आयर्लंड, वेल्स किंवा कॉर्नवॉल इथले मूळचे रहिवासी आहेत. म्हणजेच ते इंग्लंडच्या मूळच्या चेल्टिक वंशातले आहेत. या लोकांनाच ही अशी दुखरी खुपरी का होतात, याचा जेव्हा बाईंनी शोध घेतला तेव्हा त्यांच्या लक्षात आलं की, जे बूट ते घालतात, ते त्यांच्या पायांना नीट बसणारे नाहीत. कारण बूट बनविताना ज्या पायांचा नमुना समोर ठेवला जात होता, ते आता बहुसंख्य अँग्लो सॅक्सन वर्णीयांचे पाय होते. त्या पायांमध्ये आणि या चेल्टिक वंशाच्या लोकांच्या पायांमध्ये लक्षणीय फरक होता.

अँग्लो सॅक्सन वर्णीयांचे पाय साधारण लठ्ठ, रुंद असतात. तसंच, बोटांकडे ते थोडे निमुळते होत जातात. अंगठ्यापासून ते शेवटच्या लहानखुऱ्या बोटापर्यंत ते एका विशिष्ट कोनामध्ये उतरत जातात. याउलट चेल्टिक वंशाच्या लोकांचे पाय सडपातळ आणि लांबीलाही जास्त असतात. अंगठा ते शेवटचं बोट, ही जवळजवळ एकाच समान पातळीत राहतात. नाही म्हणायला अंगठा मात्र इतर बोटांच्या मानानं जरासा लठ्ठ असतो. साहजिकच अँग्लो सॅक्सन वंशाच्या मंडळींचे पाय समोर ठेवून तयार केलेल्या बुटांमध्ये या बिचाऱ्या चेल्टिक वर्णीयांचे पाय व्यवस्थित बसावेत कसे? तसे दाटीवाटीनं बसविण्याचा प्रयत्न केला की, ते लागणारच, खुपणारच. त्याचाच परिणाम म्हणून मग खुपरी होणार आणि जॅक्सनबाईंचे पाय धरावे लागणार.

जॅक्सनबाईंनी मग आपल्या डॉक्टरी व्यवसायाबरोबरच, या पायांच्या आकाराच्या अभ्यासालाही सुरुवात केली. असंख्य पायांचे आराखडे कागदांवर नोंदवून घेतले. त्यांची मोजमापं घेतली. डॉक्टरीतून निवृत्त झाल्यावरही हा विषय त्यांच्या डोक्यातून जाईना. तोपर्यंत त्यांना पुरातत्त्वशास्त्रामध्ये– आर्किऑलॉजीमध्ये– रस उत्पन्न झाला होता. त्यामुळे उत्खननात सापडलेले शरीरांचे सांगाडे त्यांना अभ्यासायला मिळाले. अँग्लो सॅक्सन वंशाच्या लोकांच्या थडग्यांत ब्रॉन्झचे ब्रूच आणि काचेचे हार ठेवण्याची पद्धत होती. पण ती ओळखीची खूण नसती तरी जॅक्सनबाईंना तो सांगाडा कोणाचा, हे ओळखण्यात अडचण पडली नसती. कारण तो पायाचा आकार ओरडून ओरडून त्यांना ओळख पटवून देत होता. त्या सांगाड्यांचा अभ्यास करताना, दोन पायांतला आणखी एक फरक त्यांच्या ध्यानात आला. चौथ्या आणि पाचव्या बोटांच्या मुळांजवळ जे क्युबॉईड हाड असतं, ते अँग्लो सॅक्सनांच्या पायांमध्ये अधिक वाढलेलं आणि पायाच्या बाहेर आलेलं दिसून होतं. त्यामुळे शेवटच्या बोटाजवळ थोडासा फुगवटा आलेला होता. उलट, चेल्टिक वंशाच्या लोकांचे पाय सपाट होते. त्या हाडाची तशी वाढ झालेली नव्हती.

तेव्हा बाबूराव, आपली मूळ ओळख लपविण्यासाठी वरवरचा मुलामा कितीही बदलला, तरी निसर्गानं आपल्या ओळखीची आपल्या शरीरातच केलेली ही पायाभरणी माणूस कसा बदलेल? सांगा पाहू.

कळावे.

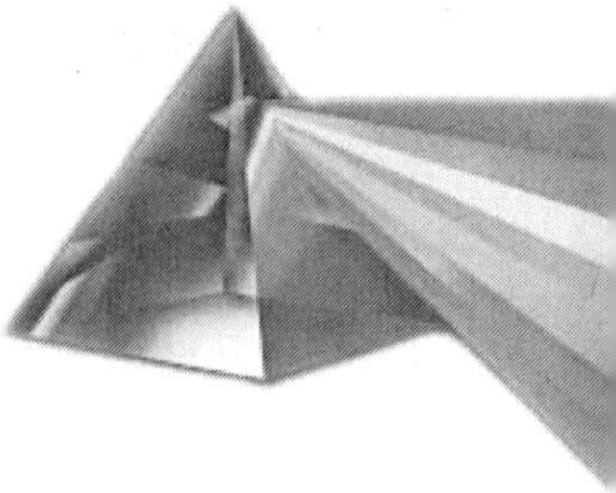

चाणक्यनीती

सप्रेम नमस्कार, विज्ञान विशेष.

तुमचं पत्र मिळालं, बाबूराव. रोजचं वर्तमानपत्र वाचवत नाही, त्यामुळेच असं कोणाचं पत्र आलं आणि त्यातून काही नवी-जुनी बातमी मिळाली की, कसं बरं वाटतं, असं तुम्ही म्हणालात ना, ते अगदी शंभर टक्के खरं आहे. माझीही तशीच स्थिती आहे. म्हणूनच तर तुमचं पत्र आल्यानं खरोखरीच आनंद झाला.

रोजच्या वर्तमानपत्रातली ती आजकालच्या राजकारणाची धुळवड वाचवत नाही. पण ही केवळ आजकालची परिस्थिती, पूर्वीचं राजकारण असं नव्हतं, असं तुम्ही म्हणता ना, बाबूराव. ते तितकंसं पटत नाही. त्या त्या वेळी त्या त्या वेळचं राजकारण तेवढंच गढूळ आणि चिखलफेकीवर आधारलेलं वाटतं. कारण हे राजकारण बरं का, हाही आपल्या उत्क्रांतीचाच वारसा आहे.

नाही, नाही, बाबूराव! मी कशाचाही संबंध विज्ञानातील सूत्रांशी नेहमी बांधतो, त्यातले बरेचसे बादरायण संबंध वाटतात, हे आज तरी मी ऐकून घेणार नाही. आज मी बोललो आहे, त्याला तितकाच बळकट पुरावा आहे. राजकारणाबद्दलची माझी समजूतही तुमच्यासारखीच होती, बाबूराव. हा खास मानवजातीचाच शोध, माणसाच्याच किडक्या मेंदूतून हा राजकारणाचा किडा वळवळत बाहेर पडला, यावर इतरांसारखाच माझाही ठाम विश्वास होता. पण फ्रान्स द वाल या डच शास्त्रज्ञानं लिहिलेलं 'चिम्पान्झी पॉलिटिक्स' हे पुस्तक अलीकडेच माझ्या वाचनात आलं आणि

माझी ही समजूत कशी चुकीची आहे, हे माझ्या ध्यानात आलं. या द वालनं आपण स्वत:, तसंच, इतर अनेक मानववंशशास्त्रज्ञांनी आपल्या उत्क्रांतीच्या प्रवासातील पूर्वजांच्या, चिम्पान्झींच्या सामाजिक वागणुकीचा जो सखोल अभ्यास केलाय, त्यातून आपल्या सिद्धान्ताच्या पुष्ट्यर्थ्य अनेक मासलेवाईक उदाहरणं दिली आहेत.

राजकारण म्हणजे तरी काय हो, बाबूराव? आपला मित्र कोण आणि आपला शत्रू कोण, हे निश्चित करणं, त्यानुसार त्या त्या व्यक्तीशी कसं वागायचं, याचं धोरण ठरविणं. शत्रूचा शत्रू कोण, हे ओळखून, त्याच्याशी सख्य जुळविणं. प्रसंगी शत्रूशीही हातमिळवणी करणं आणि मित्राशीही प्रतारणा करणं. कारण शत्रुत्व काय आणि मैत्री काय, कायमची कोणाशी थोडीच करायची असते! शेवटी आपला त्या क्षणीचा स्वार्थ कशात आहे, हे जाणून त्या आधारावरच ही नाती जोडायची किंवा तोडायची. 'आपला' या शब्दाचा अर्थ मग व्यक्तीपुरता मर्यादित घ्या किंवा एखाद्या राष्ट्राइतका व्यापकही घ्या.

राजकारणाची ही व्याख्या तुम्हाला मान्य असेल, तर मग हा नुकताच वयात येऊ लागलेला पॉल तरी दुसरं काय करतो आहे, हे सांगा मला! दक्षिण आफ्रिकेतील एका बबून वानरांच्या कळपातील पॉल हा एक पौगंडावस्थेतील वानर आहे. तो बसला आहे, तिथं जवळच एक तरुण आणि सशक्त मादी, मेल, जमिनीतून एक रसाळ कंद उकरून काढत आहे. ते तसं थोडं फार ताकदीचंच काम आहे आणि तेवढी ताकद आपल्या एकट्यात नाही, याची पॉलला जाणीव आहे. म्हणून मग मेल मेहनत करून तो कंद उकरून काढत असताना, गवताची काडी चघळत पॉल निव्वळ पाहत बसला आहे. तो कंद जमिनीतून निसटून मेलच्या हाती पडायच्या क्षणी मात्र तो एक कानठळ्या बसविणारी किंकाळी फोडतो. साधारणपणे असे लहान प्राणी त्यांच्यावर इतर कोणातरी बलवान प्राण्याकडून हल्ला होत असला की, आपल्या बचावासाठी अशी आरोळी ठोकतात. ती किंकाळी जवळपास जेवत असलेल्या पॉलच्या आईला ऐकू जाते. हातातलं जेवण अर्धवट टाकून ती ताबडतोब धावून येते. एका नजरेतच ती परिस्थिती काय असावी, याचा अंदाज घेते. परिस्थितिजन्य पुराव्यावरून मेलनं आपल्या 'लहानग्या'ला धमकावलं असणार, असाच कयास ती बांधते आणि अशा परिस्थितीत कोणतीही आई जे करेल, तेच तीही करते. मागचा-पुढचा विचार न करता ती मेलवर धावून जाते. साहजिकच मेल हातातला कंद तिथंच टाकून तिथून पळ काढते. तिचा पाठलाग करीत पॉलची आईही तिथून निघून जाते. आपला रस्ता साफ झाल्याचं पाहून पॉल मात्र शांतपणे पुढं होऊन तो कंद घेतो आणि चवीचवीनं खायला सुरुवात करतो.

हा सारा उपद्व्याप पॉलनं आपली भूक भागवायला केला आणि पोटासाठी कोणीही काहीही करेल, तेव्हा त्यात राजकारण कोठून आलं, असं तुम्ही म्हणाल,

बाबूराव. तर मग द वालनं हॉलंडमधील आर्नहाईम येथील प्राणिसंग्रहालयातील चिम्पान्झींच्या कळपात जे पाहिलं ते ऐका. या कळपाचा अनभिषिक्त सम्राट आहे येरॉन. अर्थात कळपाच्या जनानखान्यातील सगळ्या माद्यांवर हक्क आहे, तो त्याचाच. पण येरॉन म्हातारा होत चालला आहे. तेव्हा संधी साधून लुईट हा जवान वानर त्याला पदभ्रष्ट करून ती गादी आपण बळकावितो. आता विणीच्या मोसमात सगळ्या माद्यांशी समागम करण्याचा हक्क राहिला फक्त लुईटचा.

वय झालं असलं, तरी येरॉनचा सत्तेचा आणि शरीरसुखाचा मोह कसा सुटावा? पण आता दुसऱ्या नंबरावर गेल्यानंतर चुळबुळत बसण्याशिवाय त्याच्या हाती उरलंयच काय? हेही कमी होतं, म्हणून की काय, काही दिवसांनी निक्की हा असाच नुकताच जवानीत आलेला दुसरा वानर येरॉनशी झगडून त्याला तिसऱ्या नंबरावर ढकलून, त्याची अधिकच पंचाईत करतो. निक्की आता काही माद्यांशी जवळीक करण्याचा प्रयत्न करतो. ते पाहून लुईट चवताळून उठतो. त्याच्याशी मुकाट्यानं मुकाबला करणं आपल्याला शक्य नाही, हे जाणून निक्की तात्पुरती माघार घेतो. हे पाहून आपल्याला आता संधी आली आहे, हे अनुभवाचं गाठोडं पाठीशी असलेल्या येरॉनच्या ध्यानी येतं. तो निक्कीशी हातमिळवणी करून लुईटशी लढा देतो. एकजूट झालेले ते दोघे आता लुईटला भारी होतात. त्याचा पराभव होतो. आता निक्कीचा नंबर पहिला, येरॉनचा दुसरा आणि लुईटचा तिसरा. आपण केलेल्या मदतीचा मोबदला म्हणून येरॉन मधूनमधून काही माद्यांशी लगट करतो.

निक्की जेव्हा त्याला हरकत घेतो, तेव्हा येरॉन बाजूला सरतो. पण ते पाहून जेव्हा लुईट परत डोकं वर काढतो, तेव्हा मात्र आपण त्या गावचेच नव्हेत, असा बहाणा करून येरॉन स्वस्थपणे बाजूला राहून तमाशा पाहत बसतो. निक्कीच्या मदतीला तो जात नाही. साहजिकच स्वतःचं स्थान शाबूत ठेवण्यासाठी निक्कीला येरॉनची मनधरणी करावी लागते, त्याच्या करणीकडे काणाडोळा करावा लागतो. आपल्या दुबळ्या होत चाललेल्या शरीराला फारसं भरीला न घालता, केवळ युक्तीच्या बळावर येरॉन आपला कार्यभाग साधून घेतो.

यातली सारी पात्रं वानरजातीतील आहेत, हे सुरुवातीलाच मी तुम्हाला सांगितलं, म्हणून बाबूराव, नाहीतर हे सारं प्रकरण माणसांचं आहे, यावर तुम्हीही विश्वास ठेवला असता. कुटिलनीतीच्या, कपटनाटकाच्या राजकारणाचा पाया मकियावेलीनं घातला, असं पाश्चात्त्य मंडळी म्हणतील. आपण ते श्रेय चाणक्याला देऊ. पण मला विचाराल, तर या राजकारणाचं बीज उत्क्रांतीच्या प्रेरणेनंच रोवलेलं आहे, बाबूराव. नाहीतरी 'सर्वायव्हल ऑफ द फिटेस्ट', 'सर्वांत तगडा तोड जगेल,' हीच उत्क्रांतीची मूलधारणा आहे. खरं ना!

कळावे.

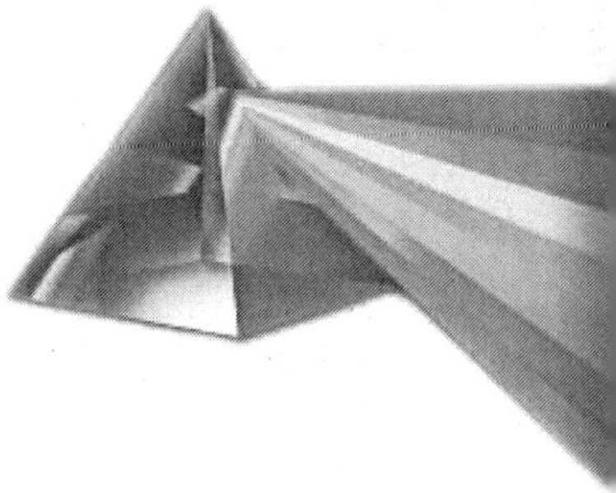

व्हेनात्रोची मोहरी

सप्रेम नमस्कार, विज्ञान विशेष.

बुद्धिबळ हा तुमचा आवडता खेळ आहे बाबूराव, ठाऊक आहे मला. म्हणून तर आपला विश्वनाथन आनंद जगज्जेतेपदाच्या इतक्या जवळ पोहोचूनही बाजी मारू शकला नाही, याचं दुःख तुम्हाला निश्चितच झालं असणार. त्यातही अधिक सलणारी बाब ही आहे की, या खेळाचा उगम आपल्या देशात झाला, असं आपण मानतो. तरीही त्याचं जगज्जेतेपद काही आपल्याला मिळत नाही. खरंतर, दुसऱ्या नंबरापर्यंत आपण पोहोचलो. हेही तसं कमी नाही. पण पहिला नंबर, तो पहिला नंबर!

पण खरं सांगा हं, बाबूराव. खरोखरीच या खेळाचा उगम आपल्या देशात झाला, अशी शंका मला का यावी, असा प्रश्न तुम्हाला पडला असेल. त्याचं उत्तर देण्यासाठीच तर हा पत्रप्रपंच करतो आहे.

साधारणपणे सहाव्या शतकात आपल्याकडे चतुरंग या नावानं ओळखला जाणारा एक खेळ खेळला जात होता. हाच आद्य बुद्धिबळ, असं मानलं जातं. त्याच सुमारास पर्शिया, म्हणजे सध्याचा इराण, या देशात आजच्या बुद्धिबळाच्या सारखाच आणि चतुरंगाशीही साम्य असलेला खेळ खेळला जात होता, असा कागदोपत्री पुरावाही उपलब्ध आहे, बरं का बाबूराव. तिथूनच मग जेव्हा इस्लाम धर्मानं युरोपात थेट स्पेनपर्यंत धडक मारली तेव्हा, म्हणजे अंदाजे आठव्या शतकात स्पेन आणि इटली वगैरे पाश्चिमात्य

देशांना या खेळानं वेड लावलं. थोडक्यात काय, तर पौर्वात्य देशांमधूनच या खेळाची निर्यात इतरत्र झाली, असं खात्रीपूर्वक सांगता येत होतं.

नाही... नाही, बाबूराव, माझी लिहिण्यात काही गफलत झालेली नाही. वर्तमानकाळाऐवजी अनवधानानं मी भूतकाळ वापरलेला नाहीय. जाणूनबुजून तसं मी म्हटलंय. त्याचं कारण असं की, पंचेचाळीस वर्षांपूर्वी इटली देशातल्या व्हेनात्रो या गावी एका रोमन साम्राज्यकालीन कबरीचं उत्खनन केलं जात असताना, तिथं जनावरांच्या हाडांपासून बनवलेली तब्बल अठरा मोहरी मिळाली. एखाददुसराच असा तुकडा मिळाला असता, तर कदाचित तिकडे कोणी फारसं लक्ष दिलं नसतं. पण असे व्यवस्थित कोरलेले हाडांचे अठरा तुकडे मिळाल्यावर, ते म्हणजे बुद्धिबळाच्या पटावरची मोहरी आहेत, याविषयी शंकाच उरली नाही. इतपत ठीक होतं. वांधा आला, तो त्या कबरीच्या काळाचं अचूक निदान झाल्यावर, ती कबर होती तिसऱ्या शतकातली. तेव्हा ती मोहरी तिथं आली कशी? बुद्धीच्या बळाला आव्हान देणारा यक्षप्रश्न. त्याचं सोयिस्कर उत्तर ओल्गा एलिया या इटालियन पुरातत्त्ववेत्तीनं दिलं. बुद्धिबळाचा उगम भारतात सहाव्या शतकात झाला नसून, तो खेळ युरोपात नाही, नाही, खुद्द इटलीतच, पहिल्या शतकात प्रथम खेळला गेला, असा तिचा दावा होताच. व्हेनात्रोतल्या मोहऱ्यांनी तिच्या मताला पुष्टीच दिली. तिनं मग त्याचा डांगोरा पिटायला सुरुवात केल्यास नवल ते काय!

तुम्ही यावर अतिशय अस्वस्थ व्हाल, खवळूनही उठाल, याची खात्री आहे बाबूराव, कारण बुद्धिबळाविषयीचा आणि विशेषत: आपल्या या देशाविषयीचा, तुमचा अभिमान किती जाज्वल्य का काय म्हणतात, तसा आहे, याची मला जाणीव आहे. पण विश्वास ठेवा की, जेव्हा त्या एलियानं आपलं मत मांडलं, तेव्हा बुद्धिबळाच्या इतिहासातली तज्ज्ञ मंडळीही अशीच ढवळून निघाली. त्यांनी अतिशय विचारपूर्वक मांडलेली त्या इतिहासाची बैठकच मुळापासून उखडून निघू पाहत होती. तरीही ते मिळालेले हाडांचे कोरीव तुकडे म्हणजे बुद्धिबळाच्या पटावरची मोहरी याविषयी शंका घ्यायला जागा नव्हती. ना शंका होती त्या कबरीच्या कालमानाविषयी.

तेव्हा ते त्रांगडं सोडविण्याचा एकच उपाय होता, तो म्हणजे त्या मोहऱ्यांचंच खरं वय शोधून काढण्याचा. ते म्हटलं तर सोपं होतं, म्हटलं तर अवघड. हा असा 'नरो वा कुंजरो वा' थाटाचा विचार मनात येण्याचं कारण एवढंच की, अशा पुरातन अवशेषांचं वय अचूक जाणून घेण्याचं तंत्रज्ञान विकसित झालेलं होतं, पण त्यासाठी ज्या वस्तूचं वय शोधून काढायचं, त्याचा एवढा मोठा तुकडा खर्ची घालावा लागत असे की, तसं करायचं, तर त्यातली जवळजवळ सगळीच मोहरी इरेला पडली असती, गमवावी लागली असती.

आपल्या या धरतीवर जेवढी म्हणून सजीव सृष्टी आहे ना, बाबूराव, तिचा प्राण आहे कार्बनचा अणू. या कार्बनच्या अणूंच्या सांगाड्यावरच ती सृष्टी उभी आहे. इतकी, की जीव निघून गेला, तरी पाठी उरलेल्या कलेवरातही कार्बनचे अणू उरतातच. यांचाच उपयोग कोणत्याही अशा कलेवराच्या रूपात उरलेला एके काळच्या सजीवांचंच नव्हे, तर त्या सजीवांच्या अंगाचा उपयोग करून बनविलेल्या वस्तूंचं वयोमानही ओळखण्यासाठी करता येतो.

त्याचं काय आहे, बरं का, की हे कार्बनचे अणू तीन वेगवेगळ्या रूपांत अस्तित्वात असतात. एकदम सडपातळ, साधारण मध्यम भाराचे आणि वजनदार. अर्थात त्यांची वजनं किंवा आपल्या शास्त्रज्ञांच्या भाषेत सांगायचं, तर अणुभारही वेगवेगळे असतात. बारा, तेरा किंवा चौदा. यांपैकी बारा आणि तेरा अणुभार असलेले अणू स्थिर असतात. उलट, चौदा हे अस्थिर असल्यामुळे किरणोत्सर्गी असतात. निसर्गात ही तिन्ही रूपं गुण्यागोविंदानं नांदत असतात, त्यामुळे कार्बन डायऑक्साईडच्या रूपानं जेव्हा काबर्नचे अणू एखाद्या सजीवाच्या शरीरात प्रवेश करतात, तेव्हा शरीरातलं बारा आणि चौदा या रूपांचं एकमेकांशी असलेला प्रमाण निसर्गात त्यांच्या असलेल्या प्रमाणाइतकंच असतं. जीव असेपर्यंत ते तसंच राहतं. पण एकदा का जीव गेला, की स्थिर असलेल्या बारा कार्बनच्या रूपांत फरक पडत नसला, तरी चौदा कार्बनच्या अणूचं प्रमाण किरणोत्सर्गामुळं घटत जातं. साधारण साडेपाच हजार वर्षांमध्ये ते निम्म्यावर येतं. साहजिकच कलेवरातलं बारा आणि चौदा याचं एकमेकांशी असलेलं प्रमाण निसर्गातल्या प्रमाणापेक्षा वेगळं होतं. ते कितपत वेगळं आहे, हे जाणून घेतलं की, त्यावरून त्या कलेवराच्या वयाचं गणित मांडता येतं.

पण हे सारं सव्यापसव्य करण्यासाठी आजवर त्या वस्तूचा भरपूर नमुना लागत असे. गेला बाजार काहीशे ग्रॅम वजनाच्या नमुन्याची गरज भासत असे. तसं करायचं, तर त्या साऱ्याच मोहऱ्यांवर पाणी सोडावं लागलं असतं. म्हणजे 'ऑपरेशन सक्सेसफुल बट पेशंट डाईज' अशीच परिस्थिती. पण अलीकडेच त्या तंत्रातही सुधारणा झाली आणि अगदी छोट्याशा नमुन्यावरूनही अचूक निदान करता येणं शक्य झालं. त्याचाच फायदा उठवून दोन वर्षांपूर्वी त्यातल्या एका मोठ्याशा मोहऱ्याचा दोन ग्रॅमचा तुकडा या निदानासाठी देण्यात आला. त्याची छाननी होऊन त्या मोहऱ्याचं खरं वय कळलं.

ती मोहरी भलेही त्या तिसऱ्या शतकातल्या कबरीत सापडली असोत बाबूराव, ती होती नवव्या किंवा दहाव्या शतकातली. अगदी अचूक सांगायचं, तर ८८५ या सालाअगोदरची नाहीत की १०१७ सालानंतरची नाहीत. तेव्हा त्या इतिहासकारांसारखाच तुम्हालाही निःश्वास टाकायला हरकत नाही, बाबूराव. बुद्धिबळाची देणगी भारतानंच इतर जगाला दिली, हे आता आपण छातीठोकपणे सांगू शकू.

प्रश्न उरलाच असेल, तर तो एवढाच की, ही नवव्या शतकातली मोहरी त्या तिसऱ्या शतकातल्या कबरीत गेली कशी? त्याचा काथ्याकूट त्या शास्त्रज्ञांना करू देत, त्यांना नाही तर सवयच असते त्याची, एक प्रश्न सोडवता-सोडवता त्यातूनच तीन नवे प्रश्न उभे करण्याची. तेव्हा तुम्ही काळजी नका करू.

कळावे.

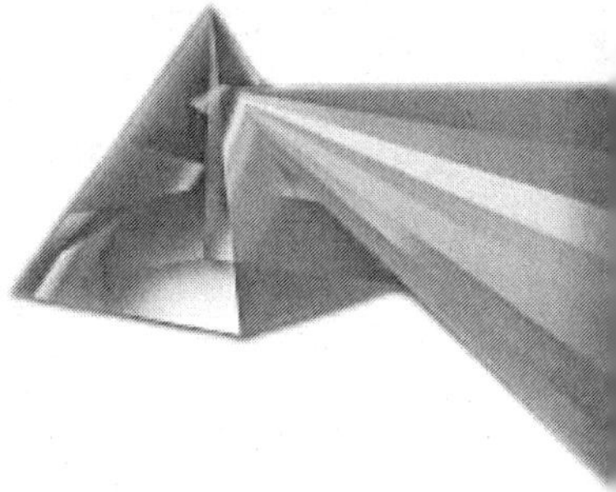

देवाची बरोबरी

सप्रेम नमस्कार, विज्ञान विशेष.

राजकुमारी डायनानं मृत्यूपूर्वी ज्या काही सामाजिक कार्यांना पाठिंबा दिला होता, त्यात जमिनीत पेरलेल्या सुरुंगांच्या समस्येचा समावेश होता. वास्तविक ही एक फार मोठी गंभीर समस्या आहे, याची निदान मला तरी माहिती नव्हती, बाबूराव. खरंतर, अशी बातमी भल्यामोठ्या मथळ्यांनी देऊन, तिचा गाजावाजा करणाऱ्या पत्रकारांना तरी त्याची माहिती होती की नाही, याविषयी मला शंकाच आहे. डायनाला मिळालेल्या प्रसिद्धीपोटी इतर काही विषयही प्रकाशझोतात आले, त्यातलाच हा एक.

डायनानं हे कार्य हाती घेईपर्यंत या समस्येकडं संपूर्ण दुर्लक्षच झालं होतं, असं मुळीच नाही. वेगवेगळ्या क्षेत्रांतली मंडळी आपापल्या परीनं त्यासंबंधीचं काम करतच होती. प्रसिद्धिपराङ्मुख राहून त्यांनी नेटानं काम चालू ठेवलंच होतं. डायनाला तिच्याकडे असलेल्या ग्लॅमरपोटी प्रसिद्धी मिळाली, समस्या होती तिथंच राहिली. कारण आता डायना गेल्यावर या समस्येवर आपलं लक्ष केंद्रित करायला त्या पत्रकारांनाही फुरसत नाही. तांब्यांनी म्हटल्याप्रमाणे 'जन पळभर म्हणतील, हाय हाय' हे अशा वेळी खरं वाटू लागतं, बाबूराव.

यापुढं जमिनीत सुरुंग पेरायला बंदी घालावी, असा आग्रह डायनानं धरला होता. तो योग्यही होता. पण जे सुरुंग दुसऱ्या महायुद्धाच्या काळापासून जगभर निरनिराळ्या ठिकाणी पेरले गेले आहेत, त्यांचं काय? त्यानंतरही अनेक छोट्यामोठ्या लढायांमध्येही

या सुरुंगांचा सढळ वापर केला गेला आहे. ते कुठं आहेत, याचा शोध घेऊन ते नष्ट करण्याची कामगिरी अधिक महत्त्वाची, तशीच जोखमीचीही आहे. ती शांतपणे पार पाडणाऱ्या मंडळींचा नावपत्ताही आपल्याला माहीत नसतो.

पण या ध्येयवादी मंडळींनी केलेल्या परिश्रमांना दाद न देता सुरुंग आहेत तिथंच शाबूत राहतात आणि कोणातरी निष्पाप व्यक्तीला आपला प्रताप दाखवतात. प्रसंगी तिचा जीवही घेतात. बऱ्याच वेळा गंभीररीत्या जायबंदी होऊन अशी व्यक्ती उपचारांसाठी इस्पितळात येते. उपचार तातडीनं करणं आवश्यक असतं. अशा वेळी इजा कोणत्या प्रकारची आहे, याचा नीट उलगडा होईपर्यंतच वेळ जातो. म्हणूनच तर या सुरुंगांवर अनवधानानं पाय दिल्यावर, त्याचा स्फोट होऊन पायाची काय अवस्था होऊ शकते, याची सांगोपांग माहिती मिळवणं आवश्यक होऊन बसलं होतं. तेच कठीण काम दक्षिण ऑस्ट्रेलियामधील साल्सबरी येथील प्रयोगशाळेत अलेक्झांडर कर्स्टिक आणि त्यांचे सहकारी पार पाडत आहेत.

ते करण्यासाठी सुरुंगांचा स्फोट घडवून आणणं सोपं होतं. पण त्या स्फोटात आपला पाय टाकायला कोण तयार होईल? आणि तसा पाय त्यात सापडला नाही, तर मग त्या पायाची काय दुर्दशा होऊ शकते, याविषयीची विश्वासार्ह माहिती तरी कशी मिळावी? म्हणूनच तर मग कर्स्टिक यांनी प्रथम या स्फोटक प्रयोगांसाठी कृत्रिम पाय बनवायला सुरुवात केली.

तुमच्या मनात काय खदखदत असेल, याची कल्पना आहे मला, बाबूराव. आपल्याकडंही जयपूरच्या डॉक्टर सेठींनी असे कृत्रिम पाय तयार केले आहेत. तेही बांबूसारख्या स्वस्त आणि या मातीतच मिळणाऱ्या पदार्थापासून तयार केले आहेत. जयपूर फूट या नावानं आज जगभर त्याची ख्याती पसरलेली आहे. तेव्हा या कर्स्टिकचं गुणगान मी कशासाठी गातो आहे, असाच सवाल तुमच्या जिभेचं टोक हुळहुळवतोय् ना? तर मग त्याचं उत्तर तसं साधं आहे. जयपूर फूटचा उपयोग ज्यांचे पाय शस्त्रक्रिया करून तोडावे लागले आहेत किंवा अपघातात तुटले आहेत, अशांना परत आपल्या पायांवर उभं करण्यासाठी केला जातो. त्यामुळे त्यात हाडामांसाऐवजी बांबू किंवा पोलाद असलं, म्हणून बिघडत नाही. कर्स्टिक यांना भेडसावणारी समस्या वेगळी होती. त्यांना हाडामांसाचा पाय हवा होता. म्हणजे मग स्फोटामध्ये हाडांची, स्नायूंची, त्यांना एकमेकांशी जोडणाऱ्या विविध तंतूंची, मज्जातंतूंची, रक्तवाहिन्यांची काय दशा होते, हे समजलं असतं. त्यामुळं कृत्रिम असला, तरी त्या पायात हाडामांसाचाच भरणा असणं जरुरीचं होतं.

पण असा पाय जिवंत तर सोडाच, पण कलेवराचाही मिळणं अशक्य झालं होतं. कारण आपल्या कोणातरी जिवलग व्यक्तीच्या शरीराचा असा चिंधड्या उडवण्यासाठी उपयोग केला जात आहे, ही कल्पनाच कोणालाही सहन होईना.

तेव्हा मग कृत्रिम पायावाचून तरणोपाय राहिला नाही. त्यासाठी हुबेहूब हाडांची नक्कल करणाऱ्या एका पदार्थाचा शोध कर्स्टिक यांनी लावला. त्याचं पेटंट घेतलं गेलंय. त्यामुळे त्याच्या घटकांसंबंधीची माहिती तशी गुलदस्त्यातच आहे. पण त्याचे गुणधर्म सहीसही हाडांसारखे आहेत, याबद्दल शंका राहिलेली नाही.

अशा पदार्थांपासून बनवलेल्या हाडांच्या पोकळीत कर्स्टिक यांनी जिलेटीनसारखा एक पदार्थ भरला. खऱ्याखुऱ्या हाडांच्या पोकळीत असलेल्या अस्थिमज्जेचे आणि या जिलेटीनसारख्या पदार्थाचे गुणधर्म सारखेच होते. याच जिलेटीनपासून बनवलेल्या दुसऱ्या एका पदार्थाचा उपयोग स्नायूंना पर्याय म्हणून करता आला. त्यावर मग बकरीच्या कातडीपासून तयार केलेल्या शॅमॉय लेदरसारख्या पदार्थाचं आवरण देण्यात आलं. त्याचे गुणधर्म थेट माणसाच्या कातडीसारखेच होते. एकेक पाय तयार करायला जवळजवळ एक हजार ऑस्ट्रेलियन डॉलर, म्हणजेच पंचवीस हजार रुपये एवढा खर्च आला.

सैनिक सहसा पुरुषच असतात आणि त्यांचं वयही साधारण अठरा ते चाळीस वर्षं एवढं असतं. त्यामुळेच हे पायही साधारण त्याच 'वयाचे' आणि 'लिंगाचे' असतील, अशी तजवीज करण्यात आली होती. एवढा जामानिमा झाल्यावर, हे पाय एका अकरा टनी मिलिटरी ट्रकवर चढविण्यात आले. आणि तो ट्रक साडेसात किलोग्रॅम स्फोटक पदार्थ वापरून उडवून देण्यात आला. युद्धामध्ये जेव्हा चिलखती गाड्या किंवा रणगाडे भूमिगत सुरुंग वापरून उडवण्यात येतात, तेव्हा साधारण जेवढ्या स्फोटकाचा वापर करण्यात येतो, तेवढ्याच स्फोटकाचा वापर या प्रयोगात करण्यात आला होता. त्यामुळे या पायांना, गुरुत्वाकर्षणाच्या प्रभावाखाली जो प्रवेग अनुभवावयास येतो, त्याच्या पंधराशे पट प्रवेगाला तोंड द्यावं लागलं. तेही तब्बल पन्नास सेकंदांपर्यंत. ट्रकमध्ये 'बसलेल्या' आणि 'उभ्या असलेल्या' अशा दोन्ही पायांच्या चाचण्या घेण्यात आल्या. या स्फोटांच्या दणक्याखाली या पायाला कोणकोणत्या प्रकारच्या इजा झाल्या, याचा आता अभ्यास करण्यात येत आहे. त्यामुळं कातडी फाटणं, हाडं मोडणं, मांसामध्ये धातूचे तुकडे रुतून बसणं, स्नायू किंवा तंतू तुटणं, यांसारख्या विविध प्रकारच्या जखमांची व्याप्ती आणि त्यांची मात्रा, या दोन्हींची तपशीलवार माहिती मिळणं शक्य होईल.

तरीही या प्रयोगांच्या मर्यादा कर्स्टिक आणि त्यांच्या सहकाऱ्यांच्या ध्यानात आल्या आहेत. या प्रयोगांमध्ये गाडीमध्ये बसलेल्या सैनिकाला काय इजा होईल, याचा अभ्यास केला गेला आहे. पण पायदळातल्या सैनिकाचं शरीर अशा प्रकारच्या सुरुंगावर पडल्यास काय अनर्थ होईल, याची कल्पना या प्रयोगावरून येत नाही. शिवाय या पायात रक्तवाहिन्यांच्या अंतर्भाव नाही. त्यासाठी या पायाची सुधारित आवृत्ती आता तयार करण्यात येत आहे. त्यात 'रक्तवाहिन्यां'चा समावेश तर

असेलच, पण काही संवेदक यंत्रंही त्याला जोडलेली असतील. शर्यतीत पळणाऱ्या घोड्यांच्या खुरांना कोणकोणत्या प्रकारच्या दाबांचा सामना करावा लागतो, हे अजमावण्यासाठी यापूर्वी अशा प्रकारच्या संवेदकांचा उपयोग करण्यात आला होता.

आतापर्यंतच्या प्रयोगांवरून कर्स्टिकचा आत्मविश्वास बळावला आहे. आता केवळ पाय बांधण्यावर त्याचं समाधान होत नाही. अशा प्रकारचा संपूर्ण कृत्रिम मानव तयार करण्यावर त्यांनी लक्ष केंद्रित केलं आहे. कृत्रिमरीत्या माणूस तयार करण्याचा प्रयत्न करणं म्हणजे देवाला आव्हान देत, त्याची बरोबरी करण्याचा प्रयत्न आहे, असा आरोप शास्त्रज्ञांवर नेहमी केला जातो, बाबूराव. पण कर्स्टिक यांच्या या कृत्रिम माणूस तयार करण्याच्या प्रयत्नांना उदंड यश मिळो, अशीच प्रार्थना सारेजण करतील, नाही का?

कळावे.

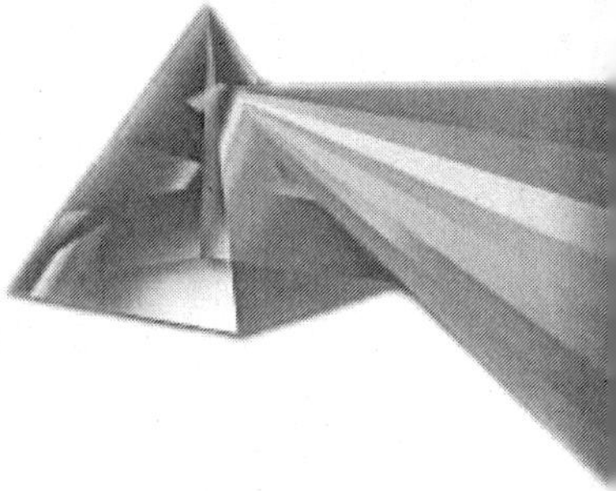

आधुनिक शेरलॉक

सप्रेम नमस्कार, विज्ञान विशेष.

स्त्रियांवरील अत्याचारांच्या गुन्ह्यांत अलीकडच्या काळात लक्षणीय वाढ झाल्याची ओरड आजकाल बरीच ऐकू येते. अशी वाढ केवळ आपल्याकडंच झाली आहे, असं मानण्याचं कारण नाही, बाबूराव. पूर्वी एकदा महागाईच्या बाबतीत आणि गेल्या काही वर्षांमध्ये भ्रष्टाचाराच्या बाबतीत 'हा एक जागतिक प्रवाह आहे', असं राजकारणी मंडळींनी म्हटल्यापासून तो शब्दप्रयोग बदनाम झाला आहे. नाही तर मीही, हा एक जागतिक प्रवाह होऊ पाहत आहे, असं म्हटलं असतं.

पण शब्द अपुरे पडले, म्हणून सत्य परिस्थिती काही बदलत नाही. अशा प्रकारच्या गुन्ह्यांमध्ये, विशेषत: बलात्काराच्या घटनांमध्ये निश्चितच वाढ झालेली आहे. वासनाकांडांसारख्या घाऊक प्रमाणात होणाऱ्या अशा प्रकारच्या गुन्ह्यांमध्येही वाढ झालेली आहे. परदेशात तर एकापाठोपाठ अनेक स्त्रियांवर बलात्कार झाल्याची मालिकाच होण्याची घटनाही घडत आहेत. शे-सव्वाशे वर्षांपूर्वी लंडनमध्ये खुनांची मालिकाच घडली आणि जॅक द रिपरच्या भीतीनं त्या शहराला ग्रासलं होतं. किंवा काही वर्षांपूर्वी अमेरिकेतील बोस्टन शहरात गळा दाबून अनेकांना ठार मारणारा खुनी मोकाट सुटला होता. बोस्टन स्ट्रँगलर या नावानं त्याला ओळखलं जात होतं. तशाच पद्धतीचे बलात्काराचे गुन्हेही पाश्चात्त्य शहरांत मोठ्या प्रमाणावर होत आहेत. आपल्या देशात आजपर्यंत जरी अशा घटना घडल्याच्या वार्ता कानी आलेल्या नसल्या, बाबूराव, तरी

पाश्चात्त्यांच्या अवगुणांचं अनुकरण करण्यात आपण आघाडीवर आहोत. तेव्हा याही प्रकारानं इथं चंचुप्रवेश केला, तर आश्चर्य वाटण्याची गरज नाही.

अशा तऱ्हेचे गुन्हे बहुधा रात्रीच्या अंधारात, आडबाजूला, आसपास कोणी साक्षीदार असण्याची शक्यता नसलेल्या ठिकाणी होतात. गुन्हेगार आपला चेहरा लपवण्याचीही दक्षता घेतो. त्यात गुन्ह्याला बळी पडणारी स्त्री भेदरलेली, अपमानित झालेली असते. अशा वेळी समाज ज्या रीतीनं वागतो, त्यामुळे तर गुन्हेगाराऐवजी बळी पडणारी स्त्रीच अपराधीपणाची भावना बाळगते. त्यामुळे गुन्हेगाराची ओळख पटवण्यात तिची मदत होण्याची शक्यता मंदावते. तपास करणारे पोलीसही मग हतबल झाल्यासारखे वागतात.

पण पोलीसदलाला मदतीचा हात देण्यासाठी आता काही मानसशास्त्रज्ञ आणि संगणकतज्ज्ञ पुढं सरसावले आहेत. ज्या काळात लंडनमध्ये जॅक द रिपर धुमाकूळ घालत होता, त्याच काळात बेकर स्ट्रीटवरून शेरलॉक होम्स आपल्या कर्तृत्वाच्या करामती दाखवत होता. त्याच्या तपासाच्या पद्धतीत गुन्हेगाराची मानसिकता ओळखण्यावर भर असे. कोणत्याही गुन्हेगाराची गुन्हा करण्याची पद्धत त्याच्या मनोवृत्तीतील वैशिष्ट्यांशी सुसंगत असते, यावर होम्सचा ठाम विश्वास होता. शेरलॉक होम्स काल्पनिक असल्यामुळे त्याची मतं हेही फक्त कल्पनारंजन होतं, असं मानणं चुकीचं होईल, असं आता मानसशास्त्रज्ञच सांगत आहेत.

कोणत्याही गुन्हेगाराची गुन्हा करण्याची पद्धत त्याच्या वागणुकीच्या ढाच्याशी सुसंगतच असते, असा लिव्हरपूल विद्यापीठातील डेव्हिड कॅन्टर यांचा सिद्धान्त आहे. त्यानुसार त्यांनी बलात्काराच्या मालिकांना जबाबदार असणाऱ्या गुन्हेगारांचा शोध घेण्याचा प्रयत्न केला. तेव्हा त्यांना या गुन्हेगारांचे दोन प्रकार आढळून आले. त्यांपैकी एकाला त्यांनी 'गली का शेर' असं म्हटलं आहे. कारण हे गुन्हेगार बहुतांशी आपल्या राहत्या जागेच्या जवळच्या परिसरातच आपली कृष्णकृत्यं पार पाडतात. याउलट, 'प्रवासी' वर्गात मोडणारे गुन्हेगार आपल्या राहत्या जागेपासून दूरवर आपली सावजं गाठताना दिसतात. पण या दुसऱ्या वर्गातल्या गुन्हेगारांच्या ढाच्याचं एक वेगळंच वैशिष्ट्य आहे. आपली सावजं घरापासून दूरवर गाठायची अशी काळजी त्यांनी घेतलेली असली, तरी अशा काळ्या करणीला एखादं ठिकाण योग्य आहे, अशी त्यांची खात्री झाली किंवा एखाद्या ठिकाणी केलेलं आपलं अपकृत्य पचलं की, मग ते ठिकाण सहसा सोडायला ते तयार नसतात. त्यामुळं मग एकाच आडबाजूच्या रस्त्यावर ते नेहमी आपली कामगिरी पार पाडतात किंवा एकाच प्रकारच्या सावजांवर ते हल्ला करतात. उदाहरणार्थ– रस्त्यांवर आपला धंदा करणाऱ्या वेश्या किंवा उशिरा घरी परतणारे चाकरमानी.

आपल्या सिद्धान्ताची चाचणी घेण्यासाठी कॅन्टर यांनी स्कॉटलंड यार्डच्या

दप्तरातल्या पंचेचाळीस गुन्हा-मालिकांचा अभ्यास केला. तेव्हा त्यातले एकोणचाळीस 'गली का शेर' वर्गातले आणि सहा 'प्रवासी' वर्गातले असल्याचा निष्कर्ष त्यांनी काढला. तो प्रत्यक्ष परिस्थितीशी तंतोतंत जुळला. पण या सिद्धान्तानुसार पहिला गुन्हा घडल्याची जागा आणि त्यानंतरच्या जागा यांवरून गुन्हेगाराची राहती जागा साडेचारशे किलोमीटर वर्ग क्षेत्रफळात म्हणजेच चोवीस किलोमीटर व्यासाच्या परिसरात असल्याचं अनुमान त्यांना काढता आलं. आता एवढ्या मोठ्या परिसरात गुन्हेगाराचा तपास लावणंही जिकिरीचंच आहे. तेव्हा याहूनही अचूक लक्ष्यवेध करण्यासाठी मग त्यांनी इतर घटकांचाही विचार सुरू केला. यात गुन्हेगारांचं संभाव्य वय, तो एखाद्या विशिष्ट भाषिक किंवा वांशिक गटाचा असण्याची शक्यता, गुन्हे चार भिंतींआड झाले, की उघड्यावर झाले, शनिवार-रविवार या वारी ते घडले, की आठवड्याच्या इतर दिवशी झाले, या प्रकारच्या घटकांचा समावेश केला. त्यांचा एकत्रित विचार केल्यावर त्यांना गुन्हेगाराची राहती जागा केवळ दोन ते तीन किलोमीटर व्यासाच्या परिसरात असल्याचं निदान करता आलं.

पण तोपर्यंत हे गणित गुंतागुंतीचं झाल्यामुळे त्यांनी संगणकतज्ज्ञांनी मदत घेण्याचं ठरवलं. त्यानुसार आता एक प्रोग्रॅम किंवा संगणकाच्या भाषेत ज्याला एक्स्पर्ट सिस्टिम म्हणतात, तशी तयार करण्यात आली आहे. त्यात गुन्ह्यांच्या तपशिलाची माहिती भरली की, संगणक नकाशा काढून त्यात गुन्हेगाराच्या राहत्या जागेचा परिसर दाखवतो.

या तंत्राचा पडताळा घेण्यासाठी कॅन्टर यांनी ऑस्ट्रेलियातील मेलबर्न इथं घडलेल्या चौदा बलात्कारांच्या मालिकेचा तपास करण्यात तिथल्या पोलिसांना मदत केली. चौदापैकी तेरा घटना एका विशिष्ट भागातच घडल्या होत्या. त्यांची माहिती संगणकाला देताच, दोन किलोमीटर व्यासाच्या एका परिसराचा नकाशा संगणकाच्या पडद्यावर झळकू लागला. पोलिसांनी तो परिसर पिंजून काढायला सुरुवात करताच गुन्हेगार त्यांच्या जाळ्यात आला.

तरीही आपली पद्धत अजूनही प्रायोगिक स्वरूपाची असून, त्यात बऱ्याच सुधारणा करायला हव्यात, असंच कॅन्टर यांचं म्हणणं आहे. भावनेच्या भरात बलात्कार करणारे गुन्हेगार फार दूरवर भटकत नाहीत. पण व्यवस्थित आखणी करून थंड डोक्यानं आपली काळी कृत्यं करणारे गुन्हेगार मात्र घरापासून दूरवर जायला कचरत नाहीत, असं कॅन्टर यांना आढळलं आहे. या आणि अशाच प्रकारच्या, भावविश्वाशी निगडित, इतर घटकांचाही विचार करायला हवा, याची जाणीव त्यांना आहे. त्यानुसार आपल्या संगणक पद्धतीत ते अधिकाधिक सुधारणा करत आहेत. त्या झाल्या की, हा आधुनिक शेरलॉक होम्स पोलिसांच्या खांद्याला खांदा लावून गुन्हेगारांच्या पाळतीवर राहणार आहे, बाबूराव!

कळावे.

असली-नकली

सप्रेम नमस्कार, विज्ञान विशेष.

आचार्य अत्रे यांचं 'तो मी नव्हेच' हे एक अजरामर नाटक आहे. जवळजवळ अर्धशतक उलटून गेल्यावर आजही ते तेवढंच ताजंतवानं वाटतं. हे अत्रे यांच्या प्रतिभेचं यश आहे, यात शंका नाही. त्याचे प्रयोग आता फारसे होत नाहीत. परंतु अलीकडेच काही नाटकांचं पुनरुज्जीवन करून मोजके प्रयोग करण्याचा एक प्रकल्प राबवला गेला. त्यात मला ते परत पाहण्याची संधी मिळाली.

पण तो प्रयोग पाहताना मला एक शंका मात्र सतत छळत होती. त्या नाटकाची प्रेरणा अत्रे यांना ज्या सत्यघटनांनी दिली, त्या घटनांच्या काळात सरड्यासारखे क्षणोक्षणी रंगढंग बदलणाऱ्या लखोबा लोखंडेची खरी ओळख पटणं इतकं दुरापास्त व्हावं ना! आजच्या जमान्यात लखोबाचं पितळ उघडं पडायला वेळ लागला नसता. कारण विज्ञानाच्या मदतीनं जिवंतच काय, पण मेलेल्या व्यक्तीचीही तंतोतंत ओळख पटवता येऊ लागली आहे. म्हणून तर काही वर्षांपूर्वी 'तंदूरी कांड' या नावानं गाजलेल्या दिल्लीतल्या खून खटल्यात अर्धवट जळालेल्या प्रेताचीही ओळख पटवण्यात अडचण आली नाही. एवढंच काय पण स्वर्गीय राजीव गांधींचा मानवी बॉम्बनं जेव्हा वध केला तेव्हा इतस्ततः उडालेल्या त्यांच्या मृतदेहाच्या तुकड्यांवरूनही त्यांची ओळख पटवणं जड गेलं नाही.

त्यासाठी वापरलेल्या डी.एन.ए. फिंगरप्रिन्टिंगचं तंत्र यशस्वी होण्यासाठी अर्थात मृत व्यक्तीच्या जवळच्या नातेवाइकांचं रक्त मिळणं आवश्यक असतं. आई, वडील, मुलं, भावंडं यांच्यापैकी कोणाचं रक्त मिळालं, तर त्यांच्या डी.एन.ए.शी तुलना करून मृत व्यक्तीची पहेचान करून घेणं शक्य होतं. पण जिथं असे जवळचे नातेवाईकही जिवंत नाहीत किंवा कोण नातेवाईक आहेत, याचाच पत्ता नाही, तिथं काय? पण अशा परिस्थितीतही मृत व्यक्ती कोण होती, हे शोधून काढण्यात विज्ञानानं मदत केलेली आहे. फ्रान्समध्ये सगळ्यांना सतावणाऱ्या अशाच एका समस्येची उकल नुकतीच वैज्ञानिकांनी केली आहे.

दोनशे वर्षांपूर्वी फ्रान्समध्ये राज्यक्रांती झाली. तीत तिथल्या राजकुटुंबाची आहुती पडली. त्या वेळी गादीवर असलेला राजा सोळावा लुई आणि त्याची बदनाम झालेली महाराणी मारी आन्त्वानेत यांना पकडून तुरुंगात ठेवण्यात आलं. पण सतराशे त्र्याण्णव साली त्यांना गिलोटीनचा तडाखा देण्यात आला. त्यांच्या जेमतेम सात-आठ वर्षांच्या असलेल्या मुलाला मात्र जिवंत ठेवण्यात आलं होतं. त्याला गादीचा वारस जरी मानण्यात येत होतं, तरी त्याची रवानगी पॅरिसमधल्याच एका कोठडीत करण्यात आली होती. त्याला सतरावा लुई असं संबोधण्यातही येत असलं, तरी ते पोरकं पोर कैदेतच आपलं आयुष्य काढत होतं. सामान्य जनतेच्या दृष्टीला त्यांचा हा पोरसवदा नामधारी राजा कधीच पडला नाही. कारण क्षयरोगानं सतराशे पंचाण्णवमध्ये त्याचा मृत्यू झाल्याचं सांगून, त्याचं दफनही करण्यात आलं. त्या वेळी त्याचं वय जेमतेम दहा वर्षांचं होतं.

आपल्या या पोरवयाच्या राजाला खरोखरीच नैसर्गिक मरण आलं, यावर त्या वेळीही लोकांचा सहजासहजी विश्वास बसला नाही. त्या वेळची राजकीय परिस्थितीच अशा प्रकारच्या संशयाला खतपाणी घालणारी होती. त्यामुळं त्या वेळी ज्यांच्या हातात सत्ता होती, त्यांनी आपल्या स्वार्थी मतलबापोटी खऱ्या राजाला कुठंतरी पळवून नेलं आणि त्याच्या जागी त्याच्याचसारख्या दिसणाऱ्या दुसऱ्या कोणातरी मुलाचं दफन केलं, अशीच समजूत झाली. ती अशी अजूनही मूळ धरून आहे.

रशियन राज्यक्रांतीनंतरही अशीच परिस्थिती उद्भवली होती, बाबूराव. झार निकोलस आणि त्याच्या कुटुंबीयांना सुळावर चढवल्यानंतरही, त्याची सर्वांत धाकटी मुलगी अनास्तासिया जिवंत राहिली असावी, अशी दाट शंका व्यक्त करण्यात आली होती, तिच्यावर अनेकांचा विश्वास होता. म्हणूनच पुढं काही वर्षांनी जेव्हा एक स्त्री आपणच ती अनास्तासिया असा दावा करून रशियन गादीवर हक्क सांगू लागली, तेव्हा त्या तोतयाच्या बंडाला पाठिंबा देणारीही बरीच मंडळी पुढं आली होती.

त्या बंडाचा बीमोड करता आला, कारण जिवंत व्यक्ती समोर होती; आणि तिच्या दाव्याची शहानिशा करणं सोपं होतं. इथं मात्र खरी व्यक्ती आणि असलाच, तर तोतया, दोघंही केव्हाच कबरीमध्ये चिरविश्रांती घेत पडले होते. त्यातही एकाच कबरीची माहिती होती. तरीही न डगमगता मार्सेय विद्यापीठातील पियेर-फ्रान्स्वा प्यूक या पुरातत्त्व शास्त्रज्ञानं ते आव्हान स्वीकारलं.

लोकांच्या या संशयाचं निराकरण करण्यासाठी एकोणिसाव्या शतकात त्या राजाच्या कबरीचं उत्खनन केलं गेलं होतं. त्या वेळी तिथं जी कवटी मिळाली, तिची अनेक कोनांतून घेतली गेलेली छायाचित्रं जपून ठेवण्यात आली होती. प्यूक यांनी प्रथम ती मिळवली. त्या चित्रांचा सखोल अभ्यास करून चेहऱ्यावरच्या ठळक विशेषांची त्यानं दखल घेतली. त्या वैशिष्ट्यांची मोजमापं घेतली, त्यांच्यामधल्या अंतरांची, एकमेकांशी होत असलेल्या त्यांच्या कोनांची नोंद केली. या सगळ्यांची एकमेकांशी असलेली गणितं सोडवत संगणकाच्या साह्यानं त्यानं त्या कवटीवरच्या चेहऱ्याचं चित्र तयार केलं. त्या चित्राची मग त्यानं सतराव्या लुईच्या उपलब्ध असलेल्या चित्रांशी तुलना केली.

या दोन्ही चित्रांतल्या चेहऱ्यांमध्ये प्यूकला अनेक साम्यस्थळं दिसली. तेच निमुळतं होत जाणारं कपाळ, उठून दिसणारी गालाची हाडं, सरळ, पण निरुंद असलेलं नाक, छोटीशी धुनष्याकृती जिवणी आणि पुढं पुढं करू पाहणारी हनुवटी. दोन्ही चेहऱ्यांत ही वैशिष्ट्यं होती. एवढ्यावरून ज्याचं दफन करण्यात आलं, तो सतरावा लुईच होता, असा समज झाला, तर नवल नाही. पण प्यूकनं आपला अभ्यास एवढ्यावरच थोपवला नाही. त्यानं त्याच्या दातांसंबधीच्या दंतवैद्यांच्या नोंदी आणि त्याच्या डोक्याची घेतलेली मोजमापं आहेत की काय, याचा शोध घ्यायला सुरुवात केली. त्याच्या सुदैवानं डॉक्टरांनी केलेल्या अशा नोंदी त्याला जुन्या दप्तरात आढळल्या. त्यांची चिकित्सक समीक्षा केल्यानंतर मात्र, ज्याला पुरलं गेलं, त्या मुलाचं वय तेरा ते सोळाच्या दरम्यान असावं, अशा निश्चित निर्णयाप्रत तो आला. या उलट, सतराव्या लुईचं वय दहापेक्षा जास्त नव्हतं, असा ठोस ऐतिहासिक पुरावा उपलब्ध आहे. त्यामुळे ज्याचं दफन करण्यात आलं, तो सतराव्या लुईसारखा दिसत असला, तरी तो तोच नव्हे, या निष्कर्षाव्यतिरिक्त दुसरा कोणताच निष्कर्ष तर्कसुसंगत ठरू शकत नाही, असं प्यूकचं म्हणणं आहे.

अर्थात, तो एक वयानं मोठा असलेला तोतया होता, हे प्यूकचं विधान मान्य नसणाऱ्यांनी मॅन्चेस्टर विद्यापीठातील फोरेन्सिक शास्त्रज्ञ रिचर्ड नीव्ह यांच्याकडं धाव घेतली. हाडांच्या सांगाड्यावरून शरीराच्या ठेवणीचा अंदाज बांधणं सोपं असलं, तरी नाकाचा शेंडा, ओठांची कमान किंवा डोळ्यांच्या अवतीभवतीचा

प्रदेश यांसारख्या मुलायम अंगांच्या बाबतीत ठामपणे सांगणं कठीण असतं, हे नीव्ह यांना मान्य आहे. त्यांनी स्वत: मॅसेडोनियाचे राजे दुसरे फिलिप, अलेक्झांडर द ग्रेट म्हणजेच सिकंदरचे वडील आणि 'सोनेरी' स्पर्शासाठी प्रसिद्ध असलेला राजा मिडास यांचे अस्सल मुखवटे तयार केले होते. पण त्यांनीही प्यूकचा निष्कर्ष योग्यच असल्याचा निर्वाळा दिला आहे. त्यामुळे फ्रान्समध्ये परत एकदा सतराव्या लुईचं नेमकं झालं काय, याविषयीचा वाद परत उफाळून येणार आहे.

तो भलेही येवो, बाबूराव. त्याच्याशी आपल्याला काय देणं-घेणं! पण असली आणि नकली यांच्यात नीरक्षीरविवेक करण्याची सिद्धी वैज्ञानिकांनी मिळवलेली आहे, हे आपण ध्यानात घेतलं की अशा बऱ्याच वादांचं मूळच उखडलं जाईल, हे तरी आपण आपल्या मनावर बिंबवायला हवं, का नको? काय?

कळावे.

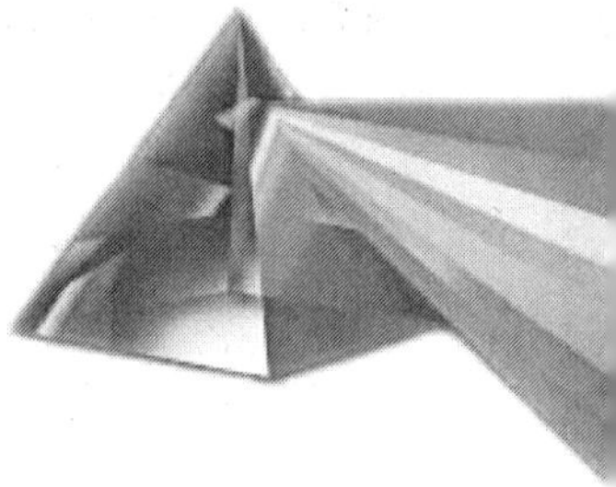

भावविश्वाचं आरोग्य

सप्रेम नमस्कार, विज्ञान विशेष.

आजकालचा जमाना विज्ञानाचा आहे, बाबूराव. म्हणजे काय, तर कोणतीही गोष्ट विज्ञानाच्या कल्पनांशी सुसंगत आहे, त्याच्या निकषांवर खरी उतरली आहे, असं सांगितलं की, लोकांचा त्यावर पट्‌कन विश्वास बसतो. मग तसं सांगणं खरोखरच खरं आहे की, तो निव्वळ सत्याचा आभास आहे, मृगजळ आहे, याची चिकित्सा सहसा आपण करीत बसत नाही. खरंतर, हेच वैज्ञानिक दृष्टिकोनाच्या विरुद्ध आहे, पण लक्षात कोण घेतो!

म्हणूनच तर, आजकाल आपल्या आवडीनिवडी तयार करणाऱ्या दूरदर्शनवरच्या जाहिराती बघा. म्हणजे तशा त्या बघायच्या नसल्या, तरी नजरेला पडतातच, म्हणा. पण बाबूराव, त्या जरा बारकाईनं बघा. बहुतेकात, आपला माल वैज्ञानिकांनी कसा प्रमाणित केला आहे, विज्ञानाच्या कठोर कसोट्यांवर त्याची सत्त्वपरीक्षा कशी झाली आहे, हे सांगण्याचा अट्टहास असतो. टूथपेस्ट, टूथब्रश, अंगाचा किंवा कपड्यांचा साबू, पाणी शुद्ध करायची यंत्रणा, इतर काही यंत्रं, यांसारखा माल तर उत्पादक एखाद्या डॉक्टरला किंवा तंत्रज्ञ शास्त्रज्ञाला मध्ये आणल्याशिवाय आपल्यासमोर ठेवतच नाहीत. पण साधी कपाळी लावायची बिंदी! तीसुद्धा, अमकीच सर्वांत उत्तम आहे, हे सांगण्यासाठी एक पांढरा कोट घातलेली आणि तरीही साग्रसंगीत शृंगार केलेली तरुणीच पुढं येते. ती डॉक्टर आहे किंवा शास्त्रज्ञ आहे, असं मुद्दामहून सांगितलं जात

नाही, पण मला सांगा बाबूराव, पांढरा कोट कोण घालतं! आता खाकी वर्दी पेहेनलेली व्यक्ती तुमच्यासमोर आली, तर ती पोलिसांतली किंवा सैन्यातली असणार, हे काय वेगळं सांगायलं हवं?

आपला माल खपवण्यासाठी कोणी काय क्लृप्त्या लढवाव्या, हे नियंत्रित थोडंच केलं जातं! पण या क्लृप्त्या लढवल्या जातात, कारण आपणही 'बाबावाक्यं प्रमाणम्' असं धरून चालतो. आजच्या जमान्यात 'बाबां'ची व्याख्या बदलली आहे, एवढंच.

याचाच दुसराही एक पैलू आहे. जे आपल्याला स्वाभाविक वाटतं, आपल्या नेहमीच्या भावनिक अनुभवांमधून आपण जे अनुमान काढतो, तेही विज्ञानाशी सुसंगत आहे, असं कोणी सांगितलं की, आपल्याला ते ताबडतोब पटतं. तसं सांगणाऱ्यानं खरोखरीच काही चिकित्सा केली आहे किंवा काही तर्ककठोर कसोट्या लावल्या आहेत, हे आपण पाहत नाही. म्हणूनच तर कोणी, आपण दिलेल्या कोणत्यातरी तथाकथित औषधानं एखादा असाध्य रोग बरा केला, असं सांगितलं की, आपला त्यावर चट्कन विश्वास बसतो.

वास्तविक जे स्वाभाविक आहे, असं आपल्याला वाटतं, ते विज्ञानाशी सुसंगत असेलच असं नाही. कारण वैज्ञानिक सत्य हेच मुळी अस्वाभाविक आहे, असं ल्युईस वॉलपर्ट यांनी आपल्या 'द अननॅचरल नेचर ऑफ सायन्स' या अतिशय सुबोध पुस्तकात सप्रमाण दाखवून दिलं आहे. तरीही आपल्याला त्यांचं म्हणणं सहजासहजी पटणार नाही. कारण आपण आपल्या विचारांपेक्षा विकारांना, भावनांना अधिक महत्त्व देतो. बुद्धीऐवजी हृदयाच्या हाकेला तत्परतेनं साद देतो.

या सगळ्याची आताच आठवण करून देण्याचं एक खास प्रयोजन आहे, बाबूराव. आपण, म्हणजे हा मानवप्राणी भावनाप्रधान आहे आणि म्हणूनच त्याच्या भावविश्वाचं नातं त्याच्या शरीरस्वास्थ्याशी जुळलेलं आहे. आपलं शरीर तंदुरुस्त राहायचं असेल, तर भावविश्वातही फारशी खळबळ होता कामा नये, असं आता वैज्ञानिकांनीच सिद्ध केलेलं आहे. म्हणजे आपला असा जो समज होता, त्याला आता विज्ञानानंच पाठिंबा दिलेला आहे.

तुमच्या मनात कोणता प्रश्न फडा काढून उभा राहिला असेल, याची जाणीव आहे मला, बाबूराव. तुम्ही, मीच तुमच्या हातात दिलेल्या आसुडाचे कोरडे माझ्यावर ओढत विचाराल, की माझं असं सांगणं हेही 'बाबावाक्यं प्रमाणम्'चंच एक रूप नाही कशावरून? तुम्ही असा प्रश्न विचारताहात, हे योग्यच आहे. त्यावरून तुम्ही या बाबीकडं चिकित्सक नजरेनं बघत आहात, हेच सिद्ध होतंय आणि तुमच्या या प्रश्नाचं उत्तरही माझ्याजवळ आहे. ते तुम्हाला सांगण्यासाठीच तर या पत्राचा हा प्रपंच मांडला आहे.

म्हातारपण आलं की, माणसाला एकाकीपणा अधिक भेडसावू लागतो. आपलं असं कोणीतरी असावं, त्याच्याशी सुख-दु:खाच्या चार गोष्टी बोलता याव्यात, असं माणसाला वाटू लागतं. तसं कोणी नसेल, तर तो सैरभैर होतो आणि आपल्याला सगळ्यांनीच सोडून दिलं आहे, या जगात आपण एकटेच आहोत, असं वाटायला लागलं की, त्याचा त्या व्यक्तीच्या प्रकृतीवरही परिणाम होतो. असाच आपला सगळ्यांचा अनुभव आहे. निदान आपण तसं मानतो. सगळेच मानतात. म्हणून तर सगळ्यांत कडक शिक्षा ही नेहमीच एकांतवासाची, सॉलिटरी कन्फाईनमेन्टची, असंच मानलं जातं. पण या मानण्याला काही आधार आहे का? की भावनेच्या आहारी जाऊन केलेलं ते एक अनुमान आहे?

याच प्रश्नांच्या अनुषंगानं हॉलंडमधल्या फ्री युनिव्हर्सिटीमधील शास्त्रज्ञांनी एक विस्तृत पाहणी केली. त्यासाठी त्यांनी ५५ ते ८५ या वयोगटातील जवळजवळ तीन हजार डच नागरिकांच्या मुलाखती घेतल्या. त्याच वेळी त्यांची संपूर्ण शारीरिक आणि मानसिक तपासणीही केली. मुलाखतींमध्ये प्रत्येकाला एकाकीपण कितपत जाणवतंय, आपण स्वावलंबी आहोत, पराधीन झालेलो नाही, असं कितपत वाटतंय, आत्मविश्वास आणि आत्मसन्मान यांची जाणीव कितपत आहे, तसंच, आपल्याला आपल्या कुटुंबातील व्यक्तीचा किंवा मित्रमंडळींचा आधार असल्याची भावना कितपत मूळ धरून आहे, याची चाचपणी केली गेली. त्यांची नोंद ठेवण्यात आली. वेळोवेळी त्या सर्वांची शारीरिक तपासणी करणंही चालूच ठेवलं होतं. त्यातूनच मग त्यांच्या आरोग्याविषयीचं अनुमान, तसंच अजून किती आयुष्य उरलं आहे, याचा अंदाज केला गेला. ही भाकितं अनमानधपक्यानं केली गेलेली नव्हती. कोणत्याही रोगातून वाचण्याची शक्यता किती, हे डॉक्टर ज्या वैज्ञानिक कसोटीवर उतरणाऱ्या अनुभवजन्य विश्वासानं सांगतात, त्याचाच अवलंब करून ही भविष्यवाणी वर्तवली गेली होती. एवढंच नव्हे, तर तब्बल पंचवीस वर्षं ही पाहणी करून ही मंडळी खरोखरीच किती जगली, याचीही नोंद घेण्यात आली होती.

या पाहणीचे निष्कर्ष अलीकडेच अमेरिकन जर्नल ऑफ एपिडिमियालॉजीमध्ये प्रकाशित करण्यात आले आहेत. त्यानुसार, त्या व्यक्तींना आपण एकटे पडलो आहोत, सगळ्यांनीच आपली साथ सोडली आहे, असं वाटत होतं, त्यांची अधिक काळ जगण्याची शक्यता कमी झाली होती. उलटपक्षी, आपल्याभोवती आपल्याबद्दल आत्मीयता बाळगणाऱ्या नातेवाइकांचा, मित्रमंडळींचा गोतावळा आहे, अशी ज्यांची भावना होती, त्यांचं आयुष्य दुपटीनं वाढलं होतं. यमदूतांना त्यांनी दूर पिटाळलं होतं. तीच बाब स्वावलंबनाची. आपण आपली सगळी कामं स्वत: करू शकतो, कोणत्याही बाबतीत आपण परस्वाधीन नाही, अशी खात्री ज्यांना वाटत होती, त्यांचीही राम म्हणण्याची शक्यता साठ टक्क्यांनी कमी झाली होती. उलट, ज्यांना

आपल्याला आता दुसऱ्यांच्या मेहेरबानीवरच जगावं लागणार आहे, असं वाटत होतं, त्यांचा मृत्यू तुलनेनं समीप येऊन ठेपला होता.

यातही गंमत अशी की, आपल्याला मदत करणारा गोतावळा आहे, म्हणून जो दररोजच्या जीवनरहाटीसाठी दुसऱ्यावर विसंबत होता, तो त्याच्या नकळत मरणाच्या जवळ जात होता, पण आपली नित्यनैमित्तिक कामं स्वत:च्या बळावरच करीत होता, त्याची प्रकृती अधिक ठणठणीत राहत होती. म्हणजे मित्रमंडळी असली, तरी आत्मविश्वासाला, स्वावलंबनाला पर्याय नाही. आपल्याला आता काहीच किंमत उरली नाही, अशी भावना उत्पन्न होण्यानंही मृत्यूला आमंत्रण दिल्यासारखंच होत होतं. उलट, आपल्या जगण्याला काही निश्चित अर्थ आहे, असं ज्याला ठामपणे वाटत होतं, त्यानं आपल्या जगण्याची शक्यताही वाढवली होती.

हे असं का होतं, या भावनांना शरीरप्रक्रियेवर नेमका कोणता परिणाम होतो, हे मात्र या शास्त्रज्ञांना निश्चितपणे कळलेलं नाही, पण रोगजंतूंपासून आपला बचाव करणारी ही एक अंगभूत संरक्षणयंत्रणा असते तिचा आणि भावविश्वाचा निकटचा नातेसंबंध असल्याचं यापूर्वीच सिद्ध झालेलं आहे. आपल्यावर ताण पडला, संकटं कोसळली, आपलं भावविश्व उद्ध्वस्त झालं की, प्रतिकारक्षमताही कोसळते, हे दिसून आलेलं आहे. त्याच प्रक्रियेचा इथंही संबंध असावा, असाच या डच शास्त्रज्ञांचा होरा आहे.

तेव्हा बाबूराव, आपल्या शरीराइतकंच, किंबहुना त्याहीपेक्षा अधिक, आपल्या भावविश्वाचं आरोग्य सांभाळायला शिका आणि आपलं आयुष्यही लांबवा. 'हसा आणि लठ्ठ व्हा' असा एक संदेश पूर्वी दिला जात असे. त्याऐवजी 'हसा आणि शंभर वर्षं जगा' असंच म्हटलं पाहिजे.

फळापे.

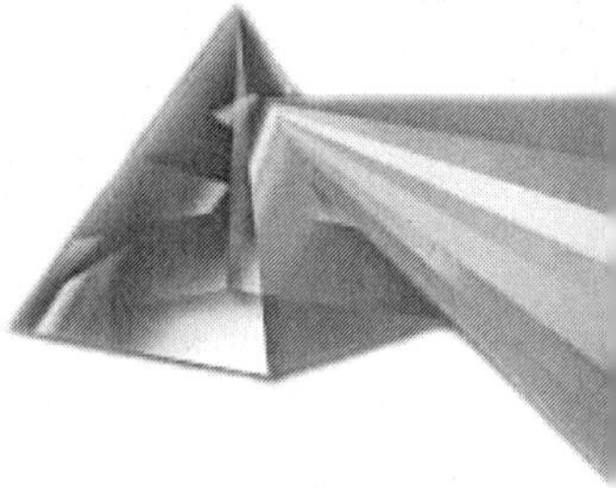

जीर्णोद्धार

सप्रेम नमस्कार, विज्ञान विशेष.

अलीकडंच वर्तमानपत्रात आलेली ती बातमी तुम्ही वाचली असेलच, बाबूराव. मुंबईतली, वरळीच्या समुद्रकिनाऱ्यावरची, एक पंचवीस वर्षांपूर्वीच बांधलेली इमारत पत्त्यांच्या बंगल्यासारखी कोसळली. त्या इमारतीत असलेल्या अनेक अद्ययावत कचेऱ्यांची नासधूस झाली. तिथल्या किमती मालाची अक्षरश: माती झाली. कहर म्हणजे त्या ढिगाऱ्याखाली सापडून काही जणांना या जगाचा निरोपही घ्यावा लागला.

ही दुर्घटना का घडली, याची कारणमीमांसा अनेकांनी केलेली आहे. त्यात त्या इमारतीवर पाण्याच्या टाक्या आणि वातानुकूलयंत्रणा यांचा टाकलेला अतिरिक्त भार, यापासून ते अनधिकृतरीत्या केले गेलेले फेरफार आणि दुरुस्त्या इथपर्यंत, अनेक बाबींचा समावेश आहे. ते खरं असेल, तर ही सगळी त्या इमारतीशी निगडित असलेल्या माणसांची करामत, असं म्हणावं लागेल. पण त्यांच्यावर अशा प्रकारची तोहमत येऊ नये, म्हणून की काय, त्या इमारतीच्या दुर्दशेला निसर्गच जबाबदार आहे, असा प्रस्ताव मांडण्याचाही प्रयत्न झाला आहे.

निसर्गाला दोषी ठरविणाऱ्यांचं असं म्हणणं आहे की, इमारत समुद्रकिनाऱ्यावर होती. त्यामुळे तिथं खाऱ्या आणि दमट हवेला तिला सतत तोंड द्यावं लागत होतं. त्याचाच परिणाम होऊन तिच्या भिंती ठिसूळ झाल्या आणि कोसळल्या. आता मला एक समजत

नाही, बाबूराव. हा समुद्र किंवा त्याच्यावरची खारट, दमट हवा ही काही इमारत बांधून झाल्यानंतर नव्यानं तिथं उपटली नाही. इमारत बांधली तेव्हापासून ती तिथं होती. मग त्याचे जे काही परिणाम बांधकामावर होतात, त्यांचा विचार करून इमारत बांधतानाच खबरदारीची उपाययोजना केली गेली होती, की नाही? जगात अशी कोणतीही वास्तू नाही, की जिला वाऱ्यापावसाला, निसर्गाच्या आक्रमणाला तोंड द्यावं लागत नाही. तरीही आपल्या कितीतरी ऐतिहासिक वास्तू शतकानुशतके दिमाखात उभ्याच आहेत. एवढंच नाही, तर आता काही शतकं गेल्यानंतर निसर्गाच्या माऱ्याला तोंड देता देता त्यांची जी काही झीज झाली आहे, ती काही प्रमाणात तरी भरून काढून यापुढं झीज टळावी, किमानपक्षी झीज होण्याचा वेग कमी व्हावा, असे प्रयत्न करणं वैज्ञानिकांनी शक्य करून दाखवली आहे. मग बिचाऱ्या निसर्गाच्या डोक्यावर हे खापर का फोडायचं?

गंमत म्हणजे ही वरळीच्या इमारतीच्या पडझडीची बातमी आली, त्याच्या दुसऱ्या तिसऱ्याच दिवशी आणखीही एक लक्ष वेधून घेणारी बातमी आली होती. त्या बातमीत म्हटलं होतं की, आपल्या पुण्यातल्या शनिवारवाड्याची गणना पुराणवस्तू खात्यानं 'अ' वर्गात केली आहे. त्यामुळं त्याचं जतन करण्यासाठीच्या सगळ्या प्रयत्नांना गती मिळाली आहे. तसं पाहिलं, तर शनिवारवाड्याचं वय आहे आजमितीला किमान अडीचशे वर्षं. आपल्याच देशातल्या इतर काही ऐतिहासिक वास्तू याहूनही पुराण्या आहेत. त्यांची जी काही पडझड झाली आहे, तिच्यात लूटमार करणाऱ्या आणि भर्तृहरीनं ज्यांची गणना 'ते के न जानीमहे' या चौथ्या वर्गात केली आहे, अशा काहीही कारण नसताना नासधूस करणाऱ्या माणसांचा हातभार किती आणि गरीब बिचाऱ्या निसर्गाचा वाटा किती, हा विचार करण्यासारखा प्रश्न आहे. तरीही वादळवाऱ्याला तोंड देता-देता त्या दगडी भिंतीही जरा नरम पडल्या आहेत, यात शंका नाही. त्यांचं संरक्षण करण्यासाठी आता एक पॉलिमर पदार्थाचा हात दिला जाणार आहे. तसं कामकाज सुरूही झालं आहे.

अर्थात काही झालं, तरी शनिवारवाडा ही दगडी वास्तू. पावसापाण्याच्या सततच्या मारापुढं दगडही अभेद्य राहत नाही, हे खरं. शिवाय पुण्यातला पाऊस मुंबईसारख्या किंवा कोकणपट्टीतल्या पावसासारखा सोसाट्याचा नाही, की मुसळधारही नाही. जिथं पाण्याचा असा संतत आणि जोरदार मारा होत असेल. साथीला कुरतडणाऱ्या क्षारांची फौज असेल, तिथं वास्तूची किंवा तशासारख्याच पदार्थांची काय दशा होत असेल, याची कल्पना करा, बाबूराव.

म्हणूनच तर इंग्लंडमध्ये 'मेरी रोज' या नौकेचं जतन करण्यासाठी केल्या जाणाऱ्या प्रयासाचं कौतुक करावंसं वाटतं. 'मेरी रोज' ही इंग्लंडची युद्धनौका. फ्रान्सबरोबरच्या युद्धाच्या मोहिमेवर निघालेली असताना सॉलेन्ट बंदरानजीक ती

बुडाली पंधराशे पंचेचाळीसमध्ये. तेव्हापासून तब्बल साडेचारशे वर्षं ती समुद्राच्या पोटात विश्रांती घेत पडली होती. त्या जलसमाधीतून तिला जागं करून परत पृष्ठभागावर आणण्यात आलं, ते साधारण दहा वर्षांपूर्वी. सोळाव्या शतकातील हे जहाज अर्थात लाकडापासून बांधलेलं होतं. आजच्यासारखा पोलादाचा वापर केलेला नव्हता. साहजिकच समुद्राच्या खाऱ्या पाण्यानं त्या लाकडाची नासधूस केली नसती, तरच नवल!

प्रश्न केवळ पाणी पिऊन फुगून गेलेल्या लाकडाचाच नव्हता, तर त्या ओल्या लाकडावर ताव मारणाऱ्या जीवाणूंनी जो वरचा थर खाऊन टाकला होता, वेडावाकडा कुरतडला होता, त्याचाही होता. शिवाय आता पाण्यातून बाहेर आल्यावर जर ते लाकूड वाळू लागलं, तर अर्थात ते आक्रसलंही गेलं असतं आणि तसं झाल्यास त्याचे ढलपे निघून तुकडे पडले असते. म्हणजेच त्या लाकडातलं पाणी काढून टाकणं तर आवश्यक होतं. पण ते काढताना लाकूड आक्रसणार नाही, याची काळजी घेणं जरुरीचं होतं.

अशा या पीडित नौकेचं आरोग्य राखण्यासाठी तिथल्या वैज्ञानिकांनी वीस वर्षं चालू राहणारी एक तीन टप्प्यांची रासायनिक उपाययोजना आखली आहे. तिची आखणी करताना लाकडाचा वरचा भाग जीवाणूंच्या भक्ष्यस्थानी पडला आहे, तर आतला गाभा पाणी पिऊन फुगला आहे, या वस्तुस्थितीची जाण ठेवणं आवश्यक होतं. इलाज करताना हे दोन्ही प्रकारचं नुकसान भरून निघेल, अशी व्यवस्था करायची होती, बाबूराव. त्यामुळं प्रयोगशाळेत काही प्राथमिक चाचण्या घेऊन मगच संपूर्ण उपाययोजनेचा आराखडा तयार करण्यात आला. तोपर्यंत फुगलेलं लाकूड आक्रसणार नाही, याची काळजी घ्यायलाच हवी होती. त्यासाठी मग त्या नौकेवर तीन अंश सेल्सिअस तापमान असलेल्या थंड पाण्याचे फवारे सतत मारले जात होते.

उपाययोजनेच्या तिन्ही टप्प्यांत जरी पॉलिएथिलीन ग्लायकॉल नावाच्या एका पॉलिमरचा वापर करण्यात येत असला, तरी निरनिराळ्या टप्प्यांत वापरल्या जाणाऱ्या पॉलिमरचे गुणधर्म सारखेच नाहीत. पहिल्या टप्प्यात तुलनेनं कमी रेण्वीय भार असलेल्या, म्हणजेच हलक्या पॉलिमरच्या द्रावणाचे फवारे नौकेवर मारण्यात येत आहेत. दर दिवशी चाळीस हजार लिटर द्रावण वापरलं जात आहे, बाबूराव. हे पॉलिमर हलकं असल्यामुळं ते लाकडाच्या अंतर्भागात सहज शिरकाव करू शकतं. तिथं गेल्यावर तिथल्या फटीफटींत शिरलेल्या पाण्याच्या रेणूंची हकालपट्टी करून ती जागा ते स्वत:च बळकावतं. त्यामुळं लाकडाच्या रंध्रारंध्रांत शिरलेलं पाणी काढून टाकता येणार आहे आणि तेही लाकडाला आक्रसण्याची संधी न देता. ही प्रक्रिया दहा वर्षं चालू राहणार आहे.

दुसऱ्या टप्प्यात लाकडाच्या पृष्ठभागावरच्या दहा मिलिमीटर जाडीच्या थरावर लक्ष केंद्रित करण्यात येईल. हा भाग फार कुजला आहे, काही जीवाणूंनी खाऊन टाकला आहे. त्यासाठी त्यावर दुसऱ्या प्रकारच्या पॉलिमरचा थर देण्यात येईल. पहिल्या टप्प्यात वापरल्या जाणाऱ्या पॉलिमरच्या रेण्वीय भारापेक्षा या पॉलिमरचा रेण्वीय भार वीस पटीनं अधिक आहे. ते एवढं घन आहे, की पाणी जर तीस अंशांपर्यंत तापवलं, तरच ते त्याच्यात थोडंफार विरघळू शकतं. ही प्रक्रियाही पाच वर्षं चालणार आहे. या पहिल्या दोन टप्प्यांत मिळून दीडशे टन पॉलिमर वापरलं जाईल, असा अंदाज आहे.

एवढं झाल्यावरही काही पाणी लाकडाला घट्ट धरून राहील, असं शास्त्रज्ञांना वाटतंय, बाबूराव. म्हणून तिसऱ्या टप्प्यात आणखी वेगळ्याच गुणधर्माचं पॉलिमर वापरून ते निगरगट्ट पाणी काढून टाकण्याचे कसोशीचे प्रयत्न केले जाणार आहेत. किती काळ? चांगली पाच वर्षं.

आता तुम्ही विचाराल, बाबूराव, की अशा जुन्यापुराण्या झालेल्या वस्तूचं जतन करण्यासाठी एवढा आटापिटा केला जातो, तर मग सध्याच्या वास्तूसाठी काय दिव्य करायला हवं? प्रश्न रास्तच आहे. पण त्याचं उत्तर मी देणार नाही. प्रत्येकानं ते स्वत:च शोधायचं आहे, बाबूराव.

कळावे.

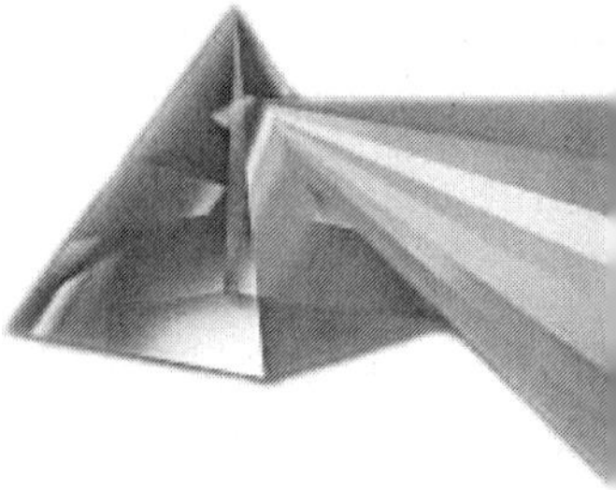

जेकिल आणि हाईड

सप्रेम नमस्कार, विज्ञान विशेष.

तुम्हाला 'डॉक्टर जेकिल अॅन्ड मिस्टर हाईड' ही कादंबरी किंवा तिच्यावर आधारलेला चित्रपट तरी नक्कीच आठवत असेल, बाबूराव. एकाच शरीरात दोन भिन्न भिन्न व्यक्तिमत्त्वं असलेल्या त्या इसमाची ती कहाणी रोमांचक तर आहेच, पण त्यातून काही मूलभूत संदेशही अप्रत्यक्षरीत्या का होईना, आपल्याला देणारीही आहे. ही दोन व्यक्तिमत्त्वंही कशी? तर एकदमच परस्परविरोधी. एक म्हणजे सज्जनतेचा, सद्‌गुणांचा मूर्तिमंत पुतळाच, तर दुसरा म्हणजे माणुसकीला काळिमा फासणाऱ्या दुष्टपणाचा कळस. यातूनच तर आपल्याला तो संदेश दिला जातो की, या जगात कोणीही असं संपूर्ण काळं किंवा संपूर्ण गोरं असं नसतंच. काळ्यागोऱ्याची सरमिसळ झालेल्या करड्या रंगाच्या छटाच कोणतीही व्यक्ती, कोणताही सजीव धारण करत असतो.

खरंतर, बाबूराव, हा विचार सजीवांपुरताच मर्यादित ठेवण्याचीही गरज नाही. निर्जीवांनाही तो तितकाच लागू पडायला हरकत नाही. कोणताही पदार्थ, कोणतंही रसायन घ्या. ते निव्वळ गुणकारी असत नाही की, केवळ विषमयही असत नाही. त्यात दोन्ही प्रकारचे गुणधर्म थोड्याफार प्रमाणात असतात. अगदी औषध म्हणून ज्याची भलावण करावी, असा पदार्थही घ्या. त्याच्या ठायी औषधी गुणधर्म निश्चितपणे असतातच. पण त्याचाही अतिरेक केल्यास ते भस्मासुरासारखं उलटणारच नाही, अशी खात्री देता

येणार नाही. एकाचं विष ते दुसऱ्याचं अन्न, असं आपण म्हणतो, त्यात बराचसा मथितार्थ साठवलेला आहे.

आता कोलेस्टेरॉल तशा बहुतेकांना माहिती असलेल्या रसायनाचंच उदाहरण घ्या ना! या पदार्थाची जेवढी नाचक्की अलीकडच्या काळात झाली आहे, तेवढी दुसऱ्या कोणत्या पदार्थाच्या वाट्याला आली असेल, असं वाटत नाही. ती अनाठायी झाली आहे, असंही नाही. पण तिचा अतिरेक झालाय किंवा ती एकतर्फी आहे, असं सांगणारा पुरावाही आता मिळायला लागला आहे.

आपल्या अन्नामध्ये, विशेषत: अन्नामधल्या स्निग्ध पदार्थांमध्ये असलेल्या या कोलेस्टेरॉलचं व्यवस्थित पचन काही व्यक्तींकडून होत नाही. तसं झालं की, मग हा पदार्थ रक्तवाहिन्यांमध्ये साठून राहतो. त्यांची कोंडी करतो. साहजिकच मग रक्तप्रवाहाला अवरोध होत राहतो. स्नायूंनी जेवढ्या प्रमाणात रक्ताची गरज असते, तेवढ्या प्रमाणात ते मिळत नाही. आपल्या हृदयाचं कितीही काव्यमय वर्णन आपल्या कवींनी केलं असलं, तरी तो एक स्नायूच आहे आणि त्यालाही आपल्या कामासाठी रक्ताची गरज असते. त्याचा पुरवठा करणाऱ्या रक्तवाहिन्यांची, कोलेस्टेरॉल साचून राहिल्यामुळे कोंडी झाली की, मग तेही आचके देऊ लागतं. म्हणूनच तर हृदयविकारानं पछाडलं जाण्याच्या शक्यतेचा कोलेस्टेरॉलबरोबरचा संबंध ध्यानात घेऊन त्याला नाठाळ ठरवण्यात आलं आहे.

खरंतर कोलेस्टेरॉलचेही दोन घटक आहेत. एक आहे कमी घनता असलेला एल.डी.एल. या शास्त्रीय नावानं ओळखला जाणारा घटक. तो रक्तवाहिन्यांची कोंडी करतो. दुसरा अधिक घनता असलेला एच.डी.एल. या नावानं ओळखला जाणारा घटक, खरंतर, अतिशय उपयुक्त असतो, तो रक्तवाहिन्यांची कोंडी होऊ देत नाही. या दोन घटकांचं संतुलन आरोग्यासाठी आवश्यक असतं, ते बिघडलं की, एच.डी.एल.चं प्रमाण कमी होतं आणि एल.डी.एल.चं वाढतं. अशी परिस्थिती हृदयविकाराला आमंत्रण देणारी ठरते.

पण एकंदरीत कोलेस्टेरॉलचं प्रमाण कमी होणं, हेही आरोग्याला घातक असल्याचं आता दिसून आलं आहे. म्हणजे कोलेस्टेरॉलचं प्रमाण कमी झाल्यानं हृदयविकार होण्याची शक्यता दुरावली, तरी त्यामुळे हिंसक घटनांमधून मृत्यू होण्याची शक्यता मात्र बळावत असल्याचं दिसून आलं आहे. कोलेस्टेरॉलचं प्रमाण कमी झालेल्या व्यक्ती आत्महत्या करण्याची, त्यांना अपघाती मरण येण्याची किंवा त्यांचा खून होण्याचीही शक्यता वाढीस लागते, असं शास्त्रज्ञांना आढळलं होतं. असं का होतं, हे मात्र कोडंच राहिलं होतं.

कोलेस्टेरॉलचं प्रमाण वाढल्यानं भलेही रक्तवाहिन्या चोंदल्या जात असतील, बाबूराव. पण कोलेस्टेरॉल हा शरीरातल्या प्रत्येक पेशीचा एक महत्त्वाचा घटकही

आहे. तेव्हा त्याचं प्रमाण जर फारच कमी झालं, तर त्याचे दुष्परिणामही होणारच, असाच आजवर सगळ्या वैज्ञानिकांचा होरा होता. परंतु हे प्रमाण कमी झाल्यानं नेमकं काय होतं, याचा नीटसा उलगडा झाला नव्हता.

पण एक संभाव्य कारण अलीकडेच केल्या गेलेल्या दोन वेगवेगळ्या संशोधनांतून समोर आलं आहे. फिनलंडमधल्या यिर्की पेर्टिन्नेन यांना असं दिसून आलं की, कोलेस्टेरॉलचं प्रमाण कमी झालं की, हृदयविकाराचा झटका येण्याची शक्यता दुरावत असली, तरी अशा व्यक्ती वैफल्यग्रस्त होतात आणि वैफल्यग्रस्त व्यक्तींना हृदयविकाराचा झटका येण्याची शक्यता जास्त असते. म्हणजे ही 'चीत मैं हारा और पट तू जीता' अशीच परिस्थिती. त्यावर कसा विश्वास ठेवावा, असं वाटत असतानाच अटलांटामधल्या डेव्हिड फ्रीडमान आणि त्यांचे सहकारी यांनी आपल्या संशोधनाचे निष्कर्ष जाहीर केले. त्यांनी तब्बल साडेतीन हजार रुग्णांची पाहणी केली होती. त्यात त्यांना तीनशे पंचवीस जण असे आढळले की, ज्यांची समाजविरोधी वर्तन करण्याची जबरदस्त प्रवृत्ती होती. त्यांच्या शरीरातलं कोलेस्टेरॉलचं प्रमाणही इतरांपेक्षा लक्षणीयरीत्या कमी होतं. अशा व्यक्ती आक्रमक, हिंसक बनण्याची शक्यता निश्चितच अधिक होती. यापूर्वी माकडांवर काही प्रयोग केले गेले होते. त्यातही ज्या माकडांना सतत कमी कोलेस्टेरॉल असलेला खुराक दिला गेला होता, ती अधिक आक्रमक झाल्याचं दिसून आलं होतं.

माकडांमध्ये हे असं का होतं, याचं स्पष्टीकरण दिलं गेलं होतं. आक्रमक झाल्यामुळे ती माकडं उपलब्ध अन्नावर आपला हक्क सहज गाजवू शकत होती आणि तसं केल्यानं त्यांच्या शरीरातली कोलेस्टेरॉलची कमतरता भरून येऊन जे संतुलन बिघडलं होतं, ते परत मूळपदावर येण्याची शक्यताही वाढीस लागत होती. माकडांपासून माणसापर्यंत उत्क्रांती होत असताना हा एक वारसा तसाच माणसाच्या पदरी पडला आहे, अशी काही शास्त्रज्ञांची धारणा आहे. अर्थात ही उत्क्रांती होत असताना जीवनशैलीतही फरक पडला. माणसाला माकडासारखं हवं ते अन्न मिळविण्यासाठी आक्रमक होण्याची गरज उरली नाही. पण शरीरप्रक्रियेतला हा वारसा तसाच कायम राहिल्यानं त्यांचं प्रकटीकरण वेगळ्या वळणानं जाऊ लागलं. आक्रमणाचं लक्ष्य दुसरंच होऊ लागलं. माकडाचं आक्रमण कळपातल्या इतरांवर मात करून उपलब्ध अन्न आपल्याच पोटी पाडण्याचं उद्दिष्ट समोर ठेवून होत होतं. आता अन्न मिळविण्यासाठी तसं काही करण्याची गरज सरली असली, तरी कळपातील इतरांशी झगडण्याची ईर्ष्या मात्र तशीच कायम राहिली. त्याचाच उद्रेक समाजविरोधी वर्तनात होऊ लागला.

थोडक्यात काय बाबूराव, तर कोलेस्टेरॉलचं प्रमाण कमी झाल्यानं माणूस वैफल्यग्रस्त तरी बनतो किंवा आक्रमक तरी. पण असं सरसकट विधान केल्यानं

कदाचित तुमचाही घोटाळा उडण्याची शक्यता आहे. म्हणूनच जरा खोलात जाऊन सांगायला हवं की, कमी घनता असलेल्या एल.डी.एल.चं प्रमाण घटल्यानं फायदाच होत असतो. रक्तवाहिन्या चोंदण्याची शक्यता दुरावत असते. पण ते कमी व्हावं, असे प्रयत्न करताना, त्यासाठी औषधं घेताना लाभदायक असणाऱ्या अधिक घनतेच्या एच.डी.एल.चं प्रमाण घटणार नाही, याचीही दक्षता घ्यायला हवी. नाहीतर फट् म्हणता ब्रह्महत्या व्हायची आणि तीही आपल्या हातूनच, प्रसंगी आपलीच.

तेव्हा बाबूराव, कोलेस्टेरॉलसारख्या बदनाम पदार्थातही काही चांगले गुण असतात आणि असे दुहेरी रंग असलेलं ते एकमेव रासायनिक संयुग आहे, असंही नाही. इतरही अनेक आहेत. तेव्हा आरोग्य राखायचं, तर अमुक एक पदार्थ संपूर्ण वर्ज्यच करायला हवा, असं नाही. सोडायचंच असेल काही, तर दुराग्रह सोडायला हवा, तारतम्य नाही. आलं ना ध्यानात?

कळावे.

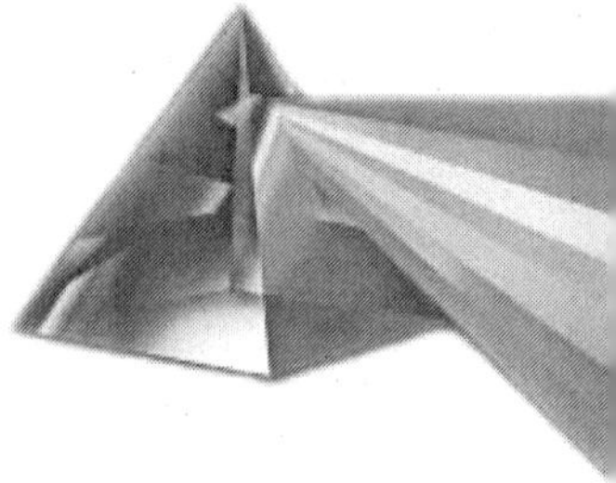

उजवी-डावी

सप्रेम नमस्कार, विज्ञान विशेष.

पाठीमागं एकदा, या आपल्या जगातल्या सजीवांच्या विविधतेविषयी मी तुमच्याकडे बोललो होतो, बाबूराव. त्या वेळी मी काही साधीसाधी, आपल्या नेहमीच्या पाहण्यातली उदाहरणंही दिली होती. त्यातलं एक आपल्या हातांची बोटं एकमेकांमध्ये गुंफण्याविषयीचं होतं. त्यात मी माणसाच्या नैसर्गिक प्रवृत्तीप्रमाणे काही जणांचा डाव्या हाताचा अंगठा वर राहतो, तर काही जणांच्या उजव्या हाताचा अंगठा, असं म्हटलं होतं. त्याचप्रमाणे, एकूण लोकांपैकी निम्मेजण एका प्रवृत्तीचे, तर निम्मे दुसऱ्या प्रवृत्तीचे, असंही म्हटलं होतं. थोडक्यात काय, तर अंगभूत गुणधर्मांच्या बाबतीत जिथं उपयुक्तता हा निकष आहे, तिथं ती उपयुक्तता वाढीस लागणाऱ्या प्रवृत्तीला निसर्ग झुकतं माप देतो. इतर बाबतींत मात्र निसर्ग कोणत्याही प्रकारचा भेदभाव करत नाही.

माझं म्हणणं तुम्ही चिकित्सकदृष्ट्या पाहत असाल, तर ताबडतोब एक प्रश्न तुम्ही विचाराल, बाबुराव. जर खरोखरीच निसर्ग असा भेदभाव करत नाही, तर मग आपल्याला डावरी मंडळी इतक्या कमी प्रमाणात का आढळतात? आजची परिस्थिती सोडा, पण एकेकाळी आपल्या क्रिकेटच्या संघात डावरा खेळाडू अभावानंच दिसायचा. उलट आपल्या जवळच्या श्रीलंकेच्या त्यावेळच्या संघात चारपाच तरी, म्हणजे संघातील एकूण खेळाडूंपैकी निम्मे तरी, डावरे असत. ऑस्ट्रेलिया, वेस्ट इंडीज यांचीही स्थिती फारशी

वेगळी नाही.

पण खेळाडूची गोष्ट कशाला, बाबूराव! अमेरिकेच्या राष्ट्राध्यक्षांकडं तुम्ही लक्ष देऊन पाहिलं आहे का? टीव्हीवरच्या बातम्यांमुळं हे आज सहजसाध्य झालेलं आहे. अलीकडच्या काळातील राष्ट्राध्यक्षांचा विचार केलात, तर जेराल्ड फोर्ड, जॉर्ज बुश, क्लिंटन, ओबामा आणि आता ट्रम्पसुद्धा डावले आहेत. म्हणजे जवळजवळ ऐंशी टक्के. आपल्या नेत्यांपैकी कितीजण डावरे आहेत? मला तरी एकाचंही नाव पट्‌कन आठवत नाही. नाही म्हणायला आता विद्यमान पंतप्रधान मोदी तेवढे डावरे आहेत. असं का? अमेरिकन वंशात या गुणधर्माला कारणीभूत असणाऱ्या जीनचं प्राबल्य तर नाही ना?

तर तसं काही नाही, बाबूराव. उपजत प्रवृत्तीचा विचार केलात, तर उजव्या-डाव्यांचं प्रमाण निम्मे-निम्मेच असल्याचं दिसून येईल. पण मग ते आपल्याला दृग्गोचर का होत नाही, या प्रश्नाचा विचार अलीकडंच पार पडलेल्या एका वैज्ञानिक कार्यशाळेत झाला. उत्क्रांतीच्या ओघात भाषेचा उगम कसा झाला आणि मेंदूच्या उत्क्रांतीचं आणि भाषेच्या उगमाचं नेमकं काय नातं आहे, याचा विचार या कार्यशाळेत झाला. आता भाषेच्या उगमाचा आणि आपण कोणत्या हाताचा वापर करतो, त्याचा काय संबंध, असा प्रश्न तुम्हाला सतावू लागला असेल, बाबूराव.

तसा तो सतावणं साहजिकही आहे. शास्त्रज्ञांनाही या प्रश्नानं भंडावलं होतं. पण आपल्या मेंदूचेही डावा आणि उजवा असे दोन भाग पडतात; आणि या दोन भागांच्या कामाच्या जबाबदारीत असमानता दिसून येते. म्हणजे शरीरातील स्नायूंवर नियंत्रण ठेवण्यात दोन्हीही भागातील सारखाच सहभाग असला, तरी इतर कामांबाबतीत मात्र एकाच भागावर संपूर्ण जबाबदारी असल्याचं दिसतं. मेंदूचा डावा भाग हा शरीरातील उजव्या भागातील स्नायूंचं आणि उजवा भाग शरीराच्या डाव्या भागातील स्नायूंचं नियंत्रण करत असला, तरी भाषणाचं, म्हणजेच उच्चारांचं, नियंत्रणकेंद्र मात्र मेंदूच्या डाव्या भागातच असल्यामुळं, हातांच्या वापरावरही त्याचा परिणाम होतो.

तरीही हा परिणाम नेमका कसा होतो, हे कोडं उलगडलेलं नव्हतंच. त्याची उकल करण्याच्या प्रयत्नात तसे अडथळेच खूप. एकतर मुलाची उपजत प्रवृत्ती काहीही असली, तरी आई-वडील त्याला उजव्या हाताचाच वापर करण्याची जबरदस्ती करतात. आई-वडीलच कशाला, शिक्षकही या बाबतीत पाठी असत नाहीत. कारण डावरे असणं हा सांस्कृतिकदृष्ट्या अपवाद मानला गेला आहे. तेव्हा मुलानं चारचौघांसारखं असावं, इतरांपासून फटकून वागण्याची मूळ प्रवृत्ती असल्यास तिच्यात प्रयत्नपूर्वक परिवर्तन घडवून आणावं, अशीच लहान वयात संस्कार करणाऱ्या सगळ्या वडीलधाऱ्यांची वृत्ती. त्यामुळं कोणाचंही या बाबतीतलं प्रकट

वागणं हे उपजत प्रवृत्तीशी इमान राखणारं असेलच, असं नाही. त्यामुळं एकूण मंडळींत खरोखरीचे उजवे किती आणि मारूनमुटकून बनवलेले उजवे किती यासंबंधीची विश्वासार्ह माहिती मिळणं दुरापास्तच. त्यात परत उपजत प्रवृत्तीचीही एकतर उजवी किंवा डावी, अशी 'एक घाव दोन तुकडे' अशी विभागणीही करता येत नाही. संगणकाच्या भाषेत सांगायचं, तर उपजत प्रवृत्ती एक तरी किंवा शून्य तरी अशी डिजिटल पद्धतीची नसते. ती या दोनांच्या अधलंमधलं कोणतंही स्थान असणारी, ॲनलॉग पद्धतीची असते. आपल्या वागणुकीतील बहुतांश गुणधर्म असेच ॲनलॉग प्रकारचे असतात.

त्यामुळं उपजत प्रवृत्ती कोणत्याही एका बाजूला प्राधान्य न देण्याचीच आहे. म्हणजेच दोन्ही हातांचा वापर सारख्याच प्रमाणात करण्याची मूळ प्रवृत्ती आहे. खरं सांगायचं, तर बाबूराव, इथं 'आहे' या वर्तमानकाळापेक्षा 'होती' हा भूतकाळ अधिक समर्पक ठरेल. कारण उत्क्रांतीच्या ओघात जेव्हा माणसाला प्रथम भाषणाची सिद्धी प्राप्त झाली, तेव्हा त्या उच्चारशक्तीचं नियंत्रण करणारं केंद्र मेंदूच्या डाव्या भागात स्थापन झालं. माणसाला इतर जनावरांपेक्षा वेगळं ठरवणारं, माणूसपण देणारं, हे केंद्र 'ब्रोकाज ब्रेन' या नावानं ओळखलं जातं. त्याचं स्थान मेंदूच्या डाव्या भागात आहे. त्यानं तिथलं स्थान पटकावल्यानंतर इतर काही गुणधर्मांचं नियंत्रण करणाऱ्या केंद्रांच्या स्थानांत थोडाफार बदल झाला. त्याचाच परिणाम म्हणून मग हातांचा वापर करण्याच्या प्रवृत्तीचं नियंत्रण करणाऱ्या केंद्राच्या स्थानांतही फेरफार झाला आणि उपजत प्रवृत्ती थोडीफार उजव्या हाताच्या दिशेनं झुकली. तेव्हा आजमितीला तरी ती उजव्या हाताच्या दिशेनं कललेली आहे.

तरीही, आज समाजात जे डावऱ्यांचं प्रमाण कमी दिसतं, त्याचं कारण उपजत प्रवृत्तीवर सांस्कृतिक विचारांनी केलेली मात, असंच समजावं लागेल आणि हे आजच होतंय, असं नाही. अगदी निएेनडर्थल जातीच्या मानवाच्या काळापासून तसं होत असावं. ऑक्सफर्ड इथं आयोजित केलेल्या याच कार्यशाळेत पुरातत्त्वशास्त्रज्ञांनीही काही प्रबंध सादर केले. त्यातल्याच साउदॅम्पटनमधल्या जेम्स स्टील यांनी निएेनडर्थल जातीच्या मानवाच्या काही अवशेषांचा अभ्यास केला होता. विशेषत: त्यांच्या हाडांच्या सांगाड्यांची पाहणी करून काही मोजमापं घेतली होती. साधारणत: ज्या हातांचा आपण अधिक वापर करतो, त्याच्या हाडांची लांबी वाढते. म्हणूनच स्टील यांनी हातांच्या हाडांची लांबी मोजली. त्यांनी तपासलेल्या सहापैकी सहाही जणांच्या उजव्या हाताच्या हाडाची लांबी लक्षणीयरीत्या अधिक असल्याचं त्यांना दिसून आलं. अर्थात ते उजव्या हाताचा अधिक वापर करत असत, असं अनुमान काढणं त्यांना रास्तच वाटलं. काही वर्षांपूर्वी केनियामधल्या नारिओकोटोमे इथं रिचर्ड लिकी यांना 'होमो इरेक्टस', या प्रथमच ताठ उभं राहणं शिकलेल्या मानवाच्या

सांगड्याचा शोध लागला होता. तोही प्राणी उजवा असल्याचं सिद्ध झालं होतं. एवढंच कशाला, पण अश्मयुगातल्या दगडी अस्त्रांचे किंवा आयुधांचे जे अवशेष सापडले आहेत, त्यावर वापरून वापरून जी झीज झाली, तिच्या खुणा सापडतात. त्यावरूनही याच अनुमानाला पुष्टी मिळते.

ज्या जीनच्या विकासामुळे माणसाला भाषणाची सिद्धी प्राप्त झाली, भाषेचा उगम झाला, उत्क्रांतीच्या प्रवाहाला एक क्रांतिकारी वळण मिळालं, त्या जीनच्या अवतरणामुळं इतर अनेक लहान-मोठे बदल झाले आहे, बाबूराव. पण त्यांचा परामर्श घ्यायचा, तर मला लंबंचवडं भाषणंच द्यावं लागेल. त्यामुळं तुमचं उच्चारस्वातंत्र्य नियंत्रित करणारं केंद्र चवताळून जागं होईल, याची जाणीव मला आहे. तेव्हा तो विषय पुन्हा कधीतरी उकरून काढू या.

कळावे.

परकीय आक्रमण रोखलंच पाहिजे!

सप्रेम नमस्कार, विज्ञान विशेष.

आपली ही भारतभूमी बहुरंगी, बहुढंगी आहे. या भूमीमधली जीवांची विविधता विलक्षण आहे. हे जीववैविध्य आपण जपलं पाहिजे, जतन केलं पाहिजे. आजकाल हे संदेश तुम्हीही वरचेवर ऐकता. पण माझ्या या पत्रांमधून मी वैज्ञानिक दृष्टिकोन बाळगण्याचा जो संदेश देत असतो, त्यातूनच तुमच्या मनात एक प्रश्न उभा राहिला आहे, असं तुम्ही कळवलं आहे, बाबूराव. त्या प्रश्नाचं उत्तर मी द्यावं, अशी अपेक्षाही तुम्ही व्यक्त केली आहे. न्यूझीलंड इथल्या व्हितुसेक यांनाही तुमच्यासारखंच या प्रश्नानं छळलं होतं. म्हणूनच त्याचं उत्तर शोधून काढण्यासाठी त्यांनी एक विस्तृत पाहणी हाती घेतली. त्यातल्या निरीक्षणावरून या प्रश्नाचं एक संभाव्य उत्तर त्यांनी दिलं आहे. ते सगळ्यांनाच अंतर्मुख करायला लावणारं आहे.

तुम्हाला सतावणारा प्रश्न तसा मूलभूत आहे, बाबूराव. तुमच्या मनात वैज्ञानिक दृष्टिकोन रुजू लागल्याचं सूचित करणारा आहे. ही जीवविविधता का जतन करायची, असं तुम्ही विचारता, केवळ सगळेच म्हणतात, म्हणून ती जतन करायची? तशी ही जीवविविधता अनादी कालापासून, या 'सारे जहांसे अच्छा' असलेल्या आपल्या भूमीवर सुखेनैव नांदत आलेलीच आहे. आजवर लोकसंख्या तशी भरमसाट वाढलेली नसल्यामुळे तिचं जतन आपोआप होतच होतं. आता वाढत्या लोकसंख्येच्या वाढत्या गरजा भागविण्यासाठी त्या

विविधतेवर घाला पडू लागला असेल, तर ती जतन करण्यापायी आपण लोकांच्या गरजा तर मारून टाकणार नाही? तसं केल्यानं लोकांच्या जगण्याला, त्यांच्या आरोग्याला धोका तर पोहोचणार नाही? तसं होऊ द्यायचं नसेल आणि विविधताही जपायची असेल, तर मग लोकसंख्यावाढीला आळा घालण्याच्या उपायांकडंच अधिक लक्ष द्यायला नको का? की आज या जीवांच्या विविधतेला काही व्यापारी मोल आलेलं आहे. जगाच्या बाजारात तिला काही किंमत आलेली आहे, म्हणून तिचं जतन करायचं? तसं असेल, तर मग आपले व्यापारी हितसंबंध शाबूत राखण्यासाठीच या जीवविविधतेचं जतन करायला हवं. ते हितसंबंध अधिक बळकट करायचे असतील, तर ही विविधता आणखी वाढीला कशी लागेल, याकडे लक्ष द्यायला हवं. तसं करण्यासाठी मग इतर ठिकाणांहून जीवांच्या अधिक जाती आणून त्या इथं रुजतील कशा, याची काळजी करायला हवी. तसं करताना जिथून त्या जाती आणायच्या, तिथल्या लोकांच्या हितसंबंधांना धोका पोहोचण्याची शक्यता आहेच. त्यांनीही मग प्रतिबंधक उपाय योजले, तर त्यापायी झगडे तर नाही होणार?

मूळ प्रश्नाचे अनेक उपप्रश्न तुम्हाला छळताहेत, असं तुम्ही लिहिता, बाबूराव. तुमच्या वैचारिक जागरूकतेचंच ते लक्षण आहे. तुमचे प्रश्न सयुक्तिकही आहेत. म्हणूनच मला व्हितुसेकच्या शोधनिबंधाची आठवण झाली. त्यानं तुमचा, खरंतर सर्वांचाच, एक गैरसमज दूर केला आहे. ही आज दिसणारी विविधता अनादी कालापासून चालत आली आहे, हे खरं नाही, बाबूराव. म्हणजे सजीव सृष्टी जन्माला आली, तेव्हा प्रत्येक ठिकाणी काही विविधता जरूर होती. पण ती एवढी विपुल होतीच, असं नाही. त्या विविधतेत अनेक कारणांनी वाढ होत गेली. वनस्पती आणि प्राणी, दोघांच्याही प्रजातींचं एक ठिकाणापासून दुसरीकडं सतत आक्रमण होतच असतं. त्यातूनच निरनिराळ्या ठिकाणच्या सजीवसृष्टीचं स्वरूपही बदलत राहतं. या आक्रमणाला अधिक धार आली, ती मानवानं वसाहतीसाठी निरनिराळ्या खंडांमध्ये पाऊल ठेवल्यापासून, विशेषत: जेव्हा मानवप्राणी शेती करायला शिकला, तेव्हा त्यानं आपल्याबरोबर वनस्पतींचे निरनिराळे वाण आणि घरगुती जनावरांच्या निरनिराळ्या प्रजाती न्यायलाही सुरुवात केली. त्यातूनच मग अशा परक्या वाणांची भर तिथल्या मूळच्या विविधतेत पडू लागली.

निरनिराळ्या ठिकाणी अशा उपऱ्या प्रजातींचं प्रमाण किती आहे, याचाही सखोल अभ्यास व्हितुसेकनी केला आहे. आफ्रिकेतल्या दक्षिण भागातलं परक्या जीवांचं प्रमाण सगळ्यांत कमी, म्हणजे जेमतेम चार टक्क्यांइतकं आहे. पण अमेरिकेत ते अकरा टक्क्यांइतकं वाढलेलं आहे. त्यातही न्यू यॉर्क राज्यासारख्या काही भागात तर ते छत्तीस टक्के आहे. इंग्लंडमध्ये तर तब्बल त्रेचाळीस टक्क्यांइतकं

भरघोस आहे. खुद्द व्हितुसेकच्या न्यूझीलंडमध्येही ते चाळीस टक्के आहे. कारण तो प्रदेश तसा इतर जगापासून अलग होता आणि तिथं वसाहत करायला गेलेल्या मानवानं आपल्या सुखस्वास्थ्यासाठी मोठ्या प्रमाणात तिथं सजीवांच्या प्रजाती नेल्या. जिथं व्यापारउदीम मोठ्या प्रमाणावर चालला, तिथं तर अशा परक्या सजीवांची भरही मोठ्या प्रमाणात पडली.

यामुळं सगळ्यांचा फायदाच झाला असेल, अशी कोणाचीही कल्पना होत असेल, तर तीही चुकीचीच आहे, असं व्हितुसेक म्हणतो. त्यानं तर स्पष्टच सांगितलं आहे की, अशा प्रकारे परकीय सजीव प्रजातींच्या आक्रमणापायी एकंदरीत विविधतेचं नुकसानच होतं. कारण त्यामुळे अनेक प्रजाती कायमच्या नष्ट पावण्याचा धोका वाढीस लागतो.

वरवर त्याचं म्हणणं विसंगत वाटेल, बाबूराव. पण आपल्या युक्तिवादाच्या पुष्टीसाठी त्यानं सज्जड पुरावा दिलेला आहे. आपल्या अभ्यासात व्हितुसेकला असं दिसून आलं की, कोणत्याही खंडाचं क्षेत्रफळ आणि तिथं सुखसमाधानानं नांदू शकणाऱ्या सस्तन प्राण्यांच्या प्रजाती यांमध्ये घनिष्ठ आणि सरळ स्वरूपाचं नातं आहे. त्यामुळं खंडाच्या क्षेत्रफळानुसार तिथल्या प्रजातींच्या संख्येचंही नियोजन आपोआप केलं जातं. निरनिराळ्या खंडांचं क्षेत्रफळ आणि तिथं असणाऱ्या प्रजातींची संख्या यांच्यातलं नातं नेमकं दाखवणारा आलेख त्यानं काढला, तेव्हा ते नातं एका सरळ रेषेचं असल्याचं दिसून आलं. ही सरळ रेषा तशीच पुढं वाढवून, एकंदरीत जगाचं जे क्षेत्रफळ आहे, तिथं किती प्रजाती नांदू शकतील, याचा अंदाजही त्यानं घेतला. तेव्हा त्याला धक्काच बसला. कारण आलेखावरून त्याला मिळालेली संख्या, ही आज जगात सस्तन प्राण्यांच्या प्रजातींची जी संख्या आहे, तिच्या पन्नास टक्केच असल्याचं स्पष्ट झालं. हे केवळ सस्तन प्राण्यांनाच लागू होतं, असंही नाही. इतरही सजीवांच्या बाबतीत अशाच प्रकारचा नातेसंबंध असल्याचेही दाखले मिळाले आहेत. याचाच अर्थ असा की, जर हे सजीवांच्या प्रजातींचं आक्रमण रोखलं गेलं नाही, तर सारं जग हे एकसारखंच होईल, पर्यायानं जीवांच्या विविधतेच्या दृष्टिकोनातून सारं जग म्हणजे एकच अगडबंब आकाराचा खंड होईल. तसं झालं, तर सजीवांच्या प्रजातींची संख्या सध्या असलेल्या संख्येच्या निम्म्यावर येईल. तसं होण्याआधी साहजिकच अनेक प्रजाती कायमच्या नष्ट पावतील. म्हणजे जे उद्दिष्ट साध्य करायला जायचं, त्याच्या विपरीतच घडून येईल. जर जीवांची विविधता वाढीस लागावी, अशी इच्छा असेल, तर त्याचं जागतिकीकरण होऊ देता कामा नये. तिथं ‘अलगतावाद’ जोपासण्यावाचून पर्याय नाही, असं व्हितुसेकनं अतिशय स्पष्टपणे सांगितलं आहे.

तेव्हा उपऱ्या सजीवांचं आक्रमण रोखलंच पाहिजे. यातलं नैसर्गिकरीत्या

होणारं आक्रमण रोखणं कठीण आहे. उदाहरणार्थ, ऋतुमानाप्रमाणे स्थलांतर करणाऱ्या पक्ष्यांमुळं होणारं आक्रमण रोखता येणार नाही. कदाचित इष्टही ठरणार नाही. पण आज होत असलेलं बहुतांश आक्रमण मानवप्राण्यानं आपल्या तात्पुरत्या आणि व्यापारी लाभासाठी केलेलं आहे. त्याचा बंदोबस्त मात्र कठोरपणे व्हायला हवा. तसं केलं नाही, तर अनेक प्रजाती कायमच्या नष्ट होण्याच्या मार्गाला लागतील. जसं नैसर्गिक आक्रमण रोखता येणार नाही, तसं नैसर्गिकरीत्या प्रजाती नष्ट होण्याची प्रक्रियाही रोखता येणार नाही. पण माणसाच्या आप्पलपोटेपणापायी जर त्या प्रक्रियेला वेग येणार असेल, तर त्याला मात्र पायबंद घातलाच पाहिजे.

यातून एक दुसराच सवाल मला छळू लागला आहे, बाबूराव. जागतिकीकरणापायी सजीवांच्या प्रजातींचं आक्रमण जसं होतं, तसंच सांस्कृतिक आक्रमणही होत राहतं. सांस्कृतिक विविधतेचंही रक्षण केलं नाही, तर कित्येक संस्कृती कायमच्या धुळीला मिळतील; आणि ते मानवाच्याही अंतिम हिताचं ठरणार नाही. त्यासाठीही जागतिकीकरण होऊ न देता, तिथंही 'अलगतावाद' जोपासायला हवा का, यावरही विचारमंथन व्हायला हवं. पण ते वस्तुनिष्ठ व्हावं, असं वाटत असेल, तर सांस्कृतिक विविधतेचाही व्हितुसेकसारखा अभ्यास कोणीतरी करायला हवा, खरं ना?

कळावे.

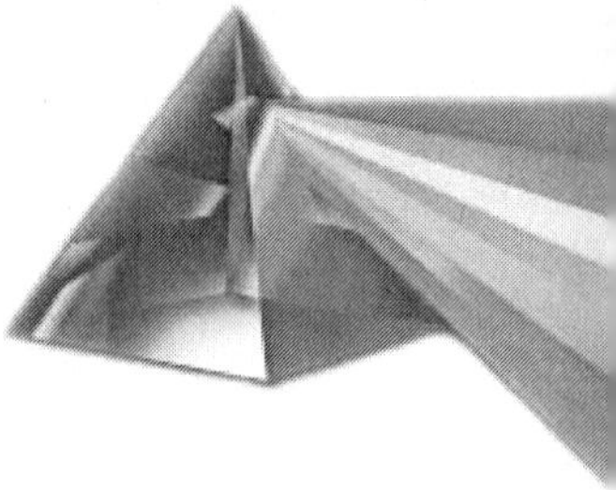

शिस्त-बेशिस्त

सप्रेम नमस्कार, विज्ञान विशेष.

ही अशी सायंकाळची प्रसन्न, तरीही हुरहुर लावणारी कातरवेळ आहे. भवभूतीनं जिचं वर्णन पर्युत्सुक असं केलेलं आहे ना, बाबूराव. तशी काहीशी मन:स्थिती आहे. इथं मी कोकणातल्या एका गावात, थोड्याशा चढावर असलेल्या घराच्या गच्चीवर बसलो आहे. समोर सह्याद्रीच्या गूढ रांगा साद घालत आहेत आणि तिकडूनच येणारे पक्ष्यांचे थवे घरट्याकडं परतत आहेत. कसे शिस्तबद्ध असतात नाही, हे थवे! काही एक विशिष्ट आकृतिबंध रचून त्यानुसार ते उडत असतात. वायुदलाची विमानं त्यांच्याकडूनच आपल्या आकृतिबंधाचे नमुने मिळवीत असतील कदाचित!

त्या पक्ष्यांकडं मी लक्ष देऊन पाहत असतानाच, अकस्मात कानाशी एक गुणगुण ऐकू येते. पाहतो, तर एक मधमाशी भिरभिरत आहे. ती कुठून आली, हे मी पाहतो, तो वर आढ्याला लागलेलं एक मधमाश्यांचं मोहोळ दिसतं. कोणत्या तरी कारणानं त्या माशा विचलित झालेल्या आहेत, मोहोळातून बाहेर येऊन घोंघावत आहेत. त्याही थव्यानंच उडताहेत. पण त्यांचा तो एक बेशिस्त जमाव वाटतो आहे. पक्ष्यांच्या थव्याची शिस्तही त्यात नाही की, मोहून टाकणारा आकृतिबंधही नाही.

नाही, घाबरू नका, बाबूराव. मी काही एखादी नवकथा लिहीत नाहीय. माशी घोंघावते, घोंघावते, असंच दोन-तीन पानं भरून टाकणारी कथा नाहीय ती. तरीही इतक्या तपशिलानं मी

माझा तो अलीकडचा अनुभव सांगितला. कारण त्या क्षणापासून माझ्या मनात त्या माशांसारखाच घोंघावणारा एक प्रश्न हे वाचून कदाचित तुमच्याही मनात उमटेल, अशी माझी अपेक्षा आहे. मधमाशी आणि पक्षी दोघेही तसे पंख असणारे, उडू शकणारे प्राणी. मग त्यांच्या या सामाजिक वागणुकीत असा इतका फरक का?

त्या दिवसापासून भंडावून सोडणाऱ्या या प्रश्नाचं उत्तर नुकतंच सापडलं. म्हणून तर तुम्हाला तातडीनं लिहावयास बसलो. उत्तर मिळालं बरं का, बाबूराव. तेही अगदी अनपेक्षित ठिकाणाहून. गणिती भौतिकशास्त्रात संशोधन करणाऱ्या काही जपानी वैज्ञानिकांनी या रहस्याचा उलगडा केला आहे. त्यांनाही माझ्यासारखंच या प्रश्नानं सतावलं असेल. पण माझ्यासारखा नुसताच तो प्रश्न उगाळत न बसता, त्यांनी त्याचा उलगडा करण्यासाठी गणित मांडलं.

आता गणितीच ते, तेव्हा त्यांच्यासमोर त्यांना परिचित असलेलीच काही उदाहरणं आली असल्यास नवल ते काय? त्यांनी असा विचार केला की, असीम अंतराळात सतत भ्रमण करणाऱ्या आकाशस्थ गोलांच्या, ग्रह-ताऱ्यांच्या भ्रमंतीचं अचूक निदान करता येतं, तर मग या य:कश्चित पक्ष्यांची किंवा माशांची काय कथा! आणि हे प्राणी जर त्या गोलांच्या मानानं किस झाडकी पत्ती आहेत, तर मग ज्या नियमांनी त्या ग्रह-ताऱ्यांच्या भटकंतीचं नियंत्रण होतं, तेच नियम इथंही लागू नसतील कशावरून?

कोणतीही आकाशगंगा घ्या, बाबूराव. त्यामधल्या ताऱ्यांची हालचाल एकमेकांवर होत असलेल्या गुरुत्वाकर्षणाच्या प्रभावाखाली होत असते. न्यूटननं घालून दिलेले नियम ही भारदस्त मंडळी निमूटपणे पाळत असतात; तेव्हा या आपल्या पक्ष्यांना आणि माशांनाही ते नियम पाळण्यात अडचण येऊ नये.

आता तुम्ही म्हणाल की, पक्षी काय किंवा माश्या काय, आपल्या पंखांच्या बळावर उडत असताना त्यांना हवेच्या घर्षणाला तोंड द्यावं लागत असणार. ते तर आहेच, पम शिमोथाया आणि हायाकावा या जपानी शास्त्रज्ञांनी असा विचार केला की, या भौतिक बलाबरोबरच त्यांना काही सामाजिक वागणुकीच्या प्रभावांनाही तोंड द्यावं लागत असणार. उडणाऱ्या दोन पक्ष्यांना एकमेकांजवळ राहावं, असं वाटत असल्यानं ते एकमेकांकडं आकर्षित होत असणार. पण फार जवळ आलो, तर एकमेकांमध्ये अडकून पडून उडणं अशक्य होईल, याची जाण असल्यामुळं अंतर कमी झालं की, दुरावाही उत्पन्न होत असणार. थोडक्यात सांगायचं, तर उडणाऱ्या थव्याच्या केंद्रबिंदूकडं प्रत्येक पक्षी आकर्षित होत राहणार. तसं करण्यानं आपल्याला एक प्रकारचं संरक्षण मिळत आहे, अशी भावना प्रत्येकाच्या ठायी वसत असणार. तेव्हा मग ज्या समीकरणांचा पाठपुरावा करून ग्रह-ताऱ्यांच्या भ्रमणाचं अचूक

निदान करता येतं, तेच गणित इथंही उपयोगी पडायला हरकत नाही.

असं गणित करीत असताना अर्थात एक महत्त्वाची बाब ध्यानात घ्यायलाच हवी. आकाशस्थ ग्रहगोल प्रचंड आकारमानाचे, वस्तुमानाचे असतात. त्यामानानं पक्ष्यांचं आकारमान, वजन अतिशयच कमी; आणि माश्यांचं तर नगण्यच. शिवाय ज्या वेगानं हे प्राणी उडू शकतात, तोही वेग अफाट म्हणता येणार नाही. या वैशिष्ट्यांचा आणि गुणधर्मांचा विचार ते गणित करताना अवश्य करावयास हवा.

तो तसा केला गेला आणि मग या जपानी वैज्ञानिकांनी ते गुंतागुंतीचं गणित सोडवण्याची जबाबदारी संगणकावर सोपविली. त्याचं उत्तर विश्वास बसणार नाही, इतकं सोपं निघालं, बाबूराव. समजा की, थव्यात शंभरापर्यंतच प्राणी आहेत. तर मग त्या प्राण्यांचं सरासरी शारीरिक आकारमान जे असेल, त्या आकड्याला, त्यांचा सरासरी वेग व पंख हलवायला लागणारा सरासरी वेळ यांचा गुणाकार करून आलेल्या आकड्यानं भागलं, तर जी संख्या मिळेल, त्यावर त्या थव्याची वागणूक अवलंबून असेल. समजा, भागाकार करून मिळालेली संख्या एकापेक्षा छोटी आहे, तर मग तो थवा शिस्तबद्धरीत्या नाकासमोर, चोचीसमोर म्हणा हवंतर उडत एक झकास आकृतिबंध धारण करील. पण जर का ती संख्या एकापेक्षा मोठी असेल, तर मग बेशिस्त घोंघावण्यापलीकडं दुसरा पर्यायच उपलब्ध असणार नाही.

हे सगळं गणित म्हणून कागदोपत्री ठीक आहे, हो बाबूराव. पण खरोखरीच्या प्राण्यांचे थवे हे नियम पाळताना दिसतात का? प्रश्न केवळ तुम्हा-आम्हालाच पडलेला नाही. त्या शास्त्रज्ञांनाही आपल्या गणिताच्या सच्चेपणाची शहानिशा करायची होतीच. म्हणून मग सारस पक्षी, पोलकेन, यलो जॅकेट या नावानं ओळखले जाणारे कीटक, मधमाशा, टिटव्या यांच्या थव्यांच्या उडण्याच्या पद्धतींचा अभ्यास करण्यात आला. त्यात टिटवी हा पक्षी मजेशीर होता. गणितानुसार त्या बाबतीत येणारी संख्या एकच्या जवळपासच होती. म्हणजेच त्यांचा थवा शिस्तबद्ध आकृतिबंधही धारण करू शकत नव्हता की, बेशिस्त घोंघावणंही त्याला जमणार नव्हतं. प्रत्यक्षातही तसंच दिसून आलं. त्याच्या उडण्याचं नेमकं वर्णन करणंच अशक्य आहे. त्या उडण्यात कोणत्याही प्रकारची संगतीच नाही. इतर प्राण्यांच्या बाबतीतही गणितानं केलेलं भाकीत आणि प्रत्यक्षातली त्यांची वागणूक, यांचा व्यवस्थित ताळमेळ बसत होता.

यामुळं उत्साहित होऊन हे जपानी वैज्ञानिक आता पाण्यामध्ये पोहत जाणाऱ्या माशांच्या, तसंच, हिरव्या-हिरव्या कुरणांमधून बागडणाऱ्या हरणांच्या कळपाकडं आपलं लक्ष केंद्रित करणार आहेत. पण मला त्यांना सांगावंसं वाटतंय् की,

आपल्या बोरीबंदरजवळच्या, चुकलो, छत्रपती शिवाजी टर्मिनसजवळच्या माणसांच्या जमावाच्या वागणुकीचं गणित त्यांनी करावं. निदान काळ्या घोड्याजवळ अडविल्या जाणाऱ्या मोर्च्यामधल्या जमावाचं तरी करावंच करावं. मुंबईचे पोलीस तसंच जनताही त्यांना धन्यवादच देईल, नाही का?

कळावे.

आवाजाची किमया

सप्रेम नमस्कार, विज्ञान विशेष.

आज किनई बाबूराव, एक जरा खासगी गोष्ट विचारायचीय तुम्हाला. तुमच्या सौभाग्यवतीशी बोलताना तुमचा आवाज बदलतो का, हो? म्हणजे एरवी तुमचा आवाज तसा बुलंद आहे, ऐकणाऱ्याला तुमचा दरारा वाटावा, असाच आहे, याविषयी शंका नाही. पण इतरांशी बोलताना तुमच्या आवाजाची जी जातकुळी असते, तीच सौभाग्यवतीशी बोलतानाही राहते का? कदाचित होत असलेला बदल तुमच्या नकळत होत असेल. तुमच्या तो ध्यानातही आला नसेल. ते शक्य आहे. तसं असेल, तर मुद्दाम माझ्यासाठी जरा लक्ष द्या आणि अजमावा, काय परिस्थिती आहे, ते. बदल होत नसेल, तर वाहवाच आहे. बहोत खूब! मग तुमच्याकडून काही धडे घ्यावे लागतील. पण होत असेल, तर मात्र कळवा. कारण मग तुम्ही माझ्या, इतरांच्या, बहुतांच्या पंक्तीला जाऊन बसाल.

हे आताच विचारायचं एवढं कारण काय, असा विचार तुमच्या मनात आला असला, तर ते स्वाभाविकच आहे. तसं कारण आहे, म्हणूनच तर हा प्रश्न, एवढा खासगी प्रश्न तुम्हाला विचारतो आहे. पहिलं कारण म्हणजे अलीकडंच माझ्या वाचनात एक, ही वैज्ञानिक मंडळी ज्याला शोधनिबंध, रिसर्च पेपर म्हणतात, तो आला. त्यामुळं मी इतरांशी बोलताना होणाऱ्या माझ्याच आवाजातल्या फरकांवर जरा बारीक लक्ष ठेवू लागलो. तसं करतानाच आढळलं की, आमच्या हिच्याशी बोलताना माझ्या आवाजाच्या

जातकुळीत काही फरक पडतो. बारकाईनं ध्यान दिलं, तरच तो लक्षात येतो. तसंच तो माझ्याकडून आपोआपच होत असतो. म्हणून म्हटलं, हे माझ्याच बाबतीत घडतं आहे, की असे बरेच आहेत, हे पहिल्यांदा माहीत करून घ्यावं.

आता तुम्ही विचाराल की, असं होतं तरी काय त्या शोधनिबंधात. तर ते सांगण्यासाठीच तर हे सारं नमनाला घडाभर तेल जाळत आलोय. तुम्हाला जॉर्ज बुश आठवतायत का? चार वर्षांपूर्वीपर्यंत ते अमेरिकेचे राष्ट्राध्यक्ष होते. त्यांच्याबरोबर उपाध्यक्ष म्हणून डॅन क्वेल होते. या गृहस्थांची तिथं यथेच्छ चेष्टा, टवाळी झाली. एक विदूषक म्हणूनही त्यांना हिणवण्यात आलं. आपल्याकडे पाठीमागे राजनारायण यांच्याविषयी जसे अनेक मजेदार किस्से सांगितले जात, तसे या क्वेलसाहेबांविषयी सांगितलं जात. यातलं खरं-खोटं ते बुशसाहेब जाणो!

तर या क्वेलसाहेबांची आपण राष्ट्राध्यक्ष व्हावं, अशी जबरदस्त इच्छा होती. पत्रकारांनी, इतर राजकारणी मंडळींनी आपली कितीही टिंगल केली, तरी लोक आपल्यालाच पसंत करतील, अशी त्यांची ठाम धारणा होती. पण गल्लीपुढारी होण्यापलीकडं त्यांची कधीही मजल गेली नाही. ते उपाध्यक्ष झाले, तेही बुशसाहेबांच्या कोटाचं टोक घट्ट धरून ठेवल्यामुळं. ते आपली महत्त्वाकांक्षा का पुरी करू शकले नाहीत, असा प्रश्न त्यांच्याबरोबरच काही शास्त्रज्ञांनाही पडला होता. त्यांनीच आता त्याचं असं उत्तर शोधून काढलं आहे की, क्वेलनी बोलण्यासाठी तोंड उघडलं, कीच मुळी आपण कनिष्ठ दर्जाचे आहोत, आपण कधीही वरच्या पातळीवर पोहोचू शकणार नाही, आपल्या अंगी मोठेपणा नाही, नेता नसून आपण केवळ सांगितल्याप्रमाणे मुकाट पाठीमागून जाणाऱ्या कळपामधीलच एक आहोत, हे ते जाहीर करतात.

त्याचं काय आहे, बाबूराव, हॉवर्ड गाईल्स या शास्त्रज्ञानं असा एक सिद्धान्त मांडला आहे की, इतरांशी संभाषण करताना त्यांच्या आणि आपल्या दर्जानुसार माणूस आपल्या आवाजाच्या पट्टीत, सुरात, लकबींमध्ये, नकळत का होईना, फरक करत असतो, त्याच्या अंतर्मनाच्या आज्ञेनुसार असं आपसूक होत असतं. म्हणजे समजा, आपण अशा एखाद्या व्यक्तीशी बोलत आहोत की, जी आपल्यापेक्षा निश्चित वरिष्ठ आहे, अधिक अधिकार असलेली आहे, अशी आपली मनोधारणा आहे. तर अशा वेळी आपण त्या व्यक्तीच्या स्वराची, त्याच्या बोलण्याच्या ढंगाची नक्कल करण्याचा प्रयत्न करतो. त्याची संभाषण करण्याची लकब उचलतो. उलट, आपल्यापेक्षा सामाजिकदृष्ट्या कनिष्ठ दर्जाची व्यक्ती असेल, तर मग आपली लकब तिच्यावर लादण्याची आपली धडपड असते.

आता हा सिद्धान्त खरा, की हे गाईल्सच्या अफाट कल्पनाशक्तीला आलेलं एक अवलिया फळ, हे ठरवायचं कसं? तर त्यासाठी अमेरिकेतल्याच केन्टस्टेट युनिव्हर्सिटीमधली स्टॅनफर्ड ग्रेगरी आणि स्टीफन वेब्स्टर यांनी काही प्रयोग केले.

सीएनएन या वाहिनीवरील लॅरी किंग यानं घेतलेल्या असंख्य प्रख्यात व्यक्तींच्या मुलाखतींचा त्यांनी अभ्यास केला. या व्यक्ती विविध क्षेत्रांतल्या होत्या. त्यात जसे बिल क्लिन्टन व जॉर्ज बुश यांच्यासारखे राष्ट्राध्यक्ष होते, तशीच एलिझाबेथ टेलरसारखी विख्यात अभिनेत्रीही होती. या मुलाखती घेतल्या जात असताना किंग, तसंच ज्या व्यक्तीची मुलाखत घेतली जात होती त्या व्यक्तीच्या स्वरांचा, विशेषत: पाचशे हर्ट्झपेक्षा कमी कंपनसंख्या असलेल्या, म्हणजे साधारण खर्जातल्या स्वरांचा त्यांनी कसून अभ्यास केला.

त्यात त्यांना असं आढळून आलं की, क्लिन्टन आणि बुश यांनी किंगला आपल्या स्वराशी मिळताजुळता स्वर वापरायला भाग पाडलं. किंग यानंही स्वत:च्या नकळत आपल्या आवाजाची पट्टी बदलली. त्याच्या नेहमीच्या आवाजापेक्षा ती निश्चित वेगळी होती. एलिझाबेथ टेलरची मुलाखत घेतानाही असंच घडलं. या उलट गॅरिसन कायलर या लेखकाची तसंच स्पाईक ली या सिनेदिग्दर्शकाची मुलाखत घेताना किंगला तसं करावं लागलं नाही. उलट, त्या दोघांनीच किंगच्या स्वरात आपला स्वर मिसळण्याचा प्रयत्न केला. या विश्लेषणावर आधारित अशी एक उतरत्या भाजणीची यादी या दोन शास्त्रज्ञांनी तयार केली. सामाजिक उतरंड कशी आहे, हे दाखविणारी ती यादी आहे, असाच दावा या दोघांनी केला आहे. या यादीत एक नंबरवर आहेत डॅन क्वेल. म्हणजेच आपण इतर कोणापेक्षाही कनिष्ठ आहोत, असं स्वत: क्वेल आपल्याच तोंडून सांगत आहेत.

या मुलाखती सहाशे विद्यार्थ्यांनाही दाखविण्यात आल्या आणि त्यांना आपल्या मतानुसार त्या व्यक्तींची वर्गवारी करायला सांगण्यात आलं. त्यानुसार बनविण्यात आलेली यादी आणि ग्रेगरी व वेब्स्टर यांनी बनविलेली यादी, यात कमालीचं साम्य आहे, म्हणूनच तर ग्रेगरी म्हणतात की, आवाजाच्या पट्टीवरून सांगायचं, तर माणूस सरड्यासारखा असतो. सरडा नैसर्गिक परिस्थितीनुसार आपल्या शरीराचा रंग बदलतो, तर माणूस सामाजिक परिस्थितीनुसार आपल्या आवाजाचा ढंग बदलतो.

तेव्हा ज्यांना आपण नेते मानतो, आपले वरिष्ठ मानतो, ज्यांचा अधिकार मानतो, त्यांच्या आवाजाची नक्कल करण्याचा आपला प्रयत्न असतो. त्यानुसार आपण आपल्या आवाजाची जातकुळी बदलत जातो. म्हणून तर आपल्याला अधिकार मिळवायचा असेल, तर ना बाबूराव, पहिल्यांदा आपल्याला आपला आवाज कमावता आला पाहिजे. आपले अशोक रानडे व्हॉईस कल्चरचं महत्त्व आपल्याला नेहमी सांगत असतात, ते आता कुठं समजायला लागलं आहे. आवाज कमावण्यासाठी त्यांचं शिष्यत्व पत्करलं, तरच काही तरणोपाय दिसतोय. नाहीतर 'दिल्या जागी सुखी राहावे, अनंतावर भार ठेवोनिया!' काय?

कळावे.

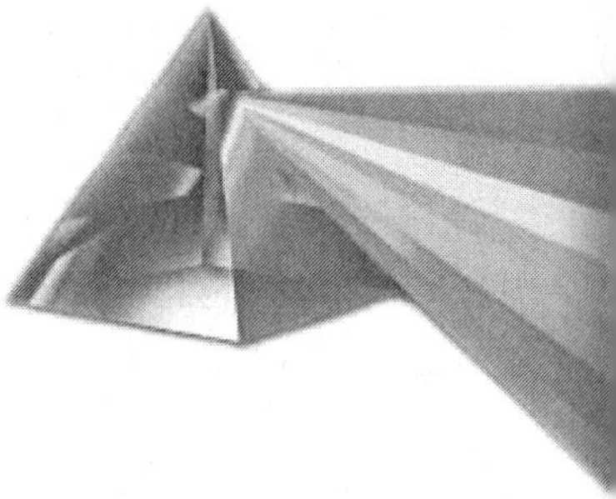

कुलवृत्तान्त

सप्रेम नमस्कार, विज्ञान विशेष.

परवाच आपल्या त्या बापूकडं गेलो होतो, बाबूराव. तर स्वारी आपला कुलवृत्तान्त उघडून बसलेली. त्या आडनावाच्या झाडून साऱ्या व्यक्तींची माहिती असलेला एक कोश होता तो. आजकाल इतरही अनेक मंडळी आपल्या आडनावाच्या सगळ्यांचीच अशी माहिती जमवून असे कुलवृत्तान्त तयार करताना दिसतात. फलाणे कुलवृत्तान्त, अलाणे कुलवृत्तान्त असे मग उभे राहतात. तरीही त्याला खरा कुलवृत्तान्त मानता येईल का? आपल्या कुळाचं मूळ शोधून काढून तेव्हापासून आजवरची मजल कशी मारली गेली, हे सांगणारा सविस्तर वृत्तान्त असेल, तर त्याला कुलवृत्तान्त म्हणता येईल. तसा विचार केला, तर ॲलेक्स हेली यानं लिहिलेल्या 'रूट्स' या आत्मवृत्तपर कादंबरीला खरा कुलवृत्तान्त मानता येईल. कारण तो आणि त्याच्या आधीच्या काही पिढ्या अमेरिकेत वास्तव्य करून असल्या, तरी त्यानं अथक परिश्रम करून आपल्या कुळाचा मागोवा घेत थेट आफ्रिकेतील आपल्या पूर्वजांपर्यंत आणि त्यांच्या तिथंच अद्यापिही राहिलेल्या वंशजापर्यंत आपल्या कुळाचा आराखडा नेऊन भिडविला होता.

असा कुलवृत्तान्त कोणी तयार करायला गेला, तर त्यात त्याला अनेक अडचणींचा सामना करावा लागेल. सहसा कोणालाही आपल्या तीन-चार पिढ्यांपाठची माहिती नसते. सविस्तर इतिहास तर सोडाच; पण साधं खापरपणजोबांचं संपूर्ण नाव सांगायचं, तरी

पंचाईत होते. काही विशिष्ट धार्मिक समारंभांच्या वेळी अशी नावांची विचारणा पौरोहित्य करणाऱ्या भटजींकडून होते, तेव्हा नकारघंटाच वाजवावी लागते. भटजीच मग केशव, नारायण वगैरे ठेवणीतली नावं घेऊन सुटका करतात. बरं त्या हेलीसारखा जिद्दीनं पाठपुरावा करायचं म्हटलं, तर त्यासाठी लागणारी साधनसामग्री, पैसा आणि वेळ किती जणांजवळ असतो!

पण असा प्रयत्न करता आला नाही, म्हणून तशी आपल्या पूर्वजांची माहिती मिळविण्याची इच्छा माणसाला नसते, असं नाही. उलट, ती तर माणसाची एक प्रबळ आकांक्षा मानली जाते. कोऽहं, मी कोण यानंतरचा मूलभूत प्रश्न म्हणजे मी कुठून आलो? मूल तर केव्हा ना केव्हा आपल्या आईला हमखास हा प्रश्न विचारतं. मग शास्त्रज्ञांनी याच्याच व्यापक स्वरूपाकडं लक्ष देऊन या मानवजातीचाच कुलवृत्तान्त तयार करण्याची मनीषा बाळगली, तर त्यात आश्चर्य कसलं!

रिचर्ड डॉकिन्स हा असाच एक जीवशास्त्रज्ञ. त्यानं हा मानवजातीचाच नाही, तर मानवाच्याही पूर्वजांचा मिळून केलेला कुलवृत्तान्त एका अभिनव पद्धतीनं आपल्यापुढं मांडला आहे. तो म्हणतो की, समजा, आफ्रिकेच्या पूर्वेकडल्या, म्हणजे हिंदी महासागराकडच्या किनाऱ्यावर तुम्ही उभे आहात. आफ्रिकेच्याच का, याचं उत्तर इतर अनेक शास्त्रज्ञांनी देऊन ठेवलेलं आहे. मानवजात प्रथम अवतरली, ती आफ्रिकेच्या जंगलात, याविषयी आता फारसं दुमत राहिलेलं नाही.

तर सोमालियाच्या दक्षिण सीमेला केनियाचा प्रदेश जिथं टांग जराशी मारतो, तिथं दक्षिणेकडं तोंड करून तुम्ही उभे आहात. आपल्या उजव्या हातात तुम्ही तुमच्या आईचा डावा हात धरलेला आहे. तुमच्यासमोर एक आपला अगदी जवळचा पूर्वज चिम्पान्झी जातीचा एक वानर उभा आहे. त्यानंही आपल्या डाव्या हातात आपल्या आईचा उजवा हात धरलेला आहे. तुमच्या आईनं आपल्या उजव्या हातात तिच्या आईचा डावा हात धरलेला आणि त्या चिम्पान्झीच्या आईनं तिच्या डाव्या हातात आपला आईचा उजवा हात धरलेला आहे. अशा या दोन समांतर साखळ्या दूरवर दिसणाऱ्या माऊंट केनिया या पर्वतशिखराच्या दिशेनं पश्चिमेकडं वाढवत नेल्या, तर काय होईल? त्या शिखरापर्यंत उणंपुरं तीनशे मैलांचं अंतर पार करेपर्यंत या दोन्ही समांतर साखळ्या एकमेकांना भिडतील, एकमेकांमध्ये मिसळून जातील. कारण तोवर मानव आणि चिम्पान्झी दोघांचीही आदिमाया असलेल्या स्त्रीपर्यंत, मादीपर्यंत म्हणा हवंतर, आपण पोहोचलेले असू.

काळाच्या हिशेबात हा प्रवास पन्नास ते सत्तर लाख वर्षांचा होईल. पिढ्यांचा

हिशेब करायचा, तर तोही करता येईल. कारण या साखळीतील प्रत्येक व्यक्ती एकेका पिढीचं प्रतिनिधित्व करते आहे. तेव्हा जवळजवळच्या आई-मुलींमधलं अंतर दीड हातांचं. म्हणजे साधारण साडेचार-पाच फुटांचं धरलं, तर हिंदी महासागरावरची वाळू आणि माऊंट केनियाचा पायथा यामध्ये जास्तीत जास्त साडेतीन लाख व्यक्ती असतील. आपल्याकडच्या लहानशा जिल्ह्याच्या गावची लोखसंख्याही याहून अधिक असेल. लोकसभेच्या कित्येक मतदारसंघांमधील मतदारांची संख्याही यापेक्षा अधिक असेल.

याचाच अर्थ असा की, माणूस आणि चिम्पान्झी या दोन वंशांच्या आद्य पूर्वजापासून उत्क्रांती होत आजचा आधुनिक मानव घडायला केवळ तीन-साडेतीन लाख पिढ्याच लागल्या. वानरांमध्ये, म्हणजेच इंग्रजीत ज्यांना प्रायमेट म्हणतात, त्यांच्यामध्ये, चिम्पान्झीव्यतिरिक्त इतरही वंश आहेत. चिम्पान्झींच्या आधीचा वंश, म्हणजेच स्पेशीज आहे. गोरिलांचा, आता ही साखळी अशीच मागं नेत गोरिला, चिम्पान्झी आणि मानव यांच्या सर्वांच्या आदिमायेपाशी नेऊन भिडवायची, तर आणखी ऐंशी-पंचाऐंशी मैलांचं अंतर पार पाडावं लागेल. या प्राण्यांच्या बाबतीत एक पिढी पंचवीस वर्षांची न होता त्याहीपेक्षा कमी काळात तयार होत असल्यामुळे तिथवर मजल मारण्यासाठी आणखी एक लाख पिढ्या लागतील.

त्याही मागे आहेत ओरॅन्ग उटॅन, लालतोंडी माकडं, गिबन वगैरे वंश. असाच उलटा प्रवास करत सगळ्याच वानरांच्या आदिमायेपर्यंत पोचायचं, तर आपल्याला पार डायनोसॉरच्या काळापर्यंत पाठी जावं लागेल. या उत्क्रांतीच्या प्रवासातील प्रत्येक टप्प्याला किती काळ लागला, त्यापायी किती पिढ्या खर्ची पडल्या, या सगळ्याची इत्थंभूत माहिती या कुलवृत्तान्तात आहे, बाबूराव. त्यासाठी अनेक वेगवेगळ्या शाखांमधल्या तज्ज्ञ शास्त्रज्ञांचे परिश्रम कारणी लागले आहेत.

या कुलवृत्तान्तावरूनच उत्क्रांतीच्या वेगाची कल्पना येते. एका दृष्टीनं विचार करता, हा वेग संथ वाटतो. म्हणूनच तर आजचा मानवही उत्क्रांत होत असला, तरी ते आपल्या कोणाच्याच ध्यानात येत नाही. पण दुसऱ्या दिशेनं विचार केला, तर दोन वेगवेगळ्या वंशांची उत्क्रांती होण्यासाठी केवळ साडेतीन लाख पिढ्याच लागल्या आहेत. चिम्पान्झी आणि मानव यांच्यात किती साम्य आहे आणि किती फरक आहे, याचा आलेख काढला की, मी केवळ साडेतीन लाख का म्हणतो, ते लक्षात येईल, बाबूराव. उंची, डोक्याची ठेवण, डोळ्यांची जागा, हातापायांची लांबी, बोटांचे आकार आणि त्यांची हालचाल सहज व्हावी, म्हणून कार्यरत असणारे त्यांना जोडलेले स्नायू, स्वरयंत्र, मेंदूचा आकार आणि त्याची कार्यक्षमता,

शरीरातील निरनिराळ्या अवयवांची ठेवण, आकार, कार्यक्षमता, काय काय म्हणून बदललेलं नाही? एवढंच काय, पण जन्माच्या वेळी मूल गर्भाशयातून ज्या मार्गानं प्रवास करत बाहेर येतं, त्या वाटेची लांबीरुंदीही इतकी बदललेली आहे की, चिम्पान्झींमध्येही गर्भवती अडलेली आढळत नाही. एवढे ढोबळ आणि सहज जाणवणारे, तसंच, इतर असंख्य सहसा न जाणवणारे बदल घडायला केवळ साडेतीन लाख पिढ्यांचा काळ म्हणजे काहीच नाही, बाबूराव. म्हणूनच तर उत्क्रांतीचा वेग लक्षणीय आहे, असंच म्हणायला हवं, खरं ना!

कळावे.